अद्वितीया

अद्वितीया

दिलीपराज प्रकाशन प्रा. लि.™
२५१ क, शनिवार पेठ, पुणे -४११०३०

दिलीपराज प्रकाशनाची सर्व पुस्तके आता आपण *Online* खरेदी करू शकता.
आमच्या **Website** ला कृपया अवश्य भेट द्या. **www.diliprajprakashan.in**
दूरध्वनी क्रमांक (फॅक्ससहित)- २४४७१७२३, २४४८३९९५, २४४९५३१४

info@diliprajprakashan.in

अद्वितीया

(कादंबरी)

विरुद्ध परिस्थितीत सत्याची कास धरून जीवनात अद्वितीय
बदल घडविण्याचं सूत्र सांगणारी कादंबरी

मुकेश लांजेवार

दिलीपराज प्रकाशन प्रा. लि.™
२५१ क, शनिवार पेठ, पुणे - ४११०३०

अद्वितीया
Advitiya

ISBN ▪ 978 - 93 - 82988 - 47 - 2

प्रकाशक

राजीव दत्तात्रय बर्वे । मॅनेजिंग डायरेक्टर ।
दिलीपराज प्रकाशन प्रा. लि. ।
२५१ क, शनिवार पेठ, पुणे ४११०३०
दूरध्वनी : २४४८३९९५, २४४७१७२३ (सर्व फॅक्ससहित)

© **प्रकाशकाधिन**

प्रकाशन दिनांक : १५ नोव्हेंबर २०१३

प्रकाशन क्रमांक : २०६९

टाईपसेटिंग

सौ. मधुमिता राजीव बर्वे । पितृछाया मुद्रणालय
९०९ रविवार पेठ, पुणे ४११००२

मुखपृष्ठ

सुहास चांडक

'सद् रक्षणाय खल निग्रहणाय'चा
वसा घेतलेल्या पोलीस पाटलापासून
तर सर्व दर्जाचे पोलीस व तत्सम
पोलीस अधिकारी
बंधू आणि भगिनी
आणि
त्यांच्या कुटुंबीयांना
माझी कादंबरी
'अद्वितीया'
मन:पूर्वक अर्पण

        - मुकेश फुलचंद लांजेवार

मनोगत

सदैव प्रसन्न व्यक्तिमत्त्वाचा धनी डॉक्टर गुंजन अशोक बडवाईक, तसेच नाशिकच्या (सध्या पुण्यात वास्तव्य) सौ. चैताली तुषार वैद्य आणि नेपाल मानापुरे ह्यांनी 'अद्वितीया' कादंबरीच्या निर्मितीसाठी मला सहकार्य केले. जरी कादंबरीत वर्णन केलेल्या घटना वास्तवतेचा भास करीत असल्या तरी त्या घटनांशी अथवा व्यक्तींशी, जागेशी काहीही संबंध नसून सारे कथानक केवळ काल्पनिक आहे. त्याच्याशी कुणीही संबंध जोडण्याचा प्रयत्न वा प्रयास करू नये. केवळ तो योगायोग समजावा. कादंबरीतले विचार आपल्यापर्यंत पोहोचवायचं भाग्य माझे मित्र श्री राजीव दत्तात्रय बर्वे, मॅनेजिंग डायरेक्टर, दिलीपराज प्रकाशन प्रा. लि. पुणे यांच्यामुळे मला मिळाले. श्री. शंकर सारडा यांनी 'अद्वितीया'साठी मोलाचे मार्गदर्शन केले.

इतर ज्ञात व अज्ञात व्यक्तींनी बरंच सहकार्य केलं. ह्या सर्वांचा मी मनापासून ऋणी आहे.

- **मुकेश लांजेवार**

प्लॉट नं. ३०, शंकर नगर,
लक्ष हॉस्पिटलच्या मागे
तकिया वॉर्ड, भंडारा ४४१९०४
मोबा. ९४२३६८८२२७

प्रस्तावना

- मुकेश लांजेवार

समाजात काही माणसे फक्त आपल्यापुरतीच विचार करताना दिसतात. ते आपल्याभोवती वावरणाऱ्या व्यक्तींच्या भावभावनांचा थोडासुद्धा विचार करीत नसतात. पण काही माणसं त्यांच्या कर्तृत्वानं जीवनाचा खरा अर्थ सांगून जातात. दुसऱ्याचे जीवन वाचविण्यासाठी ती माणसं आपले प्राण पणाला लावतात. त्याचं जीवन सत्कर्मी लागते. पण त्यांच्या मागे उरतं त्यांचं उद्ध्वस्त कुटुंब. छत्र हरवलेली विधवा स्त्री अंबा व मुलगी सुमन. दोघींना गावात जगणं कठीण होतं. तिचे मानसपिता अंबाला गाव सोडायला सांगतात. अंबाच्या मनात भीती दडलेली असते. आपल्या कक्षा ओलांडायला मन धजत नाही. तेव्हा ते तिला म्हणतात, ''इथे कुणी कायमच्या वास्तव्याला आलेला नाही.'' आणि स्वत: नियतीच्या स्वाधीन होतात. शेवटी तिच्याजवळ आपल्या भावाकडे नाशिकला जाणे हाच एक शेवटचा पर्याय उरतो. पण नाशिकला मीना वहिनीसारखे अविवेकी लोक मिळतात. ते आपल्या वागण्याने दुसऱ्याला दु:ख होईल याची तमा न बाळगता आपले प्रयोग सुरू ठेवतात. पण दुष्ट व्यक्तींच्या स्वभावाला औषध नसतं. कारण त्याना वाटतं ते काहीच करत नाहीत. लोक विनाकारण त्याचा बाऊ करतात. ह्यातच त्यांना आनंद मिळतो. पण जेव्हा वाद उलटतो तेव्हा त्यांची तडफड सुरू होते आणि अंबाबरोबर हळूहळू प्रकाशाचा एक एक किरण जुळत जातो. आपल्या स्वभावाने व जीवन यशस्वी करण्याच्या लालसेने तिच्या वाटचालीत सदानंदसारखा स्ट्रगलर मिळतो. तसंच वडीलभावासारखा इन्स्पेक्टर सावंत

तिच्या मदतीला येतो. तो बाहेरून नारळासारखा जितका राकट आणि कठोर दिसतो, तो तेवढाच हृदयाने मऊ असतो. तो सुमनला सांगतो, ''माणसाचा चेहरा त्याच्या बेरीज वजाबाकीचा मुखवटा असतो. म्हणून पोलीस डिपार्टमेंटमध्ये आपल्याला काही न बोलता माणसाच्या डोळ्यातून बरंच काही काढायचं असते.''

दुष्ट व्यक्ती चक्रव्यूहाची रचना करत राहणार. काही काळ ते सत्याला झाकाळू शकतात. पण जेव्हा सत्यातून विद्युल्लता प्रकटते तेव्हा ती साऱ्या आसमंताला अद्वितीया बनून देदीप्यमान करते.

उद्ध्वस्त झालेल्या प्रामाणिक पोलिसांच्या कुटुंबावर जेव्हा घाव पडतात तेव्हा कुठलाच पत्रकार किंवा मीडिया ते घाव भरायला आजपर्यंत पुढे का आले नाहीत? हे प्रश्न आतापर्यंत अनुत्तरीतच राहिले. कारण मिसेस पाटील अंबाच्या बाजूने जे सत्य बोलून जाते तेव्हा तिला वेड्यात काढण्यात येतं. पण ॲडव्होकेट जान्हवी अधिकारी सत्याच्या बाजूने उभी राहून सर्व आरोप आपल्या बुद्धिकौशल्याने परतवून लावते आणि अशाच सत्याचा वसा घेतलेल्या हिरकण्या एकत्र येऊन विपरीत परिस्थितीच्या समोर जिद्दीने, चिकाटीने उभ्या राहातात तेव्हा ते सत्य सिद्ध करण्यात यशस्वी होतात. मानव केवळ परिस्थितीचा दास नसून परिस्थितीवर मात करणारा, परिस्थितीचा स्वामी आहे. त्यातली प्रत्येक स्त्री पालनकर्ता आहे. राक्षसीवृत्तीचा संहार करणारी आहे. ती जुन्या आणि नवीन संस्कृतीचा सेतू आहे. सृष्टीचा समतोलपणा टिकवायला त्यांची जिद्द, चिकाटी आणि सहनशीलता त्याना अद्वितीया बनवते. डॉ. ए. पी. जे. अब्दुल कलाम यांचे शब्द इथे जिवंत झाल्याचे जाणवतात.

''येणाऱ्या सर्व आव्हानासाठी सज्ज रहा.

त्यांना खंबीर मनाने सामोरे जा.

ऐरण झालास तर घाव सोस.

हातोडा झालास तर घाव घाल.''

अंबा डॉक्टर जोशींच्या घरी पडवीत एकटीच बसली होती. डॉक्टर जोशी पेशंट तपासायला गावात गेले होते. डॉक्टरीणबाई भाजी घ्यायला मंडईत गेल्या होत्या. अंबा पडवीत खांबाला टेकून बसली होती. तिची नजर शून्यात होती. तिला ह्या गावात येऊन पाच वर्षं झाली होती. ह्या काळात तिच्या विश्वासाचे फक्त डॉक्टर जोशी राहिले होते. ते तिचे मार्गदर्शक होते. इकडे यायच्या आधी ती ढिवरखेडा या गावात आपल्या नवऱ्याबरोबर राहात होती.

अशीच संध्याकाळची वेळ होती. ते पावसाचे दिवस होते. ह्या किनाऱ्यावरून त्या किनाऱ्यापर्यंत जाण्यासाठी नावेतून जावं लागे. वैनगंगा नदीला पूर आला होता. अंबासुद्धा नावाडीचे काम करीत होती. तिचा नवरा सुशिक्षित आणि प्रामाणिक असल्यामुळे त्याला 'पोलीस-पाटील'चे काम मिळाले होते. अधून मधून तो अंबाला मदत करत होता. ते दोघेही पुराच्या वेगाला बघत उभे होते. नेहमी खळखळ वाहणारा पाण्याचा प्रवाह...आज आपल्या रौद्र रूपात

वाहत होता. झाकाळलेल्या सूर्याची हलकी तिरीप अस्ताला जाता जाता अंबाच्या चेहऱ्यावर येऊन थबकली. तिच्या गव्हाळ बांधेसूद देहाच्या माथ्यावरचं मोठं गोल कुंकू उठून दिसत होतं. ते बघून नियतीलासुद्धा हेवा वाटावा असा तिचा तोरा होता. ह्या दोघांनी राघोच्या नावेत इकडे कामाला आलेल्या बायांना गर्दी करून बसताना पाहिले. उभयतांनी या बायांना पुरातून जायला मनाई केली. बायांना रात्र पडायच्या आत घरी जाण्याची घाई होती. राघो नावाड्याला पैशाचा मोह आवरता आला नाही. नाव धारेला लागली. राघोला नाव सांभाळता येत नव्हती...नाव हेलकावे घेत होती. बाया घाबरल्या. त्यामुळे त्यांचा एकच कल्लोळ उठत होता. सोसाट्याचा वारा अचानक वाहायला लागला. पावसाने परत बरसायला सुरुवात केली. राघो नावाडी आपल्या प्रयत्नांची पराकाष्ठा करीत होता. नाव त्याच्या आटोक्यातून सुटली. पुढे जाऊन ती नाव पुराच्या तडाख्यात उलटली. बाया पुरात गटांगळ्या खात वाहत होत्या. क्षणभरात ते दृश्य प्रचंड भयानक झालं. वाहणाऱ्या...जिवाच्या आकांताने ओरडणाऱ्या बाया. त्यांना बुडताना पाहून अंबाच्या हृदयात धस्स झालं.

"अंबा, डोंगा नदीत टाकते?"

तिच्या नवऱ्याने प्रश्न केला. अंबाने मानेने होकार दिला. तिने नदीच्या पुरात आपली नाव सोडली. लगेच तिच्या नवऱ्याने धावून पुराच्या प्रवाहात उडी घेतली. जिवाची पर्वा न करता त्या दोघांनी बुडणाऱ्या सहा बायांना सहीसलामत किनाऱ्यावर आणलं. अजून दोन मुली त्यांना दिसल्या. त्या दोन चिमुकल्या मुलींना वाहताना बघून तिचा नवरा किनारपट्टीवरून धावत त्यांच्या समांतर पुढे गेला. त्या मुलींच्याजवळ त्याने प्रवाहात उडी घेतली. अंबा किनाऱ्यावर त्या बायांच्या नाकातोंडातून शरीरात गेलेलं पाणी बाहेर काढत होती. तिची नजर तिच्या नवऱ्यावर होती. त्या दोन्ही मुलींना वाचवायच्या प्रयत्नात तो भोवऱ्यात अडकला. काही क्षणात ते तिघेही दिसेनासे झाले. काळोख पसरायला लागला. पावसाने तांडव नृत्य करायला सुरुवात केली. त्यात वाऱ्याने आपला सूर दाखवला. तरी अंबाने नाव नदीच्या प्रवाहात सोडली होती. खूप प्रयत्न करून काहीच गवसलं नाही. शेवटी हताश होऊन तिला सुमनसाठी किनारा धरावा लागला. तिला वैधव्य आलं.

ढिवरखेडा सोडल्यानंतर ती ह्या गावात आली होती. आपला उदरनिर्वाह करता करता ती खाजगी शिकत गेली. ही सगळी ऊर्जा तिला व गावाला माधव सरांकडून मिळाली होती. गावातल्या समाजविघातक हस्तीचं साम्राज्य उद्ध्वस्त

करण्यासाठी शासनाच्यावतीने ते शिक्षकाच्या भूमिकेत आले होते. खऱ्या अर्थाने ते आरोही होते. नंतर ते कुठे निघून गेले हे गावकऱ्यांना कळलं नाही. पोलिसांच्या विशिष्ट शाखेत कामाला असल्यामुळे, काही उत्साही गावकऱ्यांनी त्यांचा शोध घेतला होता. परंतु त्यांच्याबद्दल गावकऱ्यांना कुठलीच माहिती मिळाली नाही. फक्त त्यांच्या आठवणी, त्यांचे विचार…, सकारात्मक विचारांच्या लोकांना त्यांच्या जगण्याला नवी दिशा देत होत्या. त्यांच्याच प्रेरणेने ती शिकत गेली. इंग्रजी वाङ्मयात बी. ए. झाली. बी. ए. करताना तिला नीना खंडाईत नावाची मैत्रीण मिळाली. नीनासुद्धा नव्या रक्ताची. जीवनाचा खरा अर्थ शोधणारी होती. नीना गावची सरपंच झाली. गावातल्या प्रत्येक घडामोडीत अंबा नीनाला साथ देत होती. दिवसेंदिवस विश्वात बदलणाऱ्या घडामोडींमुळे गाव सिमेंट रस्त्यांनी, पुलांनी शहराशी जोडले गेले. टेलिफोन्स, मोबाईल, टी. व्ही., कम्प्यूटर, लॅपटॉपमुळे सर्व समीकरण बदलायला लागले. गावात अंबा व नीना ही दोन व्यक्तिमत्त्वे आदराने पाहण्यात येत होती. त्या सोबत छुप्या शत्रूंच्या संख्येत भर पडत होती. त्यांच्या मैत्रीला कुणाची नजर लागली देव जाणे. नीनाचा हायवे नंबर सहावर अपघातात अकाली मृत्यू ओढवला. तिच्या छुप्या शत्रूंना तोड वर काढण्याची संधी मिळाली. त्यानंतर अंबाला शाळेच्या कमेटीने लगेच नोकरीतून बडतर्फ केले. मुलगी सुमन नुकतीच बारावीची परीक्षा उत्तीर्ण झाली होती. घरात उपासमार सुरू होती. डॉक्टर जोशींनी अंबाला घरी बोलावलं होतं. अंबाला घरी बसलेलं बघून डॉक्टर जोशी म्हणाले,

"कधी आलीस?"

"अर्धा तास झाला."

तितक्यात त्यांच्या सौ. मंडईतून भाजी घेऊन आल्या. अंबाने पुढे होऊन त्यांच्या हातून पिशवी घेतली. अंबाला कोडं पडलं की, डॉक्टर काकांनी तिला असं तडकाफडकी का बोलावलं? ती याच संभ्रमातून बाहेर निघायच्या आधी डॉक्टर काका तिच्याकडे पाहात तिला म्हणाले.

"अंबा, ही पिशवी इथे बेंचवर ठेव आणि आधी तू ह्या खुर्चीवर बस. मला तुझ्याशी महत्त्वाचं बोलायचं आहे."

यंत्रवत् तिने पिशवी ठेवली. खुर्चीवर शांतपणे बसली आणि आश्चर्याने काकांच्या चेहऱ्याकडे पाहातच राहिली.

"माझं ऐकण्याच्या आधी तू मला क्षमा कर."

"काका, असं काय बोलता?"

"तेच सांगतो. मी महादेवला फोन करून तुझी परिस्थिती कळविली. मला तुझी ही दयनीय अवस्था पहावत नाही."

"काका, इतकं मनाला का लावून घेता? असं जीवनात चालायचंच. माझी क्षमा मागून माझ्यावरची माया तोडू नका."

"महादेव आज रात्रीपर्यंत गावात पोहोचणार."

"म्हणजे?"

"हो."

"उगाच त्याला त्रास. तुम्हाला माहिती आहे ना. इकडे यायच्या आधी. त्याचे वहिनीशी किती वाद झाले असतील देव जाणे!"

"मी सगळं मॅनेज करतो म्हणाला. आम्ही दोघांनी विचार केला. तू त्यांच्याबरोबर नाशिकला जावे."

"काका, हे शक्य नाही."

जोशी काकू त्यांचं संभाषण ऐकत बाजूला बसल्या होत्या. मध्येच हस्तक्षेप करत म्हणाल्या,

"अगं, सुमनचं पुढचं शिक्षण, तिचे स्वप्न, इथे राहून पूर्ण करता येणार नाही."

"काकू, मी काहीतरी काम शोधेन."

"इतके दिवस पाहतेच आहे मी. गावातलं राजकारण तुला नोकरी करू देईल?"

"ते तर प्रत्येक गावात असतं. त्याचं काय घेऊन बसलात."

मध्येच हस्तक्षेप करीत डॉक्टर काका म्हणाले, "प्रश्न राजकारणाचा नाही. हे उघड सत्य आहे. जे तुझ्यामुळे दुखावलेले होते ते आज तुझ्यावर उलटलेले आहेत. आज त्यांची लॉबी मजबूत आहे."

"मी माझ्या हक्कासाठी त्यांचा सामना करेन."

"दगडावर डोकं आदळल्यासारखं होईल."

"तुम्ही पाठीशी असल्यावर मला कुणाचीही भीती नाही."

"कुठपर्यंत मी तुमच्या पाठीशी असेन? सत्य हेच की माझंसुद्धा वय झालं आहे. माझ्या आधाराचा आता विचार करू नको. जीवनाचा काही भरोसा नाही. केव्हा देवाकडून बोलावणं येईल, सांगता येत नाही."

चिडून मध्येच काकूंनी काकांना सुनावलं "आज असं अभद्र बोलणं कसं सुचलं तुम्हाला?"

"जे सत्य आहे तेच बोलतो. सत्य स्वीकारायला हवं. इथे कुणी कायमच्या वास्तव्याला आलेला नाही. अंबाला मला हेच सांगायचं आहे. जेव्हा इथे कुणीही कायमचं वास्तव्य करू शकत नाही, तर मग नाशिकला न जाण्याची जिद्द का? सध्या मला तेच एक योग्य ठिकाण वाटतं तिथे कमीत कमी पाठीराखा म्हणून तुझा सख्खा भाऊ असेल."

"मला नाही जायचं तुम्हाला सोडून," आणि तिच्या डोळ्यातून अश्रू बाहेर पडले.

"हे बघ. रडून काही साध्य करता येणार नाही."

"वहिनीबद्दल ठाऊक आहे ना तुम्हाला! कसा तापट स्वभाव आहे तिचा...आणि मला ते सहन होणार नाही."

"हसरा चेहरा ठेव...मोठं स्मित तुला - तुझ्यातला आत्मविश्वास जगवण्याचं काम करेल. जर तू नेहमी हसण्याचा प्रयत्न केला तर येणाऱ्या प्रसंगाला कदाचित तुझ्यावर रागावताच येणार नाही."

"पण जेव्हा मला अडचणीत सापडल्यासारखं वाटेल तेव्हा तिकडे कोण असेल मला धीर द्यायला? महादेवला वहिनीसमोर एक शब्द बोलायची उजागिरी नाही."

"जेव्हा तुला अडचणीत सापडल्यासारखं वाटेल तेव्हा तुला तो प्रसंग जीवनाचा एक नवीन गुंता सोडविण्यासाठी आव्हान करतो आहे असे समज. खोल श्वास घे...आणि हसतमुखाने मैदानात उतर...जीवनाच्या प्रत्येक वळणावर खूप सारे प्रसंग असतात त्यांना खेळ म्हणून पाहा. ते कधी सरावासाठी तर कधी मॅच खेळायला खुणावत असतात. म्हणून नेहमी हसून खेळण्यासाठी सज्ज रहा. त्यामुळे तू स्वस्थ राहशील. तुझं चैतन्य टिकून राहील. सर्वांची आवडती राहशील. जेव्हा जेव्हा तुला एकटेपणा जाणवेल तेव्हा तू श्रीकृष्णाच्या छद्मी हास्याला आठव आणि स्वत:शीच म्हण, 'मी सुद्धा येणाऱ्या अडचणीचा असंच हसून सामना करणार आहे.' त्यामुळे तुला बळ लाभेल. तेच तुझ्या आयुष्याचं खरं भांडवल असेल. ते तुला शांत ठेवण्यात मदत करेल. ते तुझ्या सर्व चिंता दूर करून संकटाच्या महासागरातून बाहेर निघायला मदत करेल."

तितक्यात नाशिकवरून महादेव विठ्ठलबरोबर येताना दिसला. त्यामुळे डॉक्टर बोलायचे थांबले. महादेवबरोबर अंबाचा मावसभाऊ विठ्ठलसुद्धा होता. गावात अंबा, सुमनला घेऊन विठ्ठल बरोबर राहात होती. विषयांतर करीत डॉ. जोशी म्हणाले.

"महादेव, आलास...बरं केलं. प्रवास कसा झाला...?"

"ठीक झाला."

हे ऐकून अंबा उठली. जवळच्या टाकीजवळ जाऊन एका छोट्या बादलीत पाणी घेतलं. डॉ. काकू टॉवेल घेऊन आल्या. अंबा पाण्याची भरलेली बादली महादेवकडे घेऊन गेली. महादेवने चूळ भरली. चेहरा धुतला. हात पाय धुवून तो फ्रेश झाला. नंतर डॉ. काका आणि काकूंकडे वळला व त्यांच्या पाया पडला. अंबानेसुद्धा मोठ्या भावाला वाकून नमस्कार केला.

"बरं केलं, तू लवकर आलास." डॉ. जोशी म्हणाले.

"माझं कर्तव्य म्हणून आलो,"

"तुझ्याकडे जाण्याबद्दल अंबाला समजावत होतो."

"अंबे, तू काळजी करू नको. सगळं व्यवस्थित होईल."

"तेच तर मी सांगतो आहे. देवावर विश्वास ठेव. सगळं चांगलं होईल." डॉक्टर काका म्हणाले.

"दादा, आता घरी चल...उद्या काकांशी निवांत बोल. थकून आला असशील. अंधार पडायला लागला. गावात दोन-तीन दिवस रहा. नीट विचार कर. नंतर जे ठरवायचं ते ठरवू."

"काका, उद्या सकाळी भेटायला येतो..."

"हो...नक्की ये..."

महादेवने वाकून डॉक्टरकाकांना नमस्कार केला. ते तिघेही अंबाच्या घराकडे निघाले.

"दादा, जरा सांभाळून...खाल-उंच जागा आहे."

विठ्ठल आपल्या गावठी भाषेत बोलला. अंबाच्या नऊवारीला ठिक-ठिकाणी ठिगळं दिसत होती. अशाही परिस्थितीत अंबाने त्याला कळवलं नाही. तिच्या त्या स्वाभिमानाबद्दल त्याला बरं तर वाटलं. पण रक्ताच्या नात्याला तिची ही अवस्था काळीज भेदून गेली. न कळत डोळ्यात अश्रू तरळले. खाली बघत तो यंत्रवत त्यांच्याबरोबर चालत होता. "बरं झालं, नागपूरला पोहोचल्यावर मायलेकीसाठी नवीन कपडे वगैरे घेतले होते."

• • •

दुसऱ्या दिवशी सकाळी नऊ वाजता सुमन व महादेव अंगणात बोलत

बसले होते. तितक्यात बाहेरून विठ्ठल धावत आला आणि अंगणात येताच सुमनला बघून म्हणाला,

"डॉक्टर– जोशी काका– स्वर्गवासी झाले." अंबाला धसकन झालं. डोळ्यातले अश्रू आवरत नव्हते. ती सुसाट धावत डॉक्टरकाकांच्या घरी गेली. त्यांच्या खोलीत डॉक्टर बिछान्यावर निश्चिंत शांत झोपलेले दिसत होते. त्यांच्या चेहऱ्यावर निरागसपणा जाणवत होता. डॉक्टर जोशींची जीवनज्योत मालवली होती. एका कोपऱ्यात काकू रडत होत्या. अंबाला पाहिल्याबरोबर काकू हमसाहमशी रडायला लागल्या. मागोमाग महादेवसुद्धा पोहोचला. महादेवला बघून त्यांनी स्वत:ला सावरलं. आपला संपूर्ण धीर एकवटून त्या महादेवला दुसऱ्या खोलीत घेऊन गेल्या. त्याला त्यांच्या नातेवाईकांचे काही मोबाईल नंबर्स दिले. त्यांना निरोप द्यायला सांगितला. दुपारपर्यंत नातेवाईक पोहोचले. तीन वाजता डॉक्टरकाकांना अंत्यसंस्कारासाठी शिवतीर्थावर घेऊन गेले. तिसऱ्या दिवसापर्यंत महादेव गावात राहिला. त्याला जास्त सुट्या मंजूर झाल्या नव्हत्या. अंबा व सुमन त्याच्याबरोबर नाशिककडे निघाल्या. निघताना अंबाने घरची शेतीची सगळी जबाबदारी विठ्ठलकडे दिली... कदाचित हाच नियतीचा आदेश असावा...

दुसऱ्या दिवशी सकाळी ट्रेन नाशिक रोडला पोहोचली. स्टेशनवर तिच्या मनातल्या कप्प्यात घालमेल सुरू झाली. त्यामुळे तिला अस्वस्थ वाटायला लागलं. अनामिक भीतीने तिचा चेहरा ताणला गेला. अचानक विचारांच्या गर्दीने डोकं जड वाटायला लागलं. नाशिकचे लोक...त्यांचा स्वभाव...त्यावर वहिनींची तिच्याबद्दलची प्रतिक्रिया. स्टेशनच्या बाहेर आल्यावर महादेवने ऑटो ठरविला. ऑटो महादेवच्या घराकडे निघाला.

महादेवच्या घरासमोर मजबूत बांध्याचे पोलीस इन्स्पेक्टर उभे होते. महादेवने त्यांच्यासमोर ऑटो थांबवला. पोलीस बघून अंबाला धसकन् झालं. महादेवच्या मागोमाग ती व सुमन उतरली. इन्स्पेक्टरनी ऑटोतून सामान बाहेर काढायला महादेवची मदत केली. इन्स्पेक्टरनी अंबाला नमस्कार केला.

"ताई, मी हरी सावंत...इथेच असतो. महाराष्ट्र पोलीस प्रशिक्षण अकादमीत काम करतो. बरं केलं...तुम्ही इकडे यायचा निर्णय घेतला."

अंबाला तिच्या निर्णयाबद्दल, तेही इन्स्पेक्टरच्या मुखातून, ऐकून गोंधळल्यासारखं झालं...

ती सुमनचा आधार घेत म्हणाली.

"ही माझी लेक, सुमन."

तितक्यात अंबाची मीना वहिनी आपल्या लहान मुलांबरोबर बाहेर आली. मुलगा सरासरी दहा वर्षाचा होता. त्याने पहिल्यांदाच आपल्या आत्याला आणि सुमनला बघिलं. इन्स्पेक्टर सावंतकडे बघून वहिनी म्हणाल्या,

"भाऊजी या, सोबत चहा घेऊ."

"आता नको. मला निघायचं आहे. उशीर झाला. नंतर येईन सवडीनुसार..."

आणि ते आपल्या घराकडे वळले. महादेवच्या घराला लागून त्यांचं घर होतं. ते गेल्यानंतर मीना वहिनी म्हणाल्या.

"ताई, हा आमचा सुदीप-पाचवीत आहे. मोठा प्रदीप इंजिनिअर झाला. पुण्याला असतो." अंबाने सुदीपला मायेने जवळ घेतलं. नंतर बॅगमधून मिठाईचं व चॉकलेटचं पॅकेट दिलं. त्यामुळे तो पटकन खुलला.

दुपारचं जेवण झाल्यानंतर अंबा व घरची मंडळी विश्राम करायला गेले. उन्हाळ्याचे दिवस होते. काही वेळ अंबा झोपली. पण थोड्याच वेळात तिची झोप तुटली. ती हळूच उठली आणि ड्रॉईंग रूममध्ये येऊन बसली. ड्रॉईंग रूमची सजावट गावातल्या श्रीमंत पाटलाच्या घरापेक्षा वेगळी वाटली. पण सुंदर जाणवत होती. घरात टी. व्ही., वर्तमानपत्र, कॉम्प्यूटर पाहून भारावून गेली. शहरातल्या राहणीमानाचा बदल प्रकर्षाने जाणवत होता. दादा बरोबर म्हणत होता. 'शहराच्या गतिमानाबरोबर तिलासुद्धा स्वत:मध्ये बदल करावा लागेल. तेव्हाच सुमनचे स्वप्न पूर्ण करता येईल.' ड्रॉईंगरूमच्या वस्तू इथे राहणाऱ्या व्यक्तींच्या व्यक्तिमत्त्वाचा सारांश सांगत होत्या. तिला आधी इथल्या लोकांशी जुळवून घ्यायला हवं. पण राहून राहून तिला एक प्रश्न भेडसावत होता. भावापुढे हात पसरणं? हे तिच्या स्वाभिमानाच्याविरुद्ध होते. त्यातून सुटका करायची म्हणजे तिला काहीतरी काम करणं गरजेचं होतं. सुमनच्या पुढच्या शिक्षणासाठी पुस्तकांचा खर्च, कॉलेजचा खर्च, कापडांचा खर्च असे अनेक प्रश्न तिला भेडसावत होते. इथे प्रत्येक गोष्टीत अनोळखीपणा जाणवत होता. अचानक डोळ्यात अश्रू तरळले. पदराने डोळे पुसले. घट्ट डोळे मिटल्यानंतर डॉक्टर जोशीकाकांचे शब्द आठवायला लागले. "जे काही घडतं त्यामागे परमेश्वरी योजना असते. तो सगळं व्यवस्थित करेल. संधी चालून येतील. पण त्यांच्या तऱ्हा वेगवेगळ्या असतील. कधी न सांगून, तर कधी मानगुटीवर बसून. पोरी संधीचे चीज करायची भावना कुठल्याही परिस्थितीत दुर्बळ होऊ देऊ नको. मार्ग नक्की सापडेल..."

•••

संध्याकाळी मीनावहिनीला सोडून सर्व पंचवटीकडे फिरायला आले. रामकुंडातलं दर्शन घेतल्यानंतर ते गोदामाईच्या किनाऱ्यावर गेले. पाण्याची पातळी कमी झाल्यामुळे सुदीप व सुमन नदीच्या वाळूवरून मजा करत होते. तो आपल्या पद्धतीने सुमनला सर्व माहिती देत होता. सुदीपला सख्खी बहीण नसल्यामुळे त्याला या बहिणीचा लळा लागला होता. पण अंबाला आपल्या सख्ख्या भावात खूप अंतर जाणवत होतं. रक्ताचं नातं होतं. पण लहानपणी ती महादेववर जसा अधिकार गाजवायची तसा अधिकार गाजवायला मन धजत नव्हतं. एकाच नदीच्या दोन किनाऱ्यासारखी तिची अवस्था झाली होती.

"दादा, एक विचारू का?"

"विचार."

"मी इंग्रजी लिटरेचरमध्ये बी. ए. केलंय. कुठेतरी नोकरी लावून देशील का?"

"तू कशाचीही काळजी करू नको. मी सर्व करेन सुमनचं."

"मला आपल्या पायावर उभं करून दे. काही करता येईल तर बघ."

"प्रयत्न करेन."

काही क्षण दोघं शांत होते. परत अंबा म्हणाली.

"मला इथल्या कुठल्याही हॉस्पिटलमध्ये ट्रेनिंग नर्स म्हणून काम मिळवून देता येईल?"

"तुला आता असली कामं करायची काय गरज आहे? मी आहे ना!"

"तू आहेस म्हणूनच तुझी मदत मागते आहे."

"ही कसली मदत?"

"मी स्वावलंबी व्हावं असं नाही वाटत तुला?"

"इतकं कुठून शिकलीस!"

"परिस्थिती शिकवून देते. शिकायची इच्छा असली की, सगळं शिकता येते...दादा, त्याला गावाची किंवा शहराची मर्यादा नसते. जाणकार माणसं भेटली की सगळं कळत जातं."

"सगळी डॉक्टरकाकांची मेहेरबानी दिसते."

"बरोबर. गावात तेच मला एकमात्र आधार होते. मध्ये आम्हा दोघांना एक गुरू मिळाला होता."

"म्हणजे तू गुरू केला आहेस?"

"जो तू विचार करतो तसं नाही...ज्यांनी मला दृष्टी दिली, त्याला मी

गुरुस्थानी मानते.''

''कुठे भेटले तुला?''

''आपल्या गावात.''

''होऽऽ?''

''हो. सुमनचे सर बनून एका मोहिमेवर आलेले पोलीस अधिकारी होते.''

''आता कुठे आहेत?''

''माहीत नाही.''

''बरं मेडीकलबद्दल काय येतं तुला?''

''इंजेक्शन देणं. आय. व्ही. लावणं, फर्स्ट एड आणि बायांची डिलेव्हरीसुद्धा करता येते.''

''बघतो, कुठे काही जमते का म्हणून.''

घरी पोहोचल्यावर रात्रीचा अंधार पसरला होता. इन्स्पेक्टर सावंत आपल्या पत्नीबरोबर अंगणात बसले होते. महादेव व अंबाला बघून उठले. त्यांच्यासाठी अजून दोन खुर्च्या लावण्यात आल्या. सौ. सुशीला सावंत आत जाण्यास निघाल्या. तेव्हा महादेव म्हणाला,

''वहिनी, काही करू नका.''

काही क्षण थांबून सुशीला वहिनी म्हणाल्या,

''बरं, पाणी आणत्ये-''

सुशीला वहिनी पाणी आणायला घरात गेल्या. अंबा जमिनीकडे बघत होती. तेव्हा महादेव अंबाला म्हणाला

''हा माझा जिवाभावाचा मित्र...पोलीस खात्यात खूप कडक ऑफिसर म्हणून नाव आहे. बाहेरून नारळासारखा कडक आणि आतून गोड दिलाचा. अगदी प्रेमळ. माझ्यावर जेवढा तुझा विश्वास आहे त्यापेक्षा अधिक विश्वास तू त्याच्यावर ठेवू शकतेस.''

अंबा उठली आणि ती सावंतच्या पाया पडली. तितक्यात सौ. सावंत प्यायला पाणी घेऊन आल्या. अंबाने पुढे होऊन पाण्याचा ट्रे हातात घेतला. नंतर तो स्टूलवर ठेवला. सावंतने आपल्या सौं. ची ओळख करून दिली. तितक्यात सुमन व सुदीप तिथे हळूच आले. अंबा सावंत वहिनीना वाकून नमस्कार करत होती. सुमनने देखील दोघांना वाकून नमस्कार केला. कौतुकानं सावंतवहिनीने सुमनला आपल्याजवळ ओढून घट्ट मिठी मारली.

''तुझं नाव काय आहे बेटा?''

"सुमन ताई," पटकन सुदीप बोलला.

"अरे व्वा, सुदीपची ताई आली. खेळायला मज्जाच मजा. तू ह्याच्याबरोबर खेळत राहशील की पुढे शिकणार!"

"ह्याच्याबरोबर खेळेन आणि पुढेसुद्धा शिकणार."

"आता कुठल्या वर्गात?"

"बारावी पास केलं...आणि पुढे आय. पी. एस. होणार."

"हे काय असतं गं?"

"हिला पोलीस अधीक्षक बनायचं आहे...बॉस बनून माझी परेड घेणार..."

"अग्गो बाई! बन नक्की बन...मग आपण दोघीही यांची परेड घेऊ."

सुमन तितक्याच विश्वासानं सावंतला म्हणाली,

"मामा, तुम्ही मला ट्रेनिंग देणार ना!"

"बेटा, तुमचं ट्रेनिंग इथल्या ॲकेडेमीत होत नसतं. त्यासाठी सिव्हिल सर्व्हिसेसची परीक्षा पास करावी लागते. मग ट्रेनिंगला सरदार वल्लभभाई पटेल ॲकेडमी हैदराबादला जावं लागेल."

"तिकडेसुद्धा जाईन. पण त्यासाठी गाईडन्स तर लागेल ना!"

"तू त्याबद्दल काळजी करू नको."

"थँक यू..."

"बारावीला किती टक्के गुण मिळाले?"

"नव्वद टक्के..."

"अभिनंदन...व्वा...खूपच छान..."

● ● ●

सोमवारी संध्याकाळी महादेव व सावंत गोदावरी नदीच्या किनारपट्टीवर एकांतात बसले होते. महादेवनी सावंतला मुद्दाम इकडे बोलावलं होतं. काही खाजगी बोलायचं असल्यास दोघेही एकांतात नेहमी भेटत असत. महादेवने सावंतकडे आपली दृष्टी वळवली. आपलं म्हणणं कसं सुरू करावं कळत नव्हतं. मौन तोडत सावंत म्हणाला,

"आता कुठली अडचण आली आहे?"

"मला दिल्लीला किमान पंधरा दिवसांसाठी डेप्युटेशनवर जायचं आहे. जास्त दिवससुद्धा लागू शकतात."

"तर मग खुशाल जा. तुला कोण अडवतंय?"

"अंबा इथे आली आहे. अद्याप रुळली नाही. पैशाची गरज भासली तरी ती हात पुढे करणार नाही. ती खूप स्वाभिमानी आहे रे...काय करावं काही समजत नाही."

"अरे, मी सांभाळून घेईन..."

"तीच तर अडचण आहे. आतापर्यंत तिने माझी मदत घेतली नाही. गावातल्या डॉक्टर जोशीकाकांनी तिच्या परिस्थितीबद्दल कळविलं होतं म्हणून मी गेलो, तिला आणायला. मीनाकडून खूप काही ऐकावं लागलं. मन मानत नव्हतं. बरं झालं. जाऊन आलो. नाहीतर अनर्थ झाला असता."

"असं काय होणार होतं?"

"दुसऱ्या दिवशीच डॉ. काका देवाघरी गेले. त्यांच्यासमोर ही तयार झाली. नाहीतर अंबा नाशिकला आलीच नसती."

"ओह माय गॉड!"

"आता कालचंच बघ. मी तिला मदतीबद्दल बोललो. तिने स्पष्ट नकार दिला."

"मग आता काय म्हणायचं तुला!"

"तिला नोकरी करायची आहे. बी. ए. आहे किंवा एखाद्या नर्सिंग होममध्ये ट्रेनी नर्स म्हणून काय मिळालं तर बरं होईल."

"नर्सिंगचा डिप्लोमा आहे?"

"नाही! पण इंजेक्शन, आय. व्ही लावणं. सलाईन देणं, बँडेज वगैरे करता येते म्हणाली."

"इतक्या लवकर शक्य नाही. तरी तू चिंता करू नकोस. मी लक्ष ठेवेन..."

"माझं डेप्युटेशन नसतं तर मला चिंता नसती."

"म्हणजे तुझा माझ्यावर विश्वास नाही?"

"तसं नाही रे!"

"म्हणजे?"

"प्रदीप पण आला नाही. माय लेकात काहीतरी शिजत असणार...घरात काही महाभारत घडू नये ही चिंता लागली आहे."

"डोन्ट वरी. तू निश्चिंत जा. मी बघतो काय करायचं ते...अजून काही सांगायचं आहे?"

''हे पाच हजार ठेव तुझ्याजवळ...''

''कशाला!''

''ज्यांच्याकडे नोकरीला ठेवशील, त्यांना म्हणावं राहणं फ्री राहील असं सांगा. खरं म्हणजे घराचं भांडं त्यांच्यावतीने आपणच देऊ. फक्त तिला कळता कामा नये.''

''बाप रे, मजल इथपर्यंत गेली आहे.''

''म्हणून चिंता वाटते रे.''

''मी आहे ना!...तू काळजी करू नको.''

''हे रुपये ठेव आधी.''

''बरं दे, मी निघू...अजून काही?''

''काही नाही.''

सावंतने रुपये खिशात ठेवले...व तो अंधारात गडप झाला. तोपर्यंत अंधार गडद झाला होता. समोर गोदामाई वाहत होती. महादेव संभ्रमात होता. दूर दिवे लुकलुकत होते. त्याने गोदामाईला नमस्कार केला.

घरी पोहोचला तेव्हा सर्व महादेवची वाट पाहत बसले होते. जेवायची तयारी झाली होती. महादेवने घरात पाय ठेवताक्षणी मीना वहिनीचा आवाज अंबाने ऐकला व ती मीना वहिनीकडे बघायला लागली. ''कुठं होता इतक्या वेळ?''

''उद्या डेप्युटेशनला जायचं आहे ना!''

नकळत महादेवच्या मुखातून निघालं. डेप्युटेशन हा शब्द अंबाला नवीन होता. पण ह्या शब्दाबरोबर तिने मीना वहिनीच्या सुरात नरमपणा अनुभवला. ''कुठे जाणार?''

''दिल्ली...''

''किती दिवस?''

''पंधरा दिवस..महिना...पण लागू शकतो.'' हे ऐकून अंबाच्या पायाखालची जमीन सरकली. ह्या विरुद्ध वहिनींच्या हृदयात आनंदाचे कारंजे थुई थुई नाचायला लागले होते. बोलणं अजून लाघवी झालं होतं.

''किती दगदग...आत्ताच गावाहून आले...दिल्लीत खूप उष्णता असते म्हणे..तब्बेतीची काळजी घ्यावी लागते...रिझर्वेशन झालं?''

''हो. ऑफीसने आधीच व्यवस्था केली होती.''

खोल श्वास घेत अंबाने विचारलं, ''कधी निघणार?''

नजर चुकवत महादेव म्हणाला

"उद्या."

जेवताना अंबाच्या घशातून घास उतरत नव्हता. कसंबसं अंबानं जेवण उरकलं. परंतु वहिनीच्या अंगात उत्साहाचं उधाण आलं होतं. नवऱ्यासमोर ती अगदी मृदू स्वरात अंबाला म्हणाली.

"ताई, आज काहीच घेतले नाही. थोडा भात तरी घ्या..."

"नको."

"अहो घ्या हो...घर तुमचंच आहे. असं लाजाल तर उपाशी राहाल..."

जबरदस्ती मीना वहिनीने अंबाला थोडा भात वाढला. अंबाला तेवढा भात खाणं जिवावर आलं होतं. तरी तिला तो संपवावा लागला.

दुसऱ्या दिवशी महादेव डेप्युटेशनला जाण्यासाठी तयार झाला. सर्वांशी भेटल्यानंतर तो अंबाकडे वळला.

"बरं...काम झाल्याबरोबर येतो..."

अंबाच्या डोळ्यात पाणी तरळलं. मन स्थिरावत नव्हतं. वहिनीबद्दल तिचं मन साशंक होतं. आटोत बसून महादेव स्टेशनकडे निघाला.

अंबाचा असा म्लान चेहरा बघून मीना वहिनी म्हणाल्या...

"ताई, तुम्ही चिंता करू नका...यांचं हे नेहमीचंच असतं."

"आधी तुम्हाला मुलांना घेऊन असं एकटं राहणं खूप कठीण गेलं असेल."

"हो ना..मग सवय करावी लागली. प्रदीपला आधी सांभाळता सांभाळता नाकी नऊ यायचे. बघता बघता इंजिनिअर होऊन पुण्याला नोकरीला लागला. आता त्याला बापापेक्षा आईचा लळा जास्त. आला म्हणजे भेटाल त्याला."

"बरे, वहिनी, फराळ करू की सरळ जेवण करू?"

"तुम्ही कशाला चिंता करता? मी बघते ते. ताई, आता मला मैत्रिणीकडे जायचं आहे. नंतर मार्केटिंगला जावं लागेल. तुम्ही जरा सुदीपच्या जेवणाचं बघून घ्या."

"आणि तुमच्या जेवणाचं?"

"मी मैत्रिणीकडे करेन..."

"मग फराळ तरी घेऊन जा."

"नको...नको...भरपूर कामं आहेत."

तितक्यात सुदीप म्हणाला, "आई, मी ताईला फिरवून आणू?"

"बरं, जाऊन ये..." मीना वहिनी म्हणाली.

हळूहळू अंबाच्या मनावरचा ताण कमी होत गेला. तिच्या मनात घर करून बसलेली वहिनीबद्दलची भीती दूर व्हायला लागली होती. तरी तिच्या मनातला एक कप्पा अजून मोकळा झाला नव्हता. शनिवार आला. हप्त्याचे पाच दिवस कसे गेले हे अंबाला कळलेसुद्धा नाही.

•••

'ताई, आज संध्याकाळी प्रदीप येऊ शकतो. मी सुदीपला मार्केटला नेते आहे...लवकर येईन. प्रदीप आला की त्याच्या चहाचं बघून घ्या."

"वहिनी, तो माझा भाचा आहे. तुम्ही त्याची काळजी करू नका. पण सुदीपच्या जेवायचं काय?"

"नाहीतरी तो मार्केटला आला की सटर फटर खात असतो..."

प्रदीप पुण्यावरून घरी आला. त्याला बघून अंबा म्हणाली,

"ये...तू प्रदीप! बरोबर."

"हो....आई कुठे गेली?"

"लवकर येते म्हणाली...मार्केटला गेली. थांब, मी तुझ्यासाठी पाणी घेऊन येते."

सुमन पेपर चाळत बसली होती. तिच्याकडे बघून तो म्हणाला.

"नाव काय गं तुझं?"

"सुमन..."

"शाळेत शिकते की सोडली?"

"शिकते आहे."

"कुठल्या वर्गात?"

"आता बारावी पास झाली."

"ओ. के. पुढे काय करणार?"

"शिकेन..."

"तेच विचारतो, काय शिकशील?"

"डिपेंड अपॉन ॲडमिशन..."

"ॲडमिशन प्रोसेस तर सुरू झाल्या असतील...बाय द वे, तुमचा मुक्काम नाशिकात कुठपर्यंत आहे?"

अंबा प्रदीपसाठी चहा व पाणी घेऊन दाराजवळ पोहोचली. तेव्हा प्रदीपचे हे वाक्य तिच्या कानावर पडले. तिच्या तळपायाची आग मस्तकात शिरली. पाय तिथेच जमिनीला चिकटले.

पुढे तो सुमनला म्हणाला, ''तू उत्तर नाही दिले.''

सुमनने आपली कुठलीही प्रतिक्रिया व्यक्त न करता उत्तर दिले,

''बघू, मामा आल्यावर.''

चेहऱ्यावर उसणं स्मित ठेवून अंबा चहाचा ट्रे घेऊन आली. सावंत वहिनी त्यांच्या घरून अंबाकडे येत होत्या.

प्रदीपचा आवाज ऐकून त्या बाहेरच थबकल्या.

प्रदीप बोलत होता.

''तुमचा आतापर्यंतचा सगळा खर्च बाबा सांभाळत असतील असं मला स्पष्ट दिसते आहे.''

प्रदीपचे हे बोल ऐकून अंबाला स्वत:ची चीड आली होती. इतके दिवस भावाकडे आली नाही. आता ही लाचारी? स्वत:चा स्वर शांत ठेवत ती म्हणाली,

''मला आतापर्यंत माझ्या भावाला पैसे मागण्याची गरज भासली नाही.''

''मग जेव्हा गरज वाटेल तेव्हा?''

आता अंबाचा बांध तुटला. आतापर्यंत ती ताठ मानेने जगली. तीच मान तुटायची पाळी आली. असं तिला जाणवलं. हा अहंकार होता की, आत्मसन्मान? तिच्यातला आत्मविश्‍वास अजून शाबूत होता. ती आपला आत्मविश्वास सांभाळत म्हणाली, ''ती वेळ येणार नाही आणि माझ्या भावाबद्दल एवढ्या चांभारचौकशा करणारा कोण रे तू?''

''मी त्यांचा मुलगा!''

''मग मुलगाच बनून रहा. भावा-बहिणीच्या नात्यात लुडबूड करू नकोस.''

अंबेचा चढलेला आवाज बघून प्रदीप थोडा बिचकला. आतापर्यंत तिने स्वत:ला व महादेवला कसं घडवलं ह्याची त्याला व त्याच्या आईला पुसटशीसुद्धा कल्पना नव्हती. परंतु त्याच्या आईच्या सल्ल्याने त्याला अंबाला स्पष्ट विचारायचं होतं. तो म्हणाला

''मी स्पष्टच बोलतो. तुमचं नाशिक फिरून झालं असल्यास गावाकडे निघताना चावी सावंतकाकाकडे ठेवून जा. उद्या मी आईला व सुदीपला आपल्याबरोबर पुण्याला नेणार आहे.''

लगेच सुशीला घरी परत आल्यामुळे सावंतने विचारलं.

"का गं! लगेच परत आलीस?"

"प्रदीपचं वागणं बघून..."

"तुला काही म्हणाला तो?"

"मला नाही. ताईला तोडून बोलत होता."

"म्हणजे?"

"घर सोडून जाण्याची भाषा बोलत होता."

"हा संशय महादेवला आधीच आला होता."

"असं काही घडेल, हे भाऊजीला माहीत होतं?"

"हो!"

"मग आता?"

"तुझ्या भावाला फोन कर अमेरिकेला. विचार त्याला. त्याचं घर काही दिवसासाठी देतो का म्हणून?"

तिने लगेच अमेरिकेला आपल्या भावाला फोन केला. तो म्हणाला,

"बिनधास्त वापरायला दे. अजून दहा वर्ष तरी मी इंडियात येत नाही. घरात कुणी राहिलं तर घराची काळजी सुद्धा घेता येईल."

हे ऐकून दोघांना दिलासा मिळाला.

"मी येतो त्यांना भेटून."

"तुम्ही त्याला काही म्हणू नका. वहिनीचं आधीच शिजलेलं दिसते. त्या सर्वांना आज आपल्याकडे जेवणाचं निमंत्रण द्या. म्हणजे ताई आज जेवतील तरी."

"बरोबर."

सावंतने महादेवच्या घरात प्रवेश केला व प्रदीपला म्हणाला

"काय रे, अगदी गुपचूप आलास."

"तसं नाही काका. मित्राने घराजवळ मोटार सायकलने सोडून दिले."

"वातावरण इतकं शांत का? तू यावेळेस खूप टेन्स दिसतोस."

"तसं काही नाही."

"ह्या वर्षी लग्नाचा विचार असेल तर लग्न आटपून टाक."

"तुम्ही पण काय मस्करी करता काका."

"नाही, पुण्याला फ्लॅट झाला. आता फ्लॅटवाली शोधून ठेवली की, आत्याच्या व आईच्या पसंतीने शोधणार?"

"बघू..."

"आता आत्या आलीच आहे तर बघून टाका. ती मग कुठे राहील इथे. तुझे बाबा आले की, परत जाईल."

"अच्छा, मला वाटलं."

"काय वाटलं?"

"जाऊ द्या..."

"अरे, ती जाणारच होती. आम्हीच थांबवून घेतलं. मागच्या शनिवारी आला असतास तर ती आतापर्यंत गावाला असती. सर्व म्हणाले, पुण्याच्या भाच्याला भेटून घे. कसा दिसतो. कसा बोलतो.

"म्हणजे...?"

"अरे गावातली माणसं बिचारी...माणूसपण जपण्यात आयुष्य घालतात. तुम्ही शहरातले. कंप्यूटर युगातले. कसे बोलता...कसे वागता? तुमच्या एटीट्यूडची ओळख व्हायला नको त्यांना."

हे ऐकून अंबा व सुमनला खूप बरं वाटलं. त्यावेळेपुरता त्यांना सावंतचा भक्कम आधार जाणवला. त्यांचे डोळे काही न बोलता बोलून गेले...सावंतने नेमकी त्यांच्या डोळ्यातली कृतज्ञता टिपली.

"मी काय सांगायला आलो होतो...अरे हो...आज तुम्हा सर्वांचे जेवण आमच्याकडे...वहिनी आल्यावर त्यांनासुद्धा सांगा."

मध्येच अंबा म्हणाली, "दादा, कशाला वहिनींना त्रास?"

"मग आमच्या घरी या आणि आपल्या वहिनींना मदत करा. प्रदीप त्यांच्या लाडाचा...त्याला काहीतरी करून खायला घातल्याशिवाय चैन नसते तिला."

●●●

अंबा व सुमन सावंतच्या घरी गेल्याबरोबर सुशीलाची नजर अंबावर पडली. सुशीलाच्या डोळ्यात पाणी आले. तिने अंबाला मिठी मारली. अंबाचा बांध फुटला. तिला अश्रू आवरेना. पदराने स्वतःचे डोळे पुसत स्वतःला सावरायचा अंबाने प्रयत्न केला.

"ताई, चिंता करू नका."

"मी आधीच इकडे यायला तयार नव्हते. दादाच्या शब्दाला मान देऊन आले. इथल्या परिस्थितीत कुठलाच मार्ग दिसत नाही."

"दिसेल मार्ग...जरा धीर धरा..."

"वहिनी, आता मागे गावालासुद्धा जाता येत नाही."

"म्हणजे अर्थ स्पष्ट आहे...तुम्हाला पुढे जायचं आहे. आजची रात्र काढा ताई...उद्याचा दिवस तुम्हा मायलेकीसाठी सोनियाचा दिवस असेल..."

"वहिनी...खरं सांगू...मला मी आजची रात्र कशी काढेन हा प्रश्न पडला आहे."

"त्र्यंबकेश्वर सगळं व्यवस्थित करेल."

"मला तर सर्व मार्ग बंद झाल्यासारखे वाटू लागले."

"हे सर्व पुण्याला गेल्यावर आपण मार्ग शोधू."

"ह्यांच्या पुण्याच्या बेताचं तुम्हाला कसं कळलं?"

"मी सर्व संभाषण दारामागून ऐकलं. तेव्हाच तुमच्या दादाला पाठविलं...चला स्वयंपाकाचं बघू..."

•••

दुसऱ्या दिवशी प्रदीप, सुदीप, मीना वहिनी पुण्याला जाण्यासाठी निघाले. सर्वांच्या हालचालीत निर्जीवता जाणवत होती. अचानक वहिनी अंबाकडे वळली. "येते हं...उन्हाळ्याच्या सुट्या आहेत...सुदीपला प्रदीपचा फ्लॅट बघायचा होता म्हणून जाऊन येते. तिथे पण सामानाची जुळवाजुळव करून द्यायची आहे. येते हं.." ते सर्व ऑटोत बसले. ऑटो धूर सोडत निघाला. ते नजरेआड झाल्यावर सुमनने अंबाला विचारलं.

"आई, सावंत मामा बाहेर नाही आले त्याना सोडायला."

"ते काय करतात पाहून ये."

"मामा ॲकेडॅमीत गेले असतील...त्यांना सकाळी पाचला तिथे हजेरी लावावी लागते..."

"मामी काय करते ते तरी बघून ये."

सुमन धावत त्यांच्या घराकडे गेली. तिथे पोहोचल्यावर तिथूनच ओरडली.

"आई, घराला कुलूप आहे."

"ये, परत ये."

सुमन तशीच परत आली व नंतर आईला प्रश्न केला

"सुशीलामामी कुठे गेली असेल गं?"

"कदाचित प्रदीपशी भेटायचं नसेल."

"आता आपण काय करायचं? मला सुद्धा इथे राहायला आवडणार नाही."

"बरोबर...असं काहीतरी घडेल ही भीती आधीपासून माझ्या मनात डोकावत होती. बघू...काहीतरी मार्ग सापडेल...जेव्हा आपले सर्व मार्ग बंद होतात, तेव्हा देवाचे मार्ग उघडतात. आधी किचनमध्ये बघू...जेवायचं काय आहे...तोपर्यंत तू अंघोळ करून घे..."

"बरं, मला टॉवेल शोधून दे."

टॉवेल शोधून दिल्यावर अंबा स्वयंपाक घरात गेली. धान्याच्या डब्यात धान्य नावापुरते होते. कणकीच्या डब्यात कणीक नव्हती. बाकी धान्य स्टोअर रूममध्ये होतं. तेव्हा स्टोअर रूमकडे वळली. स्टोअर रूमला कुलूप लावलं होतं...मीना वहिनी असं काही करेल याची पुसटशी कल्पनासुद्धा अंबाला आली नाही. ती गोड गोड बोलून अंबाला नेहमी किचनपासून दूर ठेवण्यात यशस्वी झाली. तिच्या डोक्यात काय शिजत होतं हे तिला व प्रदीपला ठाऊक होतं. नागपूरला महादेवने तिला काही पैसे ठेवायला दिले होते. त्यातून चारशे रुपये उरले होते. सुमनच्या शिक्षणाचं कसं होईल ह्या विचारांनी तिच्या अंगातली ऊर्जा क्षीण वाटायला लागली. नकळत थकवा जाणवायला लागला. सुमन स्नान घरातून बाहेर आल्यावर लगेच ती स्नानाला गेली.

मायलेकी विचारात बसल्या होत्या. मध्ये मध्ये सुमन सावंतमामाच्या घराकडे डोकावून यायची, पण दाराचे कुलूप त्याच स्थितीत लटकलं होतं. तितक्यात फोनची बेल वाजली. दोघींनी एकमेकीकडे बघितलं. अंबाने सुमनला फोन उचलायसाठी खुणावलं. सुमनने रिसीव्हर उचलला.

"हॅलो..."

"मी सावंत बोलतो."

"मामा, मी सुमन बोलत्ये."

"आईला फोन दे..."

"आई, सावंतमामांचा फोन तुझ्याशी बोलायचं आहे."

अंबाने रिसीव्हर आपल्या हातात घेऊन कानाला लावला. "हॅलो दादा..."

"ताई, काल रात्री दोनच्या सुमारास आम्हाला फोन आला. हिच्या आईची प्रकृती सिरीअस आहे. त्यामुळे तुला न सांगता आम्हाला रात्रीच निफाडला निघून यावं लागलं...तब्बेत बरी झाली की आम्ही परत येऊ...तू काळजी करू नको...सगळे

व्यवस्थित होईल...बरं, ठेवू...?'' यंत्रवत अंबाने रिसीव्हर ठेवला. तिच्या डोक्यावर आभाळ कोसळल्याचा भास झाला. ती धपकन सोफ्यावर बसली. अचानक एवढं संकट. तेही अनोळखी प्रदेशात. त्यामुळे अंबाला चक्कर आल्यासारखं वाटलं. सुमन घाबरली. पटकन पाणी आणून आईला दिलं. अंबाने पाणी घेतल्यावर ती थोडी शांत दिसली; तेव्हा सुमनने विचारले,

''काय झालं?''

''काही नाही.''

''सावंत मामा काय म्हणाले?''

''ते मामीच्या आईच्या घरी गेले...तिकडे त्यांच्या आईची प्रकृती बरी नाही...''

थोडा वेळ दोघीही शांत होत्या. अंबाला तेव्हा जोशीकाकांची प्रचंड आठवण झाली. तिला त्यांच्या शब्दांची आठवण झाली. तो त्यांचा अनुभव होता. ''जेव्हा तुला अडचणीत सापडल्यासारखं वाटेल तेव्हा तुला तो प्रसंग जीवनाचा एक गुंता सोडविण्यासाठी आव्हान करतो आहे असं समज. तेव्हा खोल श्वास घे...आणि हसतमुखाने मैदानात उतर...'' अंबाने एक खोल श्वास घेतला...आणि उठली. नंतर सुमनला म्हणाली, ''तू जेवणाचं बघ...मी थोडं बाहेरून येते.''

''कुठे निघाली?''

''कामाचं बघते?'' आणि मागे न बघता ती बाहेर निघाली. उन्हाळ्याचे दिवस होते. हळूहळू उन्ह तीव्र व्हायला लागले. तिला भावाच्या घराजवळ काम शोधायचं नव्हतं...म्हणून जिकडे रस्ता मिळेल तिकडे चालत गेली. तिच्या मनात लोकांच्या घरची धुणी-भांडीची कामं करण्याचा विचार आला. ती त्यासाठी कॉलनी शोधत जात होती. ती डिसूझा मॉडेल कॉलनीत शिरली. एका फ्लॅटच्या दारावरची बेल वाजवली. घरातनं एका फॅशनेबल बाईनं दार उघडलं.

''एस...''

''तुम्हाला मोलकरणीची गरज आहे का?''

''नो.'' आणि पटकन दार बंद केलं.

नंतर तिने दुसरीकडे दारावर पुन्हा प्रयत्न केला. तिथे एका लहान मुलीने दार उघडलं. तिने अंबाला विचारलं,

''कोण हवं?''

''तुमची आई आहे?''

"नाही, आजी आहे.''

"सांग. भेटायचं आहे.''

"आजी...ह्या काकूंना तुला भेटायचं आहे.''

आजी बाहेर आल्या. अंबाला बघून म्हणाल्या, "बोला, काय काम होतं?''

"तुम्हाला मोलकरणीची गरज आहे का?''

"मी आहे ना मोलकरीण. मुलाने त्यासाठीच आणलं इथे...''

"बरं...नमस्कार!''

या कॉलनीत योग दिसत नाही...आपल्या अंतर्मनाशी बोलत ती पंडित कॉलनीपर्यंत चालत गेली. आता बरंच उन्हं वाढलं होतं. पंडित कॉलनी बरीच मोठी दिसत होती. फ्लॅटमध्ये कधी खालचा मजला तर कधी वरच्या मजल्यावर, खालीवर चढत तिला दम लागला होता.

एका फ्लॅटमध्ये तिला आशेचा किरण दिसला. त्या बाई म्हणाल्या,

"हो...मोलकरीण हवी...सुट्ट्या तर नाही मारणार?''

"नाही मॅडम...''

"बरं किती घेणार?...मागच्या बाईला चारशे देत होती...तुमचं काम बघून पुढे वाढवू शकतो.''

"चालेल.''

"पण एक अट आहे. तुमची ओळख कोण पटवून देईल. आजकाल चोऱ्यांचे प्रमाण खूप वाढले आहे...बरं, तुम्ही कुठल्या भागात राहता?''

अंबा चूप होती. कारण ती ज्या भागात राहत होती त्याबद्दलच्या भागाची तिला माहिती नव्हती.

"बाई, सांगितलं नाही?'' फ्लॅटवाली बाईचा आवाज थोडा चढला होता.

"मी नवीन आहे...''

"मग नको...उगाच रिस्क कशाला?''

फाडकन दार लोटलं गेलं...तिला मिळालेला आनंद लगेच विरून गेला. बाहेर खूप उन्ह पडलेलं होतं. घरात-लोकांच्या विश्रामाची वेळ होती. ती आता सोसायटीचे नाव, मोठ्या दुकानाचे नाव, रस्त्याचे नाव, डोळ्यात साठवून परत जात होती. आज ती स्वतंत्र विचार करायला लागली. आजचा अनुभव सांगत होता. त्यांचेसुद्धा बरोबर आहे. चोरीचे प्रमाण वाढलेले आहे मग अनोळखी व्यक्तीला, घरकामाला कोण ठेवेल...आजचा दिवस तिचा नुसता फिरण्यात

गेला. पण ती निराश नव्हती. मनात समाधान होतं. कुठलंही काम शोधताना त्याला अनुरूप माहिती असणं आवश्यक असते. पाणपोईवर पाणी पिऊन ती घराकडे निघाली. घरून निघताना तिने रस्ता लक्षात असावा म्हणून काही खाणा-खुणा लक्षात ठेवल्या होत्या.

घरी पोहोचल्यावर तिला हायसं वाटलं.

सुमनने पटकन दार उघडलं. ती पण न जेवता आईची वाट बघत होती. पटकन आत जाऊन आईसाठी पाणी घेऊन आली.

"मिळालं एखादं काम?"

"नाही मिळालं. पण काम कसं धरावं ह्याबद्दल काही सूचना मिळाल्या..."

"म्हणजे?"

"जरा दमानं सांगत्ये. आधी जेवून घेऊ..."

उन्हं कमी झाल्यावर मायलेकी जिथे राहात होत्या त्या एरियाचं नाव व आजूबाजूला फिरून तिथल्या रस्त्यांची नावं इत्यादी माहिती गोळा करत होत्या.

"हे करून काय मिळेल?" सुमनने प्रश्न केला.

"नोकरीला आवश्यक आहे." आजच्या अनुभवावरून अंबाला हे कळलं होते.

"का...?"

"कारण कुणी पण विचारतो कुठल्या भागात राहाता. कुणी ओळखीचा आहे का?"

"आपण मामांचा पत्ता दिला तर!"

"तोच तर नाही द्यायचा आहे."

"मग असा कुठला तरी भाग शोधायचा व त्या भागाची खडा न खडा माहिती गोळा करायची. मग नोकरी शोधायची..."

"आपल्या गावात हा प्रश्न नव्हता."

"पण एक अडचण होती..."

"कुठली?"

"मला घरकाम, धुणी-भांडी याचं काम करता आलं नसतं."

"बरोबर...इथे आपल्याला कुणी टोमणे मारायला नसणार..."

"धुणी भांडी ह्या कामाचं किती मिळतील?"

"एका घरून चारशे-पाचशे महिना..."

"इतके मिळतात?" सुमनला हे ऐकून आश्चर्य वाटलं.

"शहर आहे बेटा."

"सकाळी सहा वाजल्यापासून कमीत कमी दहा घरी कामं मिळाली तरी चार-पाच हजार नक्की मिळेल. माय-लेकीचं भागेल. पुढे बघू काही मार्ग सापडतो का?"

"हे बरोबर आहे गं...पण आज घरी तांदूळ, पीठ नाही...महिनाभर वाट कशी पाहायची?"

"तेही बरोबर."

"आधी रोजंदारीचं काम बघावं लागेल."

"पण आई. रोजंदारीवर बायांना कमी पैसे मिळतात."

"बघू, काय मिळतं ते."

•••

दुसऱ्या दिवशी चहा घेतल्यावर सकाळी सहाच्या सुमारास अंबा अंघोळ करून कामाच्या शोधात निघाली. न कळत ती सी. बी. एस. (सेंट्रल बस स्टँड) कडे गेली. एका दुकानावर नोकर पाहिजे असा कागद चिकटवला होता. दुकानाजवळ कुणी नव्हते. तितक्यात एक पंचवीस वर्षाचा सडपातळ मुलगा पाण्याची बादली भरून आणताना दिसला. तो दुकानात आला. नंतर अंबाकडे वळून म्हणाला,

"ताई, दुकान उघडायला अजून एक तास अवकाश आहे."

"दादा, मला काम हवं आहे."

हे ऐकून तो थोड्या विचारात पडला. नंतर लगेच म्हणाला,

"असं म्हणता...काय काम कराल?"

"पाणी आणण्यापासून तुम्हाला जी मदत लागेल ती करेन..."

"आधी शंभर रुपये रोज देईन...माझं दुकान दुपारपर्यंतच असतं..."

लगेच तिथे ठेवलेला पाण्याचा पिंप अंबाने उचलला. सोबत कळशीसुद्धा घेतली.

"ताई, एका दमात सगळं कसं आणणार?"

"तिकडे स्वच्छ करून मग इथे पाणी भरून ठेवते. एखादी पावडर आहे...भांडी घासायला?"

"हो..." त्याने अंबाला भांडी घासायचे पावडर दिली.

आज सर्व भांडी चमकदार दिसत होती. सर्व नीटनेटकी व्यवस्था बघून

टपरीला नवीनता दिसून येत होती. कांदे, बटाटे कापून झाल्यावर अंबा म्हणाली.

"दादा, आजपासून मी पोहे करते."

"असं म्हणता? तोपर्यंत मी बाकीचं बघतो..."

अंबाने आलूपोहा करायला घेतला तेव्हा फोडणीचा खमंग वास पसरला होता. जवळचे टपरीवाले, ज्यांचा दुसऱ्या प्रकारचा धंदा होता- कुणी हारवाले होते, कटिंगवाले, मनीहारीचे विक्रेता इत्यादी न कळत सदानंदच्या टपरीवर आले. टपरीचं नवं रूप बघून ते आलूपोहे खायला बसले. पहिला फेर अर्ध्या तासात संपला. त्या आधी अंबाने पोहे पुन्हा भिजवायला ठेवले. लगेच कांदे, बटाटे, मिरच्या व इतर मसाले तयार करायला लागली. तिच्यातला उत्साह बघून सदानंद सुखावला होता. रोज पहिला फेर विकायला दुपार पुरायची. सदानंदच्या डोक्यात विचारचक्र सुरू होतं. तो आपल्या मनाशी म्हणाला, "ह्या ताई आपल्यासाठी लकी असतील कदाचित...म्हणून एवढा सेल झाला." तितक्यात एक गिऱ्हाईक म्हणाले,

"ताई, चहा नाही का?"

"दादा, आज दूध लवकर संपलं...क्षमा करा."

न कळत सदानंदने आश्चर्याने अंबाकडे पाहायला लागला. त्याच्या मनात आतापर्यंत चहा विकायचा विचार आला नव्हता. तो त्याबद्दल विचार करू लागला. तो सामोसे आणि आलूपोहे विकण्यापुरता मर्यादित होता. तो सकाळपासून अंबाला तन्मयतापूर्ण काम करताना बघत होता. त्याच्या डोक्यात आता विचारचक्र जोराने सुरू होते. तो अंबाबद्दल विचार करत होता. ताई चांगल्या घरची सुगरण बाई दिसते. कुठली तरी भयंकर स्थिती ओढवली असेल. तेव्हाच काम शोधायला बाहेर पडावं लागलं. बघता बघता दुपार कशी झाली कळलं नाही. त्याने चार सामोसे व आलूपोहा एका प्लेटमध्ये ठेवले व अंबाच्यासमोर धरत म्हणाला.

"ताई तुम्ही हे खाऊन घ्या."

"नाही दादा, तुम्ही मला पैसे देता...मी कशाला तुमचं नुकसान करू?"

"हे माझ्याकडून रोज पैशाच्या व्यतिरिक्त मिळेल."

"पण तुम्हीसुद्धा आतापर्यंत काही घेतलं नाही. आधी तुम्ही घ्या, नंतर मी घेते."

सदानंद सामोसे खात असताना अंबा म्हणाली

"दादा, तुम्ही नाश्त्यासोबत चहाचं काम का नाही करत?"

"माझ्या हातचा चहा तेवढा व्यवस्थित नसतो."

"तुम्ही काळजी करू नका. मी करेन चहा."

"ठीक आहे. आज दुकान बंद केल्यावर चहाला लागणारं साहित्य विकत घेऊ व दुधाचीसुद्धा व्यवस्था करावी लागेल."

"एक बोलू का...वाईट मानू नका. हे ग्लास आणि भांडी अजून स्वच्छ ठेवले तर गिऱ्हाईक वाढेल. प्यायचं पाणी गिऱ्हाईकांना नळाच्या पिंपातून प्यायला सांगायचे."

अंबाने दोन सामोसे खाल्ले. पोहे व दोन सामोसे कागदात बांधून घेतले. सदानंद हे बघत होता. त्याला सहज उत्सुकता झाली. त्याने विचारले,

"हे कुणासाठी बांधून नेता..."

"लेकीसाठी...बारावी पास झाली."

हे ऐकून सदानंद अजून हळहळला. तो म्हणाला

"उद्यापासून तिच्यासाठी वेगळे सामोसे जास्तीचे काढून ठेवू."

अंबाला हे ऐकून बरे वाटले. तिच्या मनात त्याच्याबद्दल कृतज्ञतेचे भाव व्यक्त होत होते.

टपरी बंद करून सदानंद व अंबा शरणपूर रोडवर उद्यासाठी पोहे, चहाचा पुडा, साखर इत्यादी किराणा घेऊन...चहासाठी केटली, चांगले ग्लास, कप- बशा घ्यायला गेले. सर्व घेतल्यानंतर अंबा एका दुकानासमोर थांबली. तिथले रेक्झीन बघत असताना सदानंद म्हणाला

"हे काय बघता?"

"विचार करीत होते, टेबलं स्वच्छ दिसत नाहीत. त्यांचेवर जर आपण हे रेक्झिन ठेवून बघितलं तर स्वच्छता दिसेल व टेबलाचा टिकाऊपणा वाढेल." सदानंदला ही कल्पना आवडली व ते सुद्धा त्यांनी विकत घेतले. नंतर दोघेही दुकानाकडे आले व सामान दुकानात ठेवून त्यांच्या घराकडे जाण्यासाठी निघणार इतक्यात अंबाने विचारले,

"दादा, मी उद्या कितीला येऊ?"

"आजच्यासारखं आलं तरी चालेल."

"तुम्ही कितीला येता?"

"मी पाचला येतो."

"मी साडेपाचला आले तर चालेल?"

"इतक्या लवकर!"

"हो. आता चहाचं पण बघावं लागेल."

"बरं, उद्या भेटू..."

सदानंदने आपली सायकल काढली. सायकलवर बसून तो तिथनं निघाला. अंबा घराकडे निघाली. पहिल्याच दिवशी शंभर रुपये मजुरी मिळाल्यामुळे ती खूश होती. घरी पोहोचल्यावर आईच्या चेहऱ्यावरचं फुललेलं स्मितहास्य बघून सुमन मनातनं सुखावली. आईने तिच्यासमोर सामोसे व आलू पोह्याची पुडी सरकवल्यावर सुमनने ते पटकन हातात घेतले. सामोसे पाहून तिला प्रचंड आनंद झाला. कितीतरी वर्षांनी ती सामोसे खाणार होती...

•••

रोज इतक्या तन्मयतेने अंबाला काम करताना बघून सदानंदच्या मनात तिच्याबद्दल आदर वाटायला लागला. सदानंद तिच्या अडचणीबद्दल सतत विचार करायचा. हे असं त्याला बघून एके दिवशी अंबा सदानंदला म्हणाली.

"ओ ब्रदर...व्हॉट्स द प्रॉब्लेम विथ यू..."

"नथिंग..."

आणि सदानंद तिच्याकडे आ वासून बघत राहिला. अंबाने पटकन स्वतःला सावरले. ती विनवणीच्या सुरात म्हणाली,

"आय ॲम सॉरी...रिअली आय एम सॉरी...प्लीज, डोण्ट टेक इट इन अदर वे..."

"इटस् ऑल राईट...तुम्हाला इंग्रजी...?"

"कोन्चम...कोन्चम..."

"अरे बापरे...ताई, रिअली यू आर ग्रेट..."

दोघेही हसायला लागले...सदानंद केव्हा मोठ्या ताईच्या मायेत रुळला कळलंसुद्धा नाही. सात दिवस भुर्रकन निघून गेले. त्यांच्या टपरीची गिऱ्हाईकं वाढली होती.

सदानंदला त्याचासारखा एक क्वालीफाईड स्ट्रगलर भेटल्यामुळे त्याच्या आत्मविश्वासात दुप्पट भर पडल्याचं जाणवलं...

सावंत व सुशीला घरी गेल्याबरोबर आधी ते सुमनला भेटले. सुमनला त्यांना बघून अत्यंत आनंद झाला. ते सुमनला म्हणाले,

"कशी आहेस..."

"बरी आहे..."

“आई कुठे गेली?”

“सी. बी. एस. ला.”

“कशाला?”

“ती तिथे एका टपरीवर काम करते.”

काही न बोलता सावंत सोफ्यावर बसले. सुशीलाने विचारलं.

“आता कधी येईल?”

“बाराच्या सुमारास...”

“मीना मामी पुण्याला जाताना काही बोलली...?”

“नाही...पण...”

“पण काय गं?”

“जाताना मीना मामी स्टोअर रूमला टाळा लावून गेली. घरात स्वयंपाकासाठी एका दिवसापुरतंच धान्य शिल्लक होतं.”

“आता सारं लक्षात आलं माझ्या. मीना वहिनी इतक्या खालच्या थराला जातील असं वाटलं नव्हतं मला.”

“मामी, तुम्ही बसा...मी पाणी आणत्ये...आणि तुम्ही इकडेच जेवून घ्या. थोड्या पोळ्या केल्या की होईल आपल्याला.”

सुशीलाला गहिवरून आलं. तिने सुमनला आपल्याकडे छातीशी ओढून घेतलं. डोळ्यात पाणी तरळले. घोगऱ्या आवाजात ती म्हणाली,

“माझी गुणाची पोर...आज नक्की जेवू. तुझ्या हातच्या भाजीची चव बघू कशी वाटते ते.”

तितक्यात अंबा घरी आली. तेव्हा तिला बघून सावंत म्हणाला,

“सॉरी ताई...”

“परिस्थिती तशी आली, तुम्ही काय करणार? आणि जे होते ते चांगल्यासाठीच होते...आता प्रकृती कशी आहे.”

“बरी आहे...पण आम्हालासुद्धा खूप वाईट वाटलं.”

“चला, आज आपण मिळून जेवू.” अंबा म्हणाली.

“निमंत्रण तू यायच्या आधीच मिळालं होतं.”

एक हास्याची लहर वातावरणातला ताण दूर करत गारवा देऊन गेली.

जेवण झाल्यानंतर सावंत म्हणाले, “आता आपले सामान पॅक करा. तुम्हाला नवीन घरात शिफ्ट करायचं आहे.”

“कुठे?”

"आम्ही तुमच्यासाठी वेगळी व्यवस्था केली होती, पण अचानक तब्येतीचं मध्ये आलं."

सामान पॅक केल्यानंतर अंबा व सुमनने उष्टी भांडी लवकर धुवून काढली. आज त्यांच्यात हे घर सोडून जाण्याचा आनंद ओसंडून वाहत होता. नवीन घरात जाण्यासाठी ते आसुसलेले होते. सुमन सावंत मामाची वाट बघत बसली होती.

शेवटी न राहून ती सुशीला मामीकडे गेली. घरी सावंत मामा नव्हते. तिची अशी अवस्था बघून सुशीलाला हसू आलं.

"इतकी उतावीळ होऊ नको...आज तुम्ही नक्की जाणार. मामा तिकडेच गेले आहेत."

संध्याकाळी नवीन घरी पदार्पण केल्यावर अंबाला स्वर्ग मिळाल्यासारखं वाटलं. हे घर महादेव व सावंत दादाच्या घरापेक्षा चांगलं होतं. घर वेल फर्निश्ड होतं. न कळत तिने सुशीला वहिनीला विचारलं.

"हे कुणाचं घर आहे?"

"माझ्या भावाचं. तो अमेरिकेत असतो. आता दहा वर्षापर्यंत तो भारतात येणार नाही. तोपर्यंत तुम्ही इथे आपलं स्वत:चं घर समजून राहा."

"त्यांना विचारलं?"

"हो, त्याला कुठलीच अडचण नाही. उलट ते म्हणाले, घरात कुणी आपलं माणूस राहिलं, तर घराचं घरपण टिकून राहील. त्याची काळजी घेतली जाईल." आजचा दिवस अंबासाठी चमत्कारिक दिवस ठरला. कामात पार्टनरशिप व नवीन घरात आगमन. ती मनातल्या मनात देवाचे शतशः आभार मानत होती. तिला डॉ. काकांचे शब्द आठवायला लागले. "जे काही घडतं त्यामागे परमेश्वरी योजना असते. तो सगळं काही व्यवस्थित करेल. संधी चालून येतील पण त्यांच्या तऱ्हा वेगवेगळ्या असतील." आणि त्या शब्दांची सत्यता समोर तिच्या स्वागताला हजर होती. तिच्यात अद्भुत शक्ती शिरल्याचा भास झाला. तिच्यातला हा बदल तिच्या स्वातंत्र्याचा होता. तिला आता श्वास घेतानासुद्धा तो बदल जाणवत होता. ह्या श्वासात एका अनमोल सुगंधाची अनुभूती होत होती. डोकं हलकं वाटायला लागलं. तिने सुशीला वहिनीकडे कृतज्ञतेच्या भावपूर्ण नजरेनं पाहिलं व त्यांच्या पायावर डोकं ठेवलं. डोळ्यातल्या पाण्याने अंबानं वहिनींचे चरण धुतले. लगेच अंबाला त्यांनी आपल्या हृदयाशी कवटाळले. तेव्हा अंबा म्हणाली,

"वहिनी, तुमचे व दादाचे उपकार कसे फेडावे ह्याचा मला प्रश्न पडला आहे. या जन्मात तरी शक्य दिसत नाही."

तेव्हा सावंत म्हणाले,

"चला, स्वयंपाकाचं बघा. मी भद्रकालीतून भाजी घेऊन येतो. सुमनला सोबत नेतो." आणि ते बाहेर निघाले. मोटार सायकलचा आवाज हळूहळू वातावरणात मिसळला होता. "वहिनी! महादेवने नाशिकात येऊन...सर्वांत महत्त्वाचं जे काम केलं ते म्हणजे पोलीसवाला भाऊ व तुमच्यासारखी वहिनी जोडून ठेवली."

"तुला काय वाटतं...पोलिसांना हृदय नसतं?"

"तसं म्हणायचं नव्हतं मला."

"चला, आधी पाण्याचं बघू..." सुशीला म्हणाली.

•••

सुमनला घेऊन सावंत जवळच्या एका वाण्याच्या दुकानात गेले. तिथे त्यांनी सुमनची ओळख करून दिली. तिथे त्यानी एक खातं उघडलं व कुठलीही वस्तू लागल्यास सुमनला द्यायला सांगून गेले. बाजारात भाजीवाल्यांबरोबरसुद्धा सुमनची ओळख करून दिली. महादेवचा सावंतला फोन आला होता. तेव्हा सावंतने अंबाची व्यवस्था नेहरू गार्डनजवळ केल्याचं सांगितलं. त्यामुळे महादेव दिल्लीत बिनधास्त झाला. ही गोष्ट त्यांनी मीना महादेव भंडारी यांच्यापासून लपवून ठेवली. तसेच सांवत वहिनींना मीना भंडारीचा पुण्यावरून फोन आला होता. त्यांच्या बोलण्यात अंबा गावाला परत गेल्याचे ऐकून प्रचंड आनंद झालेला दिसला. सौ. सुशीला सावंतने मीना वहिनीला अंबाबद्दलची खोटी माहिती दिली.

महादेव भंडारी डेप्युटेशन वरून घरी परत आल्यावर मीनाबद्दल कळलं. तेव्हा त्याला मीनाच्या कारस्थानाची चीड आली. पण तूर्त ते बाजूला ठेवून तो अंबाच्या घरी गेला; गहू, तांदूळ ह्यांचा वर्षभराचा स्टॉक त्याने अंबाकडे आणून ठेवला. तसे इतर सामानांची व्यवस्था सावंतनी करून ठेवली होती. सुमनची ॲडमिशन डी. वाय. के. कॉलेज (दिसुदास यमादास क्षत्रिय कॉलेज) मध्ये करण्यात आली. सुमनने कॉर्मसच्या शाखेत ॲडमिशन घेतली.

•••

एक दिवस संध्याकाळी महादेव घरी वर्तमानपत्र वाचत बसला होता. तितक्यात सुदीप व मीनाचे पदार्पण घरात झाले.

''तुम्ही आल्याचं कळवलंसुद्धा नाही आणि मी तिथे तुमच्या येण्याची वाट बघत बसले होते.''

मीनाचा सूर महादेवला डिवचून गेला. त्यानेसुद्धा आपला सूर बदलला. तिला बघून व तिच्या ह्या वागण्यामुळे महादेवचा राग बाहेर निघाला.

''का म्हणून कळवायचं? तू काय माझी बॉस आहेस? घरी राहायचं सोडून पुण्याला जाऊन बसलीस. तुला समजत नाही सुदीपची शाळा आहे...घर आहे.'' त्याचं रौद्र रूप पाहून मीना थोडी नरमली.

सुदीप घाबरून चुपचाप सोफ्यावर जाऊन बसला.

''फोननी कळवलं असतं तर आली असती लवकर.''

''येऊन काय करणार होती. माझी आरती ओवाळायची होती?''

''असलं बोलणं शोभतं तुम्हाला?''

''आणि तुला शोभलं...घरात अंबाला एकटं सोडून पुण्याला निघून गेलीस ते...''

''तुमची बहीण होती...मग कशाला गेले डेप्युटेशनला? तिची काळजी घ्यायचा माझा कॉट्रॅक्ट नव्हता.''

''आणि स्टोअररूमला कुलूप लावायचा काँट्रॅक्ट कुणी दिला तुला?''

''म्हणजे बहिणीने कान भरले वाटतं...''

''कान भरवायची गोष्ट करू नकोस. चल, जाऊन बघ आपल्या डोळ्यांनी.''

''हे बघा, मी तुमचं ऐकायला आली नाही. माझं इथे येणं तुम्हाला जड होत असेल तर मी परत जाते पुण्याला.''

''धमकी कुणाला देते...धमक असेल तर नीघ..कोण अडवतं तुला?''

मीनाने सुदीपचा हात धरला व त्याला घेऊन तरतरा सी. बी. एस. कडे निघाली. रस्त्यात सुदीप म्हणाला, ''जर दादाचं लग्न झालं आणि वहिनीने म्हटलं असतं की, मी तुमच्या भावाचं का म्हणून करू तेव्हा तू काय केलं असतं?''

''तेव्हाचं तेव्हा बघू...''

''मी नाही येत तुझ्याबरोबर.''

आणि सुदीप घराकडे पळत सुटला. घरी परत पोहोचल्यावर महादेव म्हणाला,

''तू का परत आलास?''

"मला नाही जायचं पुण्याला..."

सावंतला कळल्याबरोबर सुशीलाला घेऊन तो सी. बी. एस. कडे निघाला. रस्त्यात मीना वहिनी दिसल्या. सुशीलाने समजवून मीना वहिनीला परत घरी आणले. रात्री न जेवताच महादेव झोपी गेला. दुसऱ्या दिवशी मीना वहिनीने महादेवसाठी डबा केला. डबा न घेताच महादेव आपल्या ड्यूटीवर गेला.

संध्याकाळी सावंत व सुशीलावहिनी महादेवकडे आल्या. महादेव पेपर वाचत बसला होता. घरातलं वातावरण तापलं आहे असं जाणवत होतं. त्यांना बघून मीना वहिनींना बरं वाटलं. त्यांना मनातून वाटत होतं सावंत कुटुंबाने घरी यावं आणि घरातल्या तापलेल्या वातावरणाला थंड करण्यास मदत करावी. सावंत मीनावहिनीकडे बघून म्हणाले.

"बरं का वहिनी, आम्ही आज चहा प्यायला आलो."

"हो ठेवते."

सुदीप पटकन पाणी घेऊन आला. त्यालासुद्धा वाटत होतं घरात शांतता व्हावी. महादेव वर्तमानपत्रात डोकं खुपसून बसला होता. सुशीला मीनावहिनीच्या पाठीमागे स्वयंपाक घरात गेल्या. लगेच चहा आला. सावंतने चहाचा कप महादेव पुढे धरला आणि म्हणाले,

"महादेव, आता जास्त ताणू नको...वहिनी, तुम्हीसुद्धा सॉरी म्हणा..."

"माझं चुकलं...मी कबूल करते."

"भाऊजी, चुका माणसांच्याच हातून घडतात. झालं गेलं ते विसरून जावं..." सुशीलावहिनी म्हणाल्या.

मीनावहिनी वरपांगी शांत दिसत होत्या. पण शांत लाव्हा उकळत होता. सावंतला हे कळत होतं. पण मित्राच्या घरच्या वादळाला शांत करणं गरजेचं होतं. चहाचा घोट घेत सावंत म्हणाला...

"आजचं जेवण आमच्याकडे...वहिनी, सुशीलाला मदत करायला या..."

"वहिनी येणारंच...किचनमध्ये मी त्यांना तसं सांगितलं आहे." सुशीला वहिनी म्हणाल्या.

•••

सुमनचा कॉलेजचा पहिला दिवस. कॉलेजला ती सायकलवर गेली. कॉलेजचा परिसर सुंदर होता. सुमन सलवार कुर्त्यात होती. कॉलेजचा ड्रेस कोड

नसल्यामुळे बहुतेक मुली पँट-शर्ट, जीन्स किंवा केप्री घालून आल्या होत्या. गवळीपुऱ्यातल्या नजमाशी व जुन्या नाशिकमध्ये राहाणाऱ्या सविताशी तिची मैत्री झाली. कॉलेजमधून ती घरी लवकर आली होती. अद्याप अंबा यायची होती. दारात एक पाकीट पडलेलं दिसलं. ते नर्सिंगचा कोर्स करण्याचं प्रॉस्पेक्टस् होतं. तितक्यात अंबा आली. नंतर तिला बघून म्हणाली, ''आज कसा गेला पहिला दिवस?''

''सो-सो..''

''इतक्या लवकर कशी परत आली?''

''इकडे कॉलेज असंच असतं. सर्व अभ्यास घरीच करायचा असतो...हे तुझं नर्सिंगचं प्रॉस्पेक्टस् आलं.''

''वाचून बघ...दुपारच्या बॅचची काही सोय आहे का ते?''

''अं...अं...आहे...''

''फी किती आहे?''

''पण मी म्हणते, एवढा उपद्व्याप कशाला? आता तुझं काम व्यवस्थित सुरू आहे. किती दगदग होईल तुला...''

''बघ, तो सदानंदसुद्धा कॉलेज करतो ना! अगं, कुठल्याही एकाच गोष्टीवर विसंबून राहू नये. आज महापालिकेला वाटलं तर जागा दिली. उद्या त्यांच्या मनात आलं, तर ते सर्व उद्ध्वस्त करण्यात मागे पुढे पाहणार नाहीत.''

''असं कसं उद्ध्वस्त करतील ते...अरे, आपण लीजवर घेतली आहे ना ती जागा...''

''तुला तर माहीत आहे, कुठलाही शक्तिशाली बॉम्ब पडला की त्याचे हिरोशिमा नागासाकी व्हायला काही वेळ लागत नाही. पर्याय म्हणून शिक्षण घेतलं तर काय वाईट? ज्ञान वाया जात नसतं.''

''तू ना, सतत भीतीच्या दडपणाखाली जगत असते. आता तरी मोकळा श्वास घ्यायला शीक...इतकं सगळं कळतं. पण बिनधास्त जगता येत नाही...''

तेव्हा अंबा म्हणाली...

''इतके आघात पडत गेले...त्यामुळे न कळत मी भीतीच्या आहारी जाते. असं का होतं हे मलाही कळत नाही. तुझं काय होईल, कसं होईल, ह्या अनामिक भीतीमुळे वाटत असेल कदाचित!''

''तू ब्रेव्ह आहेस. जीवनाला गेम समजून बघावं. जो खेळतो त्याला थोडीफार दुखापत होतंच असते. दुखापतीच्या भीतीने खेळाडू खेळणं सोडून

देतात का...?"

"तू बरोबर आहेस..."

"तरी तू बदलणार नाहीस."

"चल, भूक लागली. जेवायला वाढ."

वर्तमानपत्रांचा पसारा बघून अंबा म्हणाली, "अरे बापरे, किती पसारा..."

"आईऽऽ पसारा जेवढा मोठा...तेवढी पर्सनॅलिटी ग्रेट असते."

"जास्त लाडवू नकोस...आवर हं...,खूप बोलायला शिकलीस."

असं म्हणत अंबा फ्रेश व्हायला गेली.

•••

पावसाचे ढग आभाळात तरंगायला लागल्यापासून पाऊस थांबायचा विसरून गेला होता. जणू पावसाचे नाशिकवर आक्रमण झाल्यासारखे दिसत होते. सर्वत्र धो धो पाऊस पडत होता. अंबा व सुमन गोदावरीकडे पूर बघायला आल्या. तिथे पोलिसांचा बंदोबस्त होता. बघ्यांची प्रचंड गर्दी जमली होती. सुमनची नजर इन्स्पेक्टर सावंतकडे गेली. त्या दोघी त्यांच्याजवळ गेल्या. सुमनने इन्स्पेक्टर सावंतला हाक मारली.

"मामाऽऽ"

इन्स्पेक्टर सावंतने त्यांच्याकडे बघितलं. अंबा व सुमन त्यांच्याकडे यायला लागल्या. तेव्हा हवालदार त्यांना अडवायला लागला. तेव्हा नकळत सावंत म्हणाले,

"शेळके, येऊ दे त्यांना."

अंबाने विचारलं, "काय झालं आहे?"

"जवळच्या गावातली होडी उलटली...माणसं आणि काही बाया पुरात सापडल्या आहेत. कदाचित त्यांच्यापैकी काही वाहत येतील. अजून नावाडी आला नाही, सेफ गार्डसूची मुले तयार आहेत..."

तितक्यात सुमनने मामाला सांगितलं,

"मामा, दूर बघा कुणीतरी वाहत येत आहे."

"सुमने, बघते काय...जा मार उडी."

अंबा जोराने म्हणाली. सुमन वाऱ्याच्या वेगाने नदीकडे धावत गेली. पोलीस तिला अडवायला गेले...पण तोपर्यंत सुमनने नदीत उडी घेतली होती.

सावंत अंबाला रागाने म्हणाला,

"ताई, तू हे काय केलंस?"

"दादा, चिंता करू नकोस, अख्ख्या नाशिकात तिच्यासारखा कोणीही एक्स्पर्ट नाही. मला नावेकडे घेऊन चला." सावंत यंत्रवत अंबाला नावेकडे घेऊन गेला. सुमन टॉर्पेडोसारखी पूर कापत पुढे जात होती. ही बातमी वाऱ्यासारखी पसरली. लोकांचे थवे गोदावरीकडे येत होते. रामसेतू पुलावरसुद्धा बघ्यांची गर्दी वाढत होती. सुमनला पुरात उडी घेताना बघून बघणाऱ्यांच्या हृदयाचे ठोके वाढले होते. वारा नदीच्या आक्रोशाची जाण करून देत होता. अंबा नावेजवळ आली. तिने एकदा नदीला व नंतर नावेला नमस्कार केला. एका पोलिसवाल्याकडून बांबू ओढला. नंतर नावेत उडी घेऊन विजेसारखी नावेत बसली. बांबूच्या साह्याने नावेला तिच्या नियोजित धारेवर घेऊन आली. नंतर बांबू नावेत टाकून चप्पूच्या साह्याने नावेला प्रवाहात घेऊन आली. गोदावरीने रौद्र रूप धारण केले होते. तिच्या पाण्याचा रंग लालसर व काळसर दिसत होता. त्या रंगाचं मिश्रण आणि खवळलेला प्रवाह मधे- मधे डोकं वर काढून वाहत होता. पुरात समोरच्या प्रवाहाचा पाठलाग मागून येणारा प्रवाह करत होता. सुमन कधी मधी दिसेनाशी होत होती. सावंत मनातून खूप हादरले होते. सूं-सूं वारा व पुराचा प्रवाह आपल्याच धुंदीत धावत होते. सावंतच्या चेहऱ्यावर घाम फुटला होता. सुमन त्या वाहणाऱ्या जीवाजवळ पोहचली होती. ती त्याला धरायचा प्रयत्न करीत होती. तेव्हा कधी ती खाली फेकली जात होती तर कधी वाहणारा इसम लुप्त होत होता. तितक्याच वेगाने अंबा तिच्याजवळ जाण्याचा प्रयत्न करीत होती. शेवटी सुमनने त्या वाहणाऱ्या इसमाला पकडलं व एका हाताने ओढत नावेकडे जाण्याचा प्रयत्न करीत होती. बघणाऱ्यांच्या गर्दीतून फक्त त्यांच्या हृदयाचे ठोके व सूं सूं वाऱ्याचा आवाज ऐकू येत होता. सर्वांच्या नजरा मायलेकीच्या प्रयत्नावर खिळल्या होत्या. अंबा पूर्ण ताकदीनिशी नाव वल्हवत होती. सुमन नावेजवळ पोहोचली. नावेतल्या मुलांनी त्या वाहणाऱ्या इसमाला नावेत खेचून ओढलं. अंबाने नावेतला दोर सुमनकडे भिरकावला. सुमनने तो धरला व ती नावेच्या मागे ओढली गेली. बघणाऱ्यांनी शांतीने श्वास घेतला. काहींनी टाळ्या वाजवल्या. अंबा नाव किनाऱ्यावर घेऊन आली. इन्स्पेक्टर सावंतच्या डोळ्यातून अश्रूधारा यायला लागल्या. अंबाने बाबूंच्या साह्याने किनारा गाठला व सर्वात प्रथम सुमनला जाऊन बिलगली. तिने आपल्या पोटच्या गोळ्याला नदीच्या पुरात उडी घ्यायला लावली होती. बुडत्याला वाचवायच्या प्रयत्नात नंतर त्या दोघीही

देहभान विसरून गेल्या होत्या. नदीला राग आला होता, पण नियती मायलेकी सोबत होती. बुडणारा एक तरुण होता. त्याला लगेच ॲम्ब्युलन्समध्ये घेऊन गेले. इन्स्पेक्टर सावंतने जीप बोलावली. स्वत: ते त्यांना जीपमध्ये मागे बसवून अंबाच्या घराकडे निघाले. ते कोण होते कुणालाही कळत नव्हतं. सावंतने त्याबद्दल कुणालाही सांगायची मनाई केली होती. काही पोलीस अंबा व सुमनला त्यांचे नातलग म्हणून ओळखत होते. ॲकेडेमीच्या मुलांनी सुमनला सावंतबरोबर खूपदा बघितलं होतं. त्यांच्या नजरेत सांवतबद्दलचा आदर अजून वाढला होता. न्यूज पेपर्स व टी. व्ही. वाले पत्ता शोधण्यात गुंतले होते...पण कुठूनही कळायला मार्ग सापडत नव्हता. पावसाने पुन्हा धो धो पडायला सुरुवात केली होती. सावंतनी अंबाला व सुमनला त्यांच्या घरी सोडले. नंतर स्वत:च्या घराकडे गेले. सुशीलाला गाडीत घेतलं व पुन्हा अंबाच्या घरी गेले. सुशीला गाडीतून उतरली तेव्हा सावंत म्हणाले,

"ताईची व सुमनची काळजी घे. काही अडचण असल्यास मला कळवा."

तितक्यात सदानंद घराकडे धावत येताना दिसला. त्याला बघून सावंत सुशीलाला म्हणाले, "तो सदानंद येत आहे...गरज वाटल्यास त्याला हाताशी धरा."

नंतर जीप घेऊन परत नदीकडे गेले. इन्स्पेक्टर सावंतने वायरलेसवर अजून वाहत येणाऱ्यांच्याबद्दल माहिती विचारली. नावाडी आला होता. वायरलेसवर सावंत माहिती घेत होते.

सुमन व अंबाने वाचवलेल्या तरुणाचा जीव वाचला होता. त्याची प्रकृती आता धोक्याबाहेर होती. तोपर्यंत सुशीलावहिनीने चहा केला होता. सुमन व अंबा गरम पाण्याने अंघोळ करून बाहेर आल्या. सुमनने अंबाला ब्लँकेट दिलं. अंबा ब्लँकेट अंगावर घेऊन बसली होती. तिचा श्वास अजून सामान्य झाला नव्हता. तिला खूप थकवा जाणवत होता. बऱ्याच दिवसांनी ती नदीत उतरली होती. सुमन अगदी नॉर्मल होती. तरुण रक्त आणि रोजची कसरत केल्यामुळे तिच्या स्टॅमिन्यात (Stamina) भर पडत होती. मायलेकी ड्रॉईंग रूममध्ये बसल्या होत्या. तितक्यात सदानंद पोहोचला. आल्या आल्या सदानंद म्हणाला,

"ओह माय गॉड... काय डेअरींग केली तुम्ही. तुमचा जीवसुद्धा जाऊ शकत होता."

"नाहीतर काय? ह्यानी जीपमध्ये सांगितलं. तेव्हा माझ्या जीवात जीव नव्हता. ते ऐकून मलाच चक्कर आल्यासारखं झालं."

"बरोबर वहिनी." सदानंद म्हणाला. "मी जेव्हा सुमनला पाण्याच्या

खाली जाताना बघत होतो तेव्हा तेव्हा मला धसकन् व्हायचं. पण काही म्हणा ताई, तुम्ही त्यावेळेस साक्षात जगदंबा वाटत होत्या. तेव्हा सगळे पोलीससुद्धा घाबरले होते. पण इन्स्पेक्टर सावंतदादांच्या ऑर्डरला थांबवायची कुणाची हिम्मत? जेव्हा ताईनी बाबूंच्या साह्याने नावेत उडी घेतली आणि नाव केव्हा धारेला लागली दिसतंच नव्हतं. सुमन म्हणजे साक्षात बिजली. अरे बापरे. पोहण्याचा काय स्पीड. ते बघून अजून चिडलेली गोदावरी माय. ती त्या मुलाला आपल्यात गडप करण्याचा प्रयत्न करायची व सुमन तिच्या पाशातून सोडवायसाठी पुन्हा आक्रमण करायची. सूं सूं करणारा वारा पाऊस व भीतिदायक प्रवाहाचा कल्लोळ. बघणाऱ्यांच्या जीवाला थरकाप सुटला होता. तुला प्रत्यक्षात काय वाटत असेल देव जाणे.''

चहाचा घोट घेता घेता अंबा म्हणाली,

"कुठलीही झुंज जिद्द बाळगल्याशिवाय जिंकता येत नाही सदानंद! सुमनला आधी पाण्याची खूप भीती वाटायची. आता पाण्याला सुमनची भीती वाटते.''

सुशीलावहिनी खोल श्वास घेत म्हणाल्या "तुम्हा मायलेकीला देवाने कशासाठी बनवलं ते त्र्यंबकेश्वरच जाणो.''

"कुणाचा जीव वाचवणं ह्यापेक्षा जगात दुसरा कुठलाही आनंद नसतो. एक रिक्वेस्ट आहे. आमच्याबद्दल कुठेही काही सांगू नका.''

"का...! तुमचं कौतुक नको व्हायला.''

"तू केलं ते पुरे झालं...'' अंबा म्हणाली.

"सावंत साहेबांनीसुद्धा कुणालाही तुमच्याबद्दल सांगू नका अशी पोलिसांना आधीच सूचना दिली होती.''

"कारण दादाला माहीत होते. नंतर आमचं जगणं कठीण होईल. सदानंद, तुला तर कळायला हवं. सध्या आपल्याला आपलं हॉटेल जिवंत ठेवायचं आहे...''

"तेही बरोबरच आहे. काही आवश्यकता असल्यास सांगा.''

"कशाचीच गरज नाहीए.''

"बरं, मी गावाकडे निघतो.''

"नीट जा बाबा.''

सदानंदने सायकल काढली व गावाकडे निघाला.

• • •

एका आठवड्यानंतर जनजीवन सामान्य झालं होतं. पाऊस थांबला होता. मीनावहिनी व त्यांची मैत्रीण गिरीजा नेहमीप्रमाणे मार्केटिंगला निघाल्या. सराफ बाजारातून त्या जात होत्या. तेव्हा गिरीजाने मीनाला विचारलं

"एक गोष्ट कळली होती का?"

"कुठली?"

जेव्हा पूर आला होता तेव्हा दोन बायांनी पुरातून एका डुबणाऱ्या इसमाला बाहेर काढलं."

"मला कसं नाही कळलं?"

"तुला तर आधी कळायला हवं होतं. आमचे हे सांगत होते त्यावेळेस सर्व ऑपरेशन इन्स्पेक्टर सावंत पाहत होते."

"सुशीलावहिनीनीसुद्धा काही सांगितलं नाही. वर्तमानपत्रातसुद्धा काही स्पष्ट लिहिलं नव्हतं."

"बरोबर, ते एक कोडं होतं. कुणी म्हणायचे त्या मायलेकी होत्या. कुणी म्हणाले, त्या दोघी बहिणी असतील."

गिरीजाने मीनावहिनीला दुजोरा दिला.

मीनावहिनीच्या डोक्यात अंबा व सुमन डोकावल्या. पण त्यांच्या माहितीप्रमाणे त्या केव्हाच नाशिक सोडून गेल्या. समजा त्या नाशिकात असत्या तर त्या गधड्यांना कुठे इतकी हिम्मत. उगाच ती त्यांच्याबद्दल विचार करती आहे. अचानक तिच्याजवळून एक ॲटो गेला. ॲटोत सुमनसारखी मुलगी तिला झळकली आणि क्षणात तो ॲटो दुसऱ्या ॲटोच्या कंपूत मिसळला होता. तरी तिची नजर सुमनला शोधत होती.

"मीना, ऐकतेस का! कुठे हरवली आहेस?"

"अगं, ॲटोत ओळखीचा भास झाला. म्हणून तिकडे बघत होती..."

"बरं बरं...चल, त्या दुकानात जाऊन बघू."

मीनावहिनीच्या डोक्यात वेगळेच विचार चक्र चालू होते. ती गिरीजाला म्हणाली,

"काय गं...गिरीजा! तुझे मिस्टर. इथल्या पोलीस चौकीचं इन्चार्ज आहेत ना?"

"हो..."

"कां गं."

"नाही, असं सहज विचारलं."

•••

अंबाला इन्स्टिटट्यूट ऑफ नर्सिंगमध्ये प्रवेश मिळाला होता. टपरीवरच्या कामाव्यतिरिक्त ती दुपारी नर्सच्या ट्रेनिंगसाठी जायची. नर्सिंगमध्ये शिकणाऱ्या मुलींना राजाबहाद्दर मल्टी स्पेशालिस्ट नर्सिंग होमच्या आवारात जमायचं होतं. त्यांच्या हेड मॅडम तिथेच येणार होत्या. सर्व स्टुडंटस् मॅडमची वाट बघत उभ्या होत्या. मॅडम पाच मिनिटानंतर पोहोचली. ती त्यांना नर्सिंग होममध्ये घेऊन गेली. एका जनरल वॉर्डात पोहोचल्यावर मॅडम म्हणाल्या,

"आज तुम्ही पेशन्टला इन्ट्रावेनस इञ्जेक्शन देणार आहात."

तेव्हा बॅचमधल्या मुली म्हणाल्या,

"मॅडम! पुन्हा एकदा समजावून सांगितलं तर बरं होईल.

"का?"

"मॅडम! पेशन्टची व्हेन लवकर सापडत नाही."

एका विद्यार्थिनीने आपली अडचण व्यक्त केली. तेव्हा मॅडम म्हणाल्या.

"मेडीकल कोर्समध्ये दृष्टी आणि स्पर्श ह्याला प्रचंड महत्त्व असतं. व्हेन कुठल्या जागेवर असणार ते बोटांना कळायला हवं. ती जाण आधी जागृत करायला हवी." नंतर मॅडम अंबाकडे वळून म्हणाली,

"अंबा, तू दाखव त्यांना..."

तिथल्या नर्सकडून औषधांनी भरलेली सिरींज घेऊन अंबाने आधी पेशंटच्या दंडावर रबरी ट्यूब बांधली. त्यामुळे हाताच्या कोपराजवळच्या फुगीर भागावर व्हेन असल्याचं कन्फर्म केलं. लगेच सहज व्हेनमध्ये सुई टोचली. रक्त दिसल्याबरोबर बांधलेल्या ट्यूबची गाठ हलकीच सोडली. नंतर सिरींजमधून औषध इन्जेक्ट केलं. हे पेशंटला कळलंसुद्धा नाही. तिचा हात तज्ज्ञासारखं काम करत होता. डॉक्टर गोखले हॉस्पिटलमधील नावाजलेले सर्जन होते. अचानक ते तिथे पोहोचले. कुतूहलवश ते अंबाच्या कार्यपद्धतीचे अवलोकन करीत होते. नकळत ते म्हणाले.

"व्हेरी गुड...हात हलका आहे...काय नाव तुमचं?"

"अंबा कोळी..."

"ट्रेनिंग संपल्यावर आमच्याकडे जॉईन कराल?"

"एस सर...सो काईंड ऑफ यू सर..."

अंबाला तिचे स्वप्न पूर्ण झाल्याची प्रचिती झाली. आकाशात सूर्य दीर्घ कालावधीनंतर ढगांच्या बाहेर निघाला..."

नदीच्या प्रवाहासारखे दिवस निघून गेले. नर्सिंग ट्रेनिंग पूर्ण झाल्याबरोबर

अंबाला राजाबहाद्दर मल्टी स्पेशॅलिस्ट नर्सिंग होममध्ये नोकरी लागली होती. तिच्या कामामुळे व सतत अभ्यास करण्याच्या वृत्तीमुळे तिला डॉक्टर गोखले सरांनी क्रिटिकल केअर ग्रुपमध्ये ठेवून घेतले होते. सुमन बी. कॉम. फर्स्ट क्लासमधून पास झाली होती. सुमनचं सारं लक्ष सिव्हिल सर्व्हिसेसच्या परीक्षेकडे केंद्रित झाले होते. सदानंद एम. कॉम. झाला होता. त्याने बँक ऑफीसरची परीक्षा दिली होती. नुकतीच ती परीक्षा संपली होती. त्याला महापालिकेची नोटीस मिळाली होती. महापालिकेला रस्त्यांचे रुंदीकरण करायचे होते. असे पत्र ह्या आधी दोन वेळा मिळाले होते. त्यामुळे त्याने हे फारसं मनावर घेतलं नाही. जेव्हा जेव्हा नाशिकात पाऊस येत होता, तेव्हा तेव्हा मीनावहिनी अस्वस्थ व्हायच्या. कारण त्यांच्या डोक्यात सुमन व अंबाचं भूत शिरलं होतं. एक दिवस त्यांनी इन्स्पेक्टर सावंत ह्याना प्रश्न केला. ''भाऊजी! त्या वेळेस पुरात वाहणाऱ्या तरुणाला एका बाईने व तिच्या मुलीने वाचवलं होतं. शहरात तसं ऐकायला मिळालं होतं. विशेष म्हणजे तुम्ही त्या ऑपरेशनचे मुख्य अधिकारी होते.''

''अगदी बरोबर. आमच्या डिपार्टमेंटने ट्रेनिंगसाठी काही एक्सपर्ट बोलावले होते. त्यांच्यात एक सीनिअर ऑफीसर व दुसरी ज्युनिअर लेडी ऑफीसर होती.''

''त्यांच्याशी भेट घालून द्याल?''

''आता ते शक्य नाही...त्या तेव्हाच त्यांच्या स्टेशनला परत गेल्यात. वहिनी, कशाला त्या क्षणाची आठवण करून देता. कधी पोलिसांना शांतीने तरी जगू द्या.''

रमजान संपल्यामुळे रमजानच्या ईदसाठी सुमन चार वाजता दूध बाजाराकडे निघाली. नजमाने तिला ईदची शेवई खायला निमंत्रण दिले होते. ती तिकडे जात असताना मीना मामीवर सुमनचं लक्ष गेलं. त्या रस्त्याच्या कडेला पाणीपुरी खात उभ्या होत्या. सुमन पटकन गर्दीत शिरली. तरी मामीनी सुमनला पाहिलं. मामींच्या हातात आज सावज गवसलं होतं. मामी तातडीने तिथनं निघाल्या. पाणीपुरीवाल्या भैय्याकडून शिल्लक पैसेसुद्धा परत घेतले नाहीत. मामी तिच्या मार्गावर आहे हे सुमनने हेरलं. त्यामुळे सुमनने एका गल्लीत शिरकाव केला. रमजान ईद असल्यामुळे रस्त्यावर लोकांची गर्दी वाढली होती. सुमनने एका दुकानाच्या आडोशाला थांबून आपला चेहरा झाकून टाकला. मागे वळून बघितल्यावर मामीला गर्दीतून कशीबशी वाट काढत येताना पाहिलं. तेव्हा सुमन रस्त्यातल्या गर्दीत मिसळली. तरी मामीनं तिला हेरलं. सुमन मुस्लीम वस्तीकडे जाणाऱ्या

गल्लीत शिरली. दोन गल्ल्या ओलांडत ती एका अरुंद गल्लीत शिरली. तेव्हा तिला हाजी हसन खानच्या घरासमोर काही लोकांची गर्दी दिसली. तिथे सर्व एकमेकांना ईद मुबारक देत होते. सुमन पटकन नजदीकच्या घरात शिरली. तेच नजमाचे घर होते. आता मामीला सुमन दिसत नव्हती. ती आता संभ्रमात पडली. ती सुमन नसून कदाचित सुमनसारखी दुसरी मुस्लीम मुलगी असेल असं जाणवलं, तरी मन मानायला तयार नव्हतं. याच कोड्यात ती रस्त्याने परत आपल्या घराकडे जात होती. सुशीलावहिनीच्या घरासमोर पोहोचल्यावर मीनावहिनीची नजर सुशीलावर पडली. त्या दारात बसून तांदूळ निवडत बसल्या होत्या. सुशीलाने मीनावहिनीचा म्लान झालेला चेहरा बघून विचारलं.

"अहो वहिनी, कुठून आलात?"

"जवळंच गेले होते.."

"काय झालं...असा चेहरा का पडला आहे..."

"वहिनी खरं सांगू...मला एक कोडं पडलं आहे. ते सुटत नाहीए.."

"कुठलं?"

"आज सुमन दिसली होती..."

"मग भेट झाली?"

"नाही. ती सुमनसारखी वाटली. पण ती मुस्लीम असावी कदाचित."

"कशावरून..."

"ती दूध बाजारातल्या मुस्लीम वस्तीत गडप झाली."

"अहो वहिनी. सुमनचं भूत सोडा...आधीची सुमन आणि आताची सुमन...तिच्यात भरपूर बदल पडला असेल; पोरीची जात; कशाला तिच्यामागे डोकं खराब करता!"

"बरोबर आहे तुमचं म्हणणं...ह्यांना सांगून गावाकडे जाऊन त्यांची भेट घेऊन यायला..."

"नक्की सांगा..."

"बरं का वहिनी...मी सुद्धा ह्यांच्याबरोबर गावाकडे जाऊन यायचं म्हणते..."

"मला वाटतं बरं होईल..." सुशीला म्हणाली

"सुमन व ताईला भेटून क्षमा मागेन म्हणते."

"पण वहिनी, खरं सांगू का?"

"काय?"

"आता सुमन लग्नाची झाली असेल. उगाच कशाला भाऊजींना तिकडे

पाठवता? पुढे प्रदीपचे लग्न आहे. तुमच्यापुढे नुसता खर्चाचा डोंगर उभा आहे. बघा आणि कशाला गावाकडे जाऊन दुष्काळात तेरावा महिना काढता?''

"पण खरं सांगू वहिनी, माझ्या डोक्यातून सुमनचं भूत जात नाही.''

"त्याचं असं असतं वहिनी...जे आपल्याला आवडत नसतं त्याचा विचार वारंवार केला की, तो विचार भूत बनून मानगुटीवर बसतो. म्हणून सांगत्ये वहिनी...दुर्लक्ष करा. बरं, चहा घेणार...?''

"असू द्या...मला बरीच कामं आहेत...''

मीनावहिनीना त्यांच्या घराकडे जाताना बघून सुशीलावहिनींना मनातल्या मनात हसू फुटलं...

•••

अंबाची क्रिटिकल सेक्शनमध्ये पोस्टींग असल्यामुळे तिला केव्हाही नर्सिंग होममध्ये जावं लागायचं. कधी कधी तिला नेण्यासाठी हॉस्पिटलची गाडी यायची. मल्टी स्पेशलिस्टच्या वातावरणात अंबा आता रुळली होती. डॉ. गोखल्यांमुळे तिला खूप शिकायला मिळत होतं. त्यामुळे तिचा बाहेरच्या जगाचा संबंध जवळजवळ तुटल्यासारखा झाला होता. बरेच दिवस झाले. गोदामाईचे दर्शन झाले नव्हते. उद्याची पहाट सुमनसाठी नवी आशा घेऊन येणारी होती. तिच्या सिव्हिल सर्विसेसच्या परीक्षेचा निकाल येणार होता. सदानंद मुंबईवरून कळविणार होता. तो रात्री नेटवर रिझल्ट बघणार होता. अंबा जे स्वप्न उराशी बाळगून नाशिकात आली होती ते तिचे सुद्धा स्वप्न पूर्ण होणार होते. तिचं मन एका अनामिक भीतीनं हेलकावे घेत होतं. तिच्याशी संवाद साधायला फक्त गोदावरीच्या वाहत्या पाण्याचा प्रवाह पुरेसा होता. आपल्या मनातलं ते सगळं ती त्या वाहत्या प्रवाहाशीच बोलत होती. सुमनशी मनातलं बोलून ती तिला दुःखी करू इच्छित नव्हती. सुमन प्रत्येक क्षणाला आपल्या आत्मविश्वासानं आपल्या स्वप्नाचं चीज करण्याचा प्रयत्न करीत होती. रोज धावून आल्यावर कमरेवर हात ठेवून श्वासांचा समतोलपणा राखत नेहमी आकाशाकडे बघायची 'स्काय इज लिमिट'... हे सर्व ती डोळ्यात साठवून ठेवत होती. त्या आकाशाचं प्रतिबिंब पाण्याच्या प्रवाहात दिसत होतं. तिला वाटायचं, तलावाचं, नदीचं, समुद्राचं अस्तित्व आकाशाशिवाय पूर्ण नाही. आकाशाबद्दल सुमनला प्रचंड ओढ होती. रात्र झाली की, आकाशातले चांदणे...पहाटेचा सूर्य आणि तांबडी झाक पसरलेलं आकाश...पाऊस आला

की, ढगांबरोबर खेळणारं आकाश. ज्याप्रमाणे रडणाऱ्या बाळासमोर एखादं खेळणं ठेवलं जातं...अगदी तसंच मन मोहणारं इंद्रधनुष्य बघून सुखावणारं आकाश. वैज्ञानिकासाठी झेप घेणारं आकाश. समुद्रकिनाऱ्यावरून तेच आकाश क्षितिजाचं रूप घेऊन समुद्रातल्या पाण्याला गोंजारताना दिसतं. ऊन-सावल्यांच्या खेळातलं समुद्रातलं पाणी आणि आकाश. या मधल्या जीवनाचा अर्थ सांगणारं क्षितिज...नजरेच्यासमोर असून...विचारांना आपल्यात गुंतवून ठेवणारं असतं...तसेच दोन्ही मायलेकी त्यांच्याच विचारात गुंतल्या होत्या. लेक आकाशात झेप घेण्याच्या स्वप्नात गुंतली होती. तर माय नदीचा किनारा शोधत होती.

महादेव किनारा बनून आधार द्यायला धावून येतो तर पुढे मीनावहिनी किनाऱ्यावर उभी राहून किनाऱ्यालाच दूर नेताना दिसते. तितक्यात अंबाच्या डोक्यावर ओळखीच्या हाताचा स्पर्श झाला. तिने वळून बघितले तर महादेव बाजूला उभा होता.

"अरे, दादा तू!...तुला कसं माहीत, आम्ही इथे आहोत म्हणून..."

"पण तुम्ही दोघी इतक्या शांत का बसल्या आहात..."

"काही नाही...उद्या सुमनच्या सिव्हिल परीक्षेचा निकाल लागणार आहे."

"मग...एवढी काळजी कशाला...?"

"बरोबर...आई उगाच काळजी करते. मामा मी नक्की पास होईन."

"मलासुद्धा तेच म्हणायचं आहे...अंबा, तू तुझे जुने दिवस विसर..."

"तू, सावंतदादा आणि सदानंद असल्यामुळे आम्ही या शहरात तग धरू शकलो."

"त्या दिवशी तुम्ही सदानंदबरोबर कुठल्या आनंदात 'मकालू'मध्ये डीनरला आले होते?"

"सदानंद बँकेत असिस्टंट मॅनेजरच्या पदासाठी सिलेक्ट झाला म्हणून तो सेलिब्रेट करायला घेऊन गेला होता. पण दादा, तुला कसं कळलं?"

"मी सुद्धा आलो होतो."

पटकन मध्येच सुमन म्हणाली,

"मामी होती सोबत?"

"हो ना...त्या दिवशी प्रदीपची होणारी पत्नी तिथं आपल्या आईवडिलांसोबत आली होती."

"म्हणजे सगळं फिक्स झालं." अंबानी चौकशीच्या सुरात विचारलं.

"दोघेही एकाच ऑफिसात काम करतात. त्यांचं आधीच ठरलं होतं. ही

औपचारिक बैठक होती. परवा साखरपुड्याचा कार्यक्रम ठेवला आहे. तुम्ही दोघे आले तर मला आनंद होईल.''

''वहिनीला माहीत आहे आम्ही नाशिकात आहो ते?''

''नाही!''

''मग उगाच भावनेच्या आहारी जाऊन आपल्या घरची शांती भंग करू नकोस.''

''तुझा गैरसमज आहे...मीना आता बदलली आहे. ती नेहमी तुमचा विषय काढत असते.''

''तसं नाही मामा. ती आमच्याबद्दलचा शोध घेते आहे. कित्येक वेळा ती मला फॉलो करत गेली. थँक्स गॉड, मी सापडली नाही आणि बरं झालं. त्या दिवशी 'मकालू'मध्ये मामीची नजर आमच्यावर पडली नाही. नाहीतर फजिती झाली असती.''

''कुणाची...?''

''तुझी किंवा आमची...देव जे करतो ते भल्यासाठीच करतो...बाहेर निघाल्यामुळे मी आपल्या पायावर उभी राहू शकले आणि तू आम्हाला मदत करतो आहे. हे काय कमी झालं...?''

''मला वाटतं...आपली माणसं...घरच्या कार्यक्रमात सोबतीला असावी...''

''आम्ही कुठे म्हणतो आम्ही सोबत नाही म्हणून. फरक एवढाच, आमचे आशीर्वाद दुरूनच राहू दे.'' विषयांतर करीत सुमन म्हणाली...''मामा आता माझ्याकडे मोबाईल आला. सदानंद मामाने गिफ्ट केला...नंबर लिहून घे...''

''सांग...''

''मामा, हा नंबर माझ्या नावाने सेव्ह करू नकोस.''

''मग कुणाच्या नावाने सेव्ह करू?''

''पोलीस अधीक्षकच्या नावाने.''

''छान. उद्या मी सुद्धा ताईला एक मोबाईल गिफ्ट करेन.''

''उगाच खर्च कशाला?''

''माझी मर्जी...कारण उद्या तिची लेक आय. पी. एस. ऑफीसर होणार...किती अभिमानाची गोष्ट राहील...''

''आधी रिझल्ट लागू दे...''

''आई, रिझल्ट लागल्यावर गावाकडे जाऊन येऊ...''

''बघू, मला हॉस्पिटलला विचारावं लागेल.''

"जाऊन या...विठ्ठललासुद्धा बरं वाटेल. कमीत कमी आपलं कुणीतरी इतक्या लांबून आल्याचं त्याला समाधान होईल."

अंधार गडद व्हायला लागला. तितक्यात महादेवचा मोबाइल वाजला. मोबाईल घरून होता. त्याने मोबाईलवरून उत्तर दिले.

"हो..रस्त्यात आहे, फडणीस साहेबांबरोबर."

"कोण हे फडणीस साहेब?"

"आमचे ऑफीसर आहेत."

ज्यांना सत्य पचवता येत नाही...ते अशाच थापांनी आनंदी राहतात.

महादेव त्याच्या घराकडे निघाला. तेव्हा सुमन त्याला निरोप देत म्हणाली.

"बरे मामा...बाय..."

पहाटे चारला मोबाईल वाजला. पटकन सुमन उठली आणि मोबाईल उचलला.

"हॅलो."

"हॅलो सुमन, मी सावंत मामा बोलतो."

"गुड मॉर्निंग."

"काँग्रेटस् तू आय. पी. एस. ची परीक्षा क्लिअर झालीस."

"कुणी सांगितलं?"

"आमच्या केळकर सरांनी..."

"त्यांना माझा नंबर कसा कळला."

"मी दिला होता."

"थँक यू मामा...ये...ये..."

सुमनच्या आवाजाने अंबा उठून बसली. सुमन लगेच तिला बिलगली "आई. मी पास झाले..."

"थँक यू दादा...तुम्हा सर्वांचे आशीर्वाद उपयोगी ठरले."

सुमन आनंदाने घरभर उड्या मारत होती. तिचं स्वप्न खरं ठरलं होतं. अंबा उठून देवाजवळ त्याचे आभार मानायला गेली. अंबाचं अनुकरण करीत सुमन आईच्या बाजूला जाऊन उभी राहिली...

•••

अंबा अंगणात उभी होती. आज आकाश निरभ्र होतं...सूर्य ताजातवाना

होऊन संपूर्ण आसमंतात आपल्या प्रकाशाची उधळण करीत येत होता. खूप दिवसांनी सूर्य पाहिल्याचं समाधान अंबाला जाणवलं. तसा सूर्य रोज येत होता. पण अंबाने कधी त्याला एवढ्या आनंदाने प्रकाश उधळताना पाहिला नव्हता.

डयूटीवर गेल्यावर क्रिटिकल सेक्शनचे काम नेहमीप्रमाणे तेच रुटीन होते. अचानक येणारे क्रिटिकल स्टेजचे पेशंट. धावपळ तीच होती. पण आज सर्व शांत होतं. अंबाच्या चेहऱ्यावर बऱ्याच दिवसांनी हसू फुललेलं होतं...पण नेहमीप्रमाणे स्वत:ला नॉर्मल ठेवत कॉरीडोरमधून ती चेंज रूमकडे जात होती. कॉरिडोरमध्ये तिला गोखले डॉक्टर भेटले.

"गुडमॉर्निंग सर," अंबाने त्यांना अभिवादन केले.

"व्हेरी गुड मॉर्निंग...हाऊ आर यू..."

"फाइन सर"

डॉक्टर गोखलेंनी तिची नेहमीप्रमाणे चौकशी केल्यावर त्यांच्या केबिनकडे निघाले. अंबा आपल्या नेहमीच्या कामाला लागली. रिकाम्या वेळात डॉक्टरांच्या पुस्तक संग्रहातील पुस्तक वाचायला अंबाला मुभा होती. त्यामुळे तिला जेव्हा वेळ मिळायचा तेव्हा ती पुस्तक वाचत बसायची. तिला वायफळ बोलणं आवडत असे. कधी कधी एखाद्या क्रिटिकल ऑपरेशनच्या आधी तत्संबंधीचं पुस्तकं तिच्या नजरेखालून गेलेली असायची. त्यामुळे डॉक्टर गोखलेंना कधीही अडचण जाणवली नाही. ती या बाबतीत डॉक्टरांशी फावल्या वेळात चर्चासुद्धा करायची. त्यामुळे डॉक्टर गोखले तिला अजून खूप काही सांगायचे. त्यामुळे अंबाचा आत्मविश्वास वाढत होता. इतर डॉक्टरही तिला आदराने बघायचे. सुमन सर्व कामं आटोपून घरी रेडिओवरची गाणी ऐकत बसली होती. तितक्यात तिला तिच्या मैत्रिणीचा फोन आला.

"हॅलो सुमन,...मी नजमा"

"हॅलो...बोल..."

"सुमन, तुझी मदत हवी होती. करशील?"

"मला जे शक्य होईल ते नक्की करेन...बोल."

"अबू दुकानाच्या कामाने मुंबईला गेले आहेत. माझ्या लहान भावाच्या पोटात असह्य वेदना होत आहेत. प्लीज तुझ्या आईला सांग. तिच्या हॉस्पिटलला त्याला तपासायला."

"हो सांगत्ये...असं कर, तू त्याला घेऊन तिथे ये, मी सरळ आईकडे निघते. आपण हॉस्पिटलला भेटू. ओ. के.?" सुमनने लगेच अंबाचं मल्टी

स्पेशालिस्ट हॉस्पिटल गाठलं. त्या आधी तिने अंबाला फोन करून सर्व परिस्थिती समजावून सांगितली. अंबाने डॉ. गोखलेंची अपॉईंटमेंट घेऊन ठेवली. तितक्यात नजमा तिच्या आईबरोबर पेशंटला घेऊन आली. नजमाचा लहान भाऊ तडफडत होता. डॉक्टर गोखल्यांनी त्याला तपासले. टेस्ट करण्यात आल्या. कळलं की पेशंटचं लगेच ऑपरेशन करावं लागणार, नाही तर पोटातले फोड फुटले की पस पसरेल आणि त्याच्या पॉयझनमुळे कॉम्प्लिकेशन होऊ शकतं.

"डॉ. ऑपरेशनला किती खर्च येईल?"

नजमाने चौकशी केली.

"पैसे कधी द्यावे लागतील."

"पूर्ण पैसे उद्या दिले तरी चालेल पण अनेस्थेटिस्ट व औषधांचे पैसे आता भरावे लागतील."

"सर, मी व्यवस्था करते..."

कॅबीनच्या बाहेर येऊन नजमा आपल्या अबूला फोन लावण्याचा प्रयत्न करू लागली. पण नेटवर्क मिळत नव्हतं. सर्व तिच्या उत्तराची आतुरतेने वाट बघत होते. तिची अम्मी आपल्या मुलाला सांत्वन देत होती. नजमाला काही सुचत नव्हतं...तिला अस्वस्थ बघून अंबा म्हणाली.

"असं कर नजमा...पैसे मी भरून देते. नंतर ऑपरेशन झालं की सवडीनुसार परत कर..."

"थँक यू, खाला!"

"नजमा, तू डॉक्टरांशी भेटून सर्व फार्मलिटी पूर्ण कर...अजून कुण्या वडीलधाऱ्या माणसांना सांगायचं असेल तर कळव. सुमन, तू जवळच्या ए. टी. एम. मध्ये जाऊन पैसे काढून आण. तोपर्यंत मी ऑपरेशनच्या तयारीला लागते." सर्व फार्मलिटी केल्यानंतर नजमाने आपल्या काकांना फोन केला तेव्हा तेसुद्धा बाहेरगावी असल्याचं कळलं. दुकानात मोठा भाऊ इमरान होता. तिने इमरानला फोन केला...तेव्हा इमरान म्हणाला,

"इतकी मोठी रक्कम आता...कठीण आहे. तरी मी जितकं जमेल तेवढ्या रकमेची व्यवस्था करून येतो."

नजमाच्या अम्मीला तिच्या लेकराच्या वेदना पाहवत नव्हत्या. हे सगळं पाहून नजमाची तारांबळ उडाली होती. सुमनने पैसे जमा केले होते. सुमनला इतके रुपये जमा करताना बघून काऊंटरवरची नर्स म्हणाली.

"सुमन, इतके रुपये भरायला ताईने कसा होकार दिला? पेशंटकडून

रक्कम परत मिळाली नाही तर?''

''सध्या पेशंटचा जीव धोक्यात आहे...पुढचं बघू. पुढे काय होईल ते...''

''काय बघणार? दुष्काळात तेरावा महिना. सुमन, नर्सिंग होम्स् पैशासाठी किती कठोर असतात माहीत आहे ना तुला?''

सुमनने काहीच उत्तर दिले नाही. रिसेप्शनिस्टने डॉक्टरांना पैसे व फार्मलिटी पूर्ण झाल्याचं कळविलं.

नजमाच्या भावाच्या ऑपरेशनची तयारी सुरू झाली. ऑपरेशन थिअेटरच्या बाहेर नजमा व तिची आई आणि सुमन उभे होते. सुमन नजमाचा हात धरून तिला धीर देत म्हणाली,

''अल्लावर विश्वास ठेव, सगळं ठीक होईल.'' तितक्यात तिच्या अबूचा फोन आला.

''हॅलो नजमा बिटियाँ...अभी इमरान रुपये लेकर आ जायेंगे...ऑपरेशन की इजाजद दे दो.''

''अबू, आपरेशन चल रहा है...''

''पैशांचा इन्तजाम कुठून केला?''

''सुमनने केला आहे.''

''तिला फोन दे...मला तिच्याशी बोलायचं आहे.''

''सुमन, अब्बूला तुझ्याशी बोलायचं आहे,'' असं म्हणत नजमाने मोबाईल सुमनला दिला

''हॅलो अंकल.''

''बेटा, तेरा लाख लाख शुक्रिया.''

''अंकल, शुक्रीया अल्लाचा करा. त्याने आम्हाला मदत करायची सुबुद्धी दिली आणि तो जसा नज़माचा भाऊ, तसा माझा नाही? अंकल, ऑपरेशन झाल्यावर कळविते...''

आणि तिने पटकन नज़माला मोबाईल दिला व नज़माला घेऊन बाहेरच्या दाराकडे घेऊन गेली. पुढून इमरान येताना दिसला.

''क्या हुआ...तुम्ही बाहेर का येत आहात?''

''ऑपरेशन चल रहा है।''

''पैसों का इन्तजाम हो गया है''

''सुमनला दे.''

“भाईजान, आता राहू दे. अजून गरज संपली नाही. सगळं नॉर्मल झाले की परत कर. बाय द वे, तुझं नाव काय आहे?”

“इमरान”

“मी सुमन!”

“तू लहान असूनसुद्धा आमच्यासाठी फरिश्ता बनून आलीस.”

“इमरान भाई, मला लहानच राहू दे. फक्त तुमचा आशीर्वाद पाठीशी असलं म्हणजे झालं.” ते तिघेही पुन्हा ऑपरेशन थिएटरच्या दाराकडे चालत गेले. तितक्यात डॉ. गोखले बाहेर आले. नज़्मा पटकन त्यांचेकडे वळली व म्हणाली,

“अब कैसा है?”

“ऑपरेशन व्यवस्थित झालं. तुम्ही लवकर निर्णय घेतला बरं केलं. थोडासुद्धा उशीर झाला असता तर कठीण होतं. आता सगळं व्यवस्थित आहे. ऑपरेशन यशस्वीरीत्या पार पडलं.”

“थँक यू डॉक्टर...”

काही क्षणात अंबासुद्धा बाहेर आली. तिला पाहताच नजमा तिच्या पाया पडली. अंबाने तिला अलगद उचललं व म्हणाली,

“आता सगळं ठीक आहे...आम्ही त्याला वॉर्डात हलवू. तुम्ही चिंता करू नका.”

“इमरान ये सुमन की आई - ह्यानीच सुमनला ऑपरेशनचे पैसे भरायसाठी सांगितले.”

इमराननेसुद्धा तिला वाकून नमस्कार केला. नज़्माच्या आईनेसुद्धा अंबाला शुक्रिया अदा केला. तेव्हा अंबा म्हणाली,

“आता त्याची व्यवस्थित काळजी घ्या. तो लवकर बरा होईल.”

तितक्यात पेशंटला बाहेर आणण्यात आलं व त्याला आय. सी. यू. कडे नेण्यात आले. इमरान, नज़्मा व त्यांची अम्मी तिकडे वळले. सुमन अंबाबरोबर तिच्या चेंजरूमकडे वळली. चेंज रूममध्ये गेल्यावर सुमन अंबाला म्हणाली,

“थँक यू आई - तुझ्या निर्णयामुळे एकाचा जीव वाचला. कितीही शिकून झाल्यावर काहीना निर्णयक्षमता नसते.”

“ती सबकॉन्शस माईंडवर अवलंबून असते. त्याची सवय केली की आपोआप जमतं.”

“धिस इज युवर कॉन्फिडन्स लेवल. आय ॲप्रिसिएट इट...अगं, तो

नज़माचा भाऊ पैसे घेऊन आला...मी म्हणाले नंतर दे...आता त्याची गरज भासेल.''

''शेवटी लेक कुणाची...''

''तुझीच. बरं जेवायला कधी येते?''

''मी सरांना विचारून येते.''

''ओके.''

दोघी घरी पोहोचल्या तेव्हा दुपारचे तीन वाजले होते. सुमन म्हणाली, ''आई, आज जेवल्यानंतर आपण त्र्यंबकेश्वरला जाऊन येऊ...''

''बरोबर. आपण त्याच्या राज्यात आलो आणि तुला हे नेत्रदीपक यश मिळालं. ही त्याचीच कृपा...त्याचे आभार मानायलाच हवे...''

दोघेही जेवून तयार झाल्या. तितक्यात ऑटो घेऊन इन्स्पेक्टर सावंत व त्यांच्याबरोबर सौ. सुशीला सावंत मिठाईचा डबा घेऊन आले.

पुढे होऊन सुमन म्हणाली, ''मामा-मामी, आम्ही त्र्यंबकेश्वरला जाण्यासाठी तयार झालो. तुम्हीसुद्धा चला आमच्याबरोबर.''

''ओ के...''

त्यांनी ऑटोवाल्याला थांबवलं. तितक्यात दुसरा ऑटोवाला दिसला. त्यालासुद्धा त्यांनी थांबवून घेतलं ते सी. बी. एस. कडे निघाले. सी. बी. एस. मधून बस पकडून ते त्र्यंबकेश्वरला पोहोचले. दर्शन झाल्यावर सुमनने मामा व मामीला साष्टांग नमस्कार केला. अंबानेसुद्धा दोघांना वाकून नमस्कार केला. तेव्हा सुशीलावहिनी म्हणाल्या,

''ताई, असू द्या...आज सुमनमुळे आम्हाला किती मान मिळाला याची कल्पना नसेल तुम्हाला.''

इन्स्पेक्टर सावंत सुमनच्या डोक्यावर हात ठेवत म्हणाले,

''ताई, आज आमच्या सुमनमुळे माझा ॲकेडेमीतला रुबाब अजून वाढला. शब्द नाहीत सांगायला...आमचे केळकर सर म्हणाले,

''ऑल इंडियात दुसऱ्या रँकवर येणं साधं नाही. विचार केला तर सुमन फॉरेन सर्व्हिस...कलेक्टरच्या फिल्डमध्ये जाऊ शकते. पण तिच्या ह्रदयात पोलिसांबद्दल जो आदर आहे ते पाहून मी तिला मनापासून सॅल्यूट करतो.''

''एक सिनिअर ऑफीसर तुला सॅल्यूट करण्याची भाषा वापरतो. रिअली इट इज ॲडमायरींग.''

''दादा, खरं म्हणजे हे सगळं बीजारोपण तिच्या माधव सरांनी केलं...''

''हो मामा...आमच्या सरांनी आम्हाला आकाशासारखं भरभरून दिलं...त्यांनीच

मला नवीन जीवनदान दिलं...त्यांचीच परत फेड करायची म्हणून मी आय. पी. एस.चा फर्स्ट चॉईस ठेवला.''

''त्यांचं पूर्ण नाव काय आहे.''

''आडनाव माहीत नाही पण नाव होतं माधव. ते पण खरं होतं की खोटं.''

''म्हणजे...!''

''ते पोलीस ऑफीसर. शिक्षकाच्या भूमिकेत गावात शोध घ्यायला आले होते.''

''आता कुठल्या पदावर असतील?''

''ते काही सांगता येत नाही.''

''कुठे असतील ते?''

''तेच तर माहिती नाही.'' अंबा म्हणाली

''मामा, मला वाटतं आता लवकरच हैदराबादला ट्रेनिंगला जावं लागेल.''

''तू आईची चिंता करू नकोस. आम्ही आहोत ना!''

''महादेवमामा कसे आहेत?''

''बरा आहे...पण तो...''

''त्याचं मन आमच्यासाठी दुखतं...याची जाणीव आहे आम्हाला...मी त्याला सांगितलं आहे. काही झाले तरी आमची ओळख वहिनीला दाखवायची नाही.''

''आता काय फरक पडेल.'' सुशीला वहिनी तोऱ्यात म्हणाल्या.

''नाही वहिनी, माझ्यामुळे त्यांच्या संसारात अडचण उद्भवायला नको.''

''देवा त्र्यंबकेश्वरा...त्या मीनाला सद्बुद्धी दे- रे बाबा.''

''ताई! आमच्या मुलीने व जावयाने सुमनचं तोंड भरून अभिनंदन केले. त्या दोघांना प्रचंड आनंद झाला.''

●●●

रिझल्ट येऊन आठ दिवस झाले होते. ट्रेनिंगला हजर होण्याची तारीखसुद्धा आली होती. नज़माच्या भावालासुद्धा हॉस्पिटलमधून सुटी मिळाली होती. संध्याकाळी देवाजवळ दिवा लावल्यानंतर मायलेकी सामानाची लिस्ट करायला बसल्या. तितक्यात अंगणाच्या दारात मोटार सायकल थांबल्याचा आवाज झाला. अंबा

दाराकडे वळली. तेव्हा तिची नजर नज़मावर पडली. नज़मा व तिचे अबू अंगणातले गेट उघडून ड्रॉईंग रूमच्या दाराजवळ आले. तेव्हा नज़मा अंबाला म्हणाली,

"खाला, हे माझे अब्बू."

"नमस्ते भाईसाहब!"

"नमस्ते!"

दोघांना बघून सुमनसुद्धा त्यांना अभिवादन करायला उठली.

"या बसा भाईसाहब!"

सुमनने नजमाला विचारलं

"नज़मा, आता छोटू कसा आहे."

तेव्हा नज़माचे वडील म्हणाले, "अल्लाह का लाख लाख शुक्रिया...तो एकदम बेहतर आहे आणि मी हृदयापासून तुम्हाला शुक्रिया अदा करायला आलो आहे. तुमच्यामुळे आमच्या छोटूची जान वाचली."

एक्से रे रिपोर्ट वाचून आमचे घरगुती डॉक्टर म्हणाले, "जर ऑपरेशनला थोडाही उशीर झाला असता तर छोटूचं काही खरं नव्हतं" आणि नज़माच्या ह्या वाक्यानंतर तिचे अबू म्हणाले,

"दीदी, तुमचे रुपये परत करायचे होते म्हणून आम्ही आता आलो. आता कसलीच अडचण नाही. कृपया हे ठेवा."

"तुम्ही असे उभे का...आरामात बसा."

"नाही दीदी, आम्ही निघतो."

"तुम्ही प्रथमच घरी आले. थांबा मी तुमचं तोंड गोड करते...सुमन पैसे घे आणि देवाजवळ ठेव."

आणि अंबा किचनकडे वळली. सुमनने पैसे ठेवल्यानंतर नज़माजवळ येऊन बसली. तेव्हा नज़मा म्हणाली

"आज कोई त्योहार है क्या?"

"नज़मा, मी सिव्हिल परीक्षेत ऑल इंडिया रँकिगमध्ये दुसऱ्या क्रमांकावर आले."

"काँग्रॅटस्."

असं म्हणत नज़मा उठली व सुमनला कडकडून बिलगली. नंतर आपल्या अब्बूकडे वळून म्हणाली,

"अब्बूजान, अब सुमन को कलेक्टर समझो, या एस. पी."

"मुबारक हो बेटे...अल्लाह तुला अशीच तरक्की दे."

"तुमच्या बुजुर्ग लोकांचा आशीर्वाद असाच असू द्या."

"खुदा गवाह आहे, तो नेहमीच असेल."

"नज़मा, मला आय. पी. एस. मध्येच जायचं आहे."

"नो प्रॉब्लेम...आय. पी. एस.सुद्धा नाशिककरांसाठी अभिमानाची गोष्ट आहे आणि माझ्यासाठी गर्वाची बाब आहे."

"खूप कौतुक झाले...आता तोंड गोड करा. आणि हे पॅकेट घरच्यांसाठी आणि पुन्हा एकदा डॉक्टरांना छोटूला दाखवायला घेऊन या."

"केव्हा?"

"जखम भरली की. ईमरान बरोबर पाठवलं तरी चालेल."

"सुमन, तुझं ट्रेनिंग केव्हा सुरू होणार?" नज़माने विचारलं.

"मी कळवेन...ट्रेनिंगला जाण्याआधी."

"आम्ही नक्की येऊ स्टेशनवर." नज़मा म्हणाली.

"थँक यू..."

"खुदा हाफिज." नज़माचे वडील अंबाला म्हणाले, मायलेकी त्यांना सोडायला अंगणातल्या फाटकापर्यंत गेले...

• • •

सुमन ट्रेनिंगवर जाण्याच्या तयारीला लागली होती. सामानाच्या जुळवा-जुळवीत दिवस कसे निघून गेले कळले नाही. सुमन आधी मुंबईला जाणार होती. मग तिकडनं हैद्राबाद. सावंतमामा व सुशीलामामी मुंबईपर्यंत येणार होते. मायलेकी सामान तपासत होत्या.

"आई, तू सुद्धा चल मुंबईला."

"आता शक्य नाही...सध्या दोन सिनिअर सिस्टर सुटीवर आहेत..."

"अगं, तुझी व ताईची भेट झाली असती."

"मी पुन्हा कधी जाऊन येईन."

तितक्यात मोबाईल वाजला. पलीकडून सावंतमामा बोलत होते.

"बोला मामा."

"आपण मुंबईला कसं जायचं?"

"ट्रेन ने..."

"अगं कधी निघायचं?"

"उद्या सकाळच्या दादरनी."

"बरं...मग उद्या स्टेशनवर भेटू...ओ. के. गुडनाइट." तिकडे सावंतच्या घरी मीनावहिनी भाजीची वाटी घेऊन पोहोचल्या. तेव्हा त्यांच्याकडे सावंतचं लक्ष नव्हतं.

"कुठे जायचा प्लॅन आहे भाऊजी?"

स्वतःला सावरत सावंत म्हणाले, "मुंबईला मुलीकडे."

"सोबत कोण येणार?"

तिच्या खोचक प्रश्नाचा अर्थ समजून सावंत सहज स्वरात म्हणाले, "सोबतीला सुशीला आहे की?"

"किती दिवस मुक्कामाला?"

"तिकडे गेल्यावर बघू."

"फोनवर तुम्ही कधी निघायचं अशी चौकशी करत होता. म्हणून विचारलं."

तितक्यात सुशीला सावंत आतून बाहेर आल्या होत्या. मीनावहिनींचा प्रश्न त्यांनी ऐकला होता. म्हणून विषयांतर करत त्या म्हणाल्या,

"काय आणलं वहिनी?"

"पनीरची भाजी आणली."

"व्वा, छान."

"कधी निघणार मुंबईला?"

"उद्या"

"सकाळी की दुपारी...जर का तुम्ही दुपारी निघत असाल तर आमच्याकडून जेवून निघा."

मध्येच हस्तक्षेप करीत सावंत म्हणाले

"आम्ही सकाळच्या दादरनेच निघू."

"बरं, फराळ करून ठेवेन म्हणते."

"नको नको..." सावंत म्हणाले.

आपली डाळ आता इथं शिजत नाही असं पाहून मीनावहिनी म्हणाल्या.

"येते मी...करा तयारी..."

आणि त्या बाहेर निघाल्या. सुशीलाने सावंतकडे बघितलं व त्या दोघांना हसू फुटलं.

दुसऱ्या दिवशी पहाटे नेहमीप्रमाणे सुमन धावायला गेली. महादेव मामासुद्धा

त्याच रस्त्याने फिरायला येत होता. महादेवला विश्वास होता. ती आज त्याला भेटायला नक्की धावायला येणार. म्हणून तिची वाट बघत तो रस्त्याच्या कडेला थांबला होता. सुमनला येताना बघून तो समोर आला. त्याला बघून सुमन थांबली. दोघेही रस्त्याच्या कडेला थांबून बोलायला लागले.

"गुड मॉर्निंग मामा...तुला भेटायला आज मुद्दाम धावायला आले.''

"कधी निघणार?''

"दादरने.''

"हॅपी जर्नी. स्वत:ला जप.''

"तुम्ही पण आईची काळजी घ्या.'' नंतर सुमन महादेवच्या पाया पडली व परत घराकडे धावत निघाली. महादेव नजरेतनं दूर होईपर्यंत तिला बघत होता. घरी पोहोचल्यावर महादेवला मीना म्हणाली.

"अहो, तुम्हाला माहीत आहे का?''

"काय?''

"हरी भाऊजी मुंबईला सकाळच्या दादरने निघणार.''

"त्यात नवीन काय?''

"तुम्ही नाही जात त्यांना सोडायला?''

महादेवला तिच्या बोलण्याचा गूढार्थ कळला. पण चेहऱ्यावर कुठलेही भाव न दर्शविता तो म्हणाला..."अंघोळीचं काय?''

"मी कुठे म्हणते अंघोळ करू नका म्हणून. मला वाटलं तुम्ही पण स्टेशनवर सोडायला जाणार असाल म्हणून टिफिन रेडी करून ठेवला.''महादेव काही न बोलता बाथरूमकडे निघाला.

• • •

आंघोळ करताना महादेवच्या डोक्यात तिच्या कुटिल बुद्धीचा विचार चालू होता. पण तो नेहमी तिच्याबद्दल असाच का विचार करतो. एकाच घरात ते असं का चालत आहेत दोन रुळांमध्ये अंतर ठेवून? कदाचित त्यांच्यातला इगो किंवा त्यांचा स्वभाव त्यांना एकरूप होऊ देत नसावा किंवा त्यांच्यातला समजूतदारपणा निखळला असावा. आता मीनाच्या मनातलं अंबा व सुमनचं भूत तिला शांततेनं जगू देत नाही. तिला सिद्ध करायचं आहे. त्या दोघीही नाशिकात आहेत. आता त्या दोघीही एका छपराखाली राहात नाही...तिच्याशी त्यांचं काही

देणं घेणं नाही. पण त्या नाशिकातच का राहिल्या? तिला वाटतं, तिच्या नाकावर डिच्चू ठेवून त्या इथे दिमाखाने वावरत आहेत. मी त्यांना का मदत करतो आहे, हे तिचं शल्य. त्यांना मदत करून मी काही चूक करतो का? जर मी माझ्या कर्तव्यात किंवा मीनाच्यासाठी काही कमी करत असेन तर ते एका अर्थाने बरोबर असू शकेल. पण नाही. तुम्ही एकदा कुठल्याही अनोळखी माणसाला मदत करा. ते एकदाचं चालेल. पण रक्ताच्या नात्याला करू नका. कारण अनोळखी हे तुमच्या अहंपणाचं पालनपोषण करतात. त्यांच्यावर तुम्ही उपकाराची भावना आपल्यात रुजवू शकता. पण नात्यात तसे काही तुम्हाला करता येत नाही. हा त्यांचा हक्क आहे, असं कदाचित जाणवत असेल. त्यामुळे आपल्या हक्कातला हिस्सा त्यांना का देण्यात येत आहे म्हणून ही कुरकुर. कारणं वेगवेगळी असतील. पण त्यामुळे जगणं कडू होत आहे. मग मी का वागतो असा? जेव्हा असा प्रश्न माझ्यासमोर उभा राहातो तेव्हा उत्तर असं की मी बरोबर आहे. कदाचित पुरुष आहे म्हणून बरोबर असेन. जर हेच समीकरण उलट असतं तर मला तिच्यासारखं वाटलं असतं का? कदाचित नसेल किंवा असेलही...पण कुणाच्या जगण्याच्या लढाईत काही मदत केली तर तो भाग न्यायोचित असेल असं कबूल करावं लागेल. पण हे केव्हा जाणवेल? जेव्हा सद्विवेकबुद्धी शाबूत असेल तेव्हा. मीनाचा आवाज आला, "किती वेळ? आज पूर्ण दिवस बाथरूममध्ये घालवायचा दिसतो."

"हो, झालंच..."

मीनाच्या आवाजाने तो भानावर आला. अंग पुसून तो बाथरूमच्या बाहेर आला.

"किती वेळ? बाहेर भाऊजी तुमची चौकशी करत आहेत..."

कपडे घालून, पटकन महादेव बाहेर आला.

महादेवला बघून सावंत म्हणाले.

"बरं येतो..."

"हॅप्पी जर्नी!"

महादवे व हरीने बाकीचे संवाद आपल्या डोळ्यांनी एकमेकांना कळविले.

महादेवला मनातनं वाटत होतं की, त्यानंसुद्धा स्टेशनवर सुमनला सोडायला जावं...पण...

स्टेशनवर सुमनला सोडायला नज़मा व तिचे वडील आले होते. तेव्हा सुमन नज़माला म्हणाली, "नज़मा, हे माझे मामा इन्स्पेक्टर सावंत आणि मामा,

हे नज़माचे अब्बू...''

दोघांनीही एकमेकांची ओळख करून घेतली. अंबा वरून फक्त शांत दिसत होती. पण मनातला कप्पा न कप्पा ढवळून निघत होता. अश्रू बाहेर यायसाठी धडपडत होते. पण तिने अश्रूंचा बांध आवरून ठेवला होता. पहिल्यांदाच सुमन तिच्यापासून दीर्घ काळासाठी दूर जात होती. गाडी जसजशी अंबापासून दूर सरकत होती तसा तिचा धीर तुटत होता. शेवटी हलणारे हात नजरेआड झाले व तिच्या अश्रूंचा बांध तुटला. तिने पदराने अश्रू पुसले व स्वत:ला सावरत नज़मा बरोबर स्टेशनच्या बाहेर आली. अंबाने नर्सिंग होमचा ॲटो ठरविला. नज़मा आपल्या अबूबरोबर मोटारसायकल वर निघाली. अंबाला ॲटोत तिचे अश्रू आवरत नव्हते. आज तिला कामावर जाण्याची इच्छा नव्हती. नर्सिंग होमच्या दाराजवळ पोहोचल्यावर तिचा मोबाईल वाजला. मोबाईल महादेवचा होता.

''हॅलो...सुमन निघाली?''

'हो..,'' व तिला हुंदका फुटला.

''असं रडशील तर कसं करशील?''

''आतापर्यंत तिला मी कधी इतक्या दूर पाठविलं नाही.''

''मला पण खूप वाटलं...ह्या घटकेला मी तुझ्याबरोबर असावं...पण माझा नाइलाज आहे.''

''मला कळतं रे...''

''मला स्वत:लासुद्धा कसंतरी वाटतं. मी येईन सवड मिळाल्यास.''

''दादा...वहिनी कशी आहे?''

''ठणठणीत.''

''चल, मला उशीर होतोय...''

आज अंबाला कुठलंही काम करायची इच्छा नव्हती. जणू तिचा प्राण तिच्यापासून दुरावला असं जाणवत होतं. आज डॉ. गोखले स्वत:हून तिला गुडमॉर्निंग म्हणाले.

''गुडमॉर्निंग सर.'' थंड स्वरात अंबा म्हणाली.

''सिस्टर, आज बरं नाही?''

तिने काही उत्तर दिले नाही. फक्त ती खाली मान घालून त्यांच्यासमोर उभी राहिली.

''असं करा...आज तुम्ही तुमच्या रूममध्ये रेस्ट घ्या.''

नंतर डॉक्टर गोखले त्यांच्या चेंबरकडे वळले. अंबा नुसती बसून होती.

कुणी फारशी चौकशी करू नये म्हणून ती वर्तमानपत्र चाळत बसली. दिवस असाच गेला. उदास. सुमनच्या आठवणीत. घरी पोहोचल्यावर घर रिकामं जाणवत होतं. मोबाईल वाजला. तो सुमनचा कॉल होता.

"हॅलो...कशी आहे बाळा?"

"मजेत...आता हैदराबादकडे निघाली. ताई भाऊजी स्टेशनवर सोडायला आले होते. तुला सांगू...आता मामा व सुशीलामामी मुंबईला काही दिवस राहणार आहेत"

"का...?"

"ताईला बाळ होणार आहे. बरं ठेवू...बरोबर ऐकू येत नाही. हैदराबादला पोहोचली की लगेच फोन करते...चल, बाय."

•••

सुमन ट्रेनमधून बाहेरच्या सरकणाऱ्या दृश्यात वाहणाऱ्या वाऱ्यासंगे गुंतून गेली. ह्या दृश्यांबरोबर तिला नाशिक आठवायला लागलं. कॉलेजचा दुसरा दिवस होता. कॉलेज गेटच्या बाहेर नज़मा व सविता सुमनची वाट बघत होत्या. तिला बघून नज़मा म्हणाली.

"बरं झालं...तू आलीस!"

"का गं..."

"कॉलेज कॅम्पसमध्ये रॅगिंग सुरू आहे."

"चला बघू..."

आत गेल्यावर सिनीअर्सनी त्याना अडवलं. त्यांच्याबरोबर मुलंसुद्धा होती. जीन्स घातलेली एक जाडी मुलगी पुढे आली. तिने सुमन, नज़मा व सविताला अडवलं.

"ओऽ, मावशांनो कुठे निघालात?"

त्या तिघी त्याना भाव न देता पुढे जाऊ लागल्या. त्या रॅगिंग करणाऱ्या मुली दुखावल्या गेल्या आणि तावातावात पुढे येऊन म्हणाल्या, "ऐकू येत नाही वाटतं."

तेव्हा सुमन आवाज चढवून त्या जाड्या मुलीला बोलली -

"ए आजी...काय चालवलंस?"

हे ऐकून त्या जाडीला राग आला. तेव्हा तीही ओरडली.

"ये आयशा, डींपल, यू नो, ही मला काय म्हणाली?"

त्याच सुरात...तिच्या नजरेला नजर भिडवून सुमन म्हणाली,

"सांगू..."

"सांगून तर बघ..." सर्व मुली एकाच सुरात बोलल्या.

"बघा, तुमच्या आजीच्या मागे साप." त्या सर्व मुली गांगरल्या. एकच कल्लोळ झाला. सर्व मुली जिकडे जागा मिळेल तिकडे पळाल्या. नज़मा व सवितानी सुमनला दोन्ही बाजूंनी घट्ट पकडलं. त्या तिघी शांतपणे आपल्या क्लासकडे निघाल्या. त्यांचा क्लास पहिल्या माळ्यावर होता. त्यांना वर जाताना पाहून त्या मुलींचे मित्र, सुमन ग्रुपच्या मागे मागे येऊ लागले. नज़मा व सविता खूप घाबरल्या. परत जाड्या मुलींचा ग्रुप डिवचला गेल्यामुळे चवताळून पुढे आल्या आणि मुलांना जॉईन झाल्या. त्यांच्यापैकी एक मुलगा पायऱ्यांवरून ओरडला.

"ए शहाणे, आधी खाली उतर...नंतरच वर जा."

त्याच्या ओरडण्यामुळे इतर स्टुडंटस्‌ची गर्दी वाढली. सुमनने मागे वळून बघितलं. तिचे डोळे रागाने लाल झाले. ती पण तेवढ्याच जोरात म्हणाली

"ए गधड्या...आधी बाजूला हो...काकांना वर पाणी घेऊन येऊ दे...मध्ये कशाला रस्ता अडवून बसलास...नंतर बघू काय करायचे ते..." नज़मा व सविताला घाम फुटला होता.

त्या मुलाने काकाकडे बघितले. बाजूला होऊन त्यांना वर जाण्यासाठी रस्ता सोडला. ते डोक्यावर माठात पाणी नेत होते. काका माठ घेऊन वरच्या पायरीवर चढले. त्यांना वर चढताना पाहून तो मुलगा सुमनला उद्देशून म्हणाला.

"ए...स्वत:ला काय समजतेस..."

"ते कळेलच..."

पायऱ्या चढत, ते काका सुमनजवळ पोहोचले. सुमन हळूच त्यांच्या कानाजवळ जाऊन म्हणाली.

"काका माठावर मोठा विंचू, सोडा तो, नाहीतर विंचू डसणार..."

काका घाबरले. त्यानी माठ फेकला. तो भिंतीवर आदळला. माठ फुटला. त्यामुळे मुलाच्या मागील रँगिग करणाऱ्या ग्रुपची मुलं मुली ओले चिंब झाले. क्षणार्धात काय झालं ते कळलंसुद्धा नाही. त्यांची पळापळ सुरू झाली. वरून बघणारा विद्यार्थ्यांचा ग्रुप टाळ्या वाजवून हसत सुमनला दाद देत होते. त्या क्षणापासून सुमन सर्व ज्युनिअर्सची लीडर झाली होती...

सुमन स्वत:शीच हसत होती. तिला स्वत:च हसताना बघून इतर प्रवासी

टक लावून सुमनला बघत होते. सुमनच्या ते लक्षात आलं. ती न लाजता पुन्हा मोठ्याने हसू लागली. नकळत सर्व प्रवासी हसायला लागले. ट्रेन त्याच स्पीडमध्ये हैदराबादकडे पुढे जात होती.

•••

अंबाला घरात सुमनची कमरता जाणवत होती. म्हणून ती भाजी घ्यायला भाजी मंडीकडे निघाली. भाजी घेताना मीनावहिनीची नजर तिच्यावर पडली. पण ती अंबाच्यासमोर आली नाही. अंबाला नऊवारीच्या ऐवजी साडीत बघून तिचा पारा मस्तकात भिडला. अंबाचं नवं रूप तिला सहन होत नव्हतं. पण इतक्या दिवसांची इच्छा पूर्ण झाल्यामुळे तिला आता बरं वाटायला लागलं. तिचा संशय खरा ठरला होता. लपतलपत ती अंबाच्या मार्गावर होती. अंबाचं घर हेरून ती नंतर आपल्या घराकडे गेली. कदाचित सुमन, सावंत कुटुंबाबरोबर मुंबईला गेली असेल. त्या दोघी मायलेकी नाशिकातच आहेत हे जाणूनबुजून तिच्यापासून लपवून ठेवण्यात आलं होतं. तिच्या नवऱ्याचा तिला भयंकर राग आला होता. पण मनावर ताबा ठेवून घर गाठलं. डोक्यात प्लॅनिंग सुरू झाले. तिने घराला टिप टॉप सजवलं. संध्याकाळी महादेव घरी आला तेव्हा महादेवला त्याचं घर बदलल्यासारखं जाणवलं. मीनाने त्याच्याजवळची बॅग प्रेमाने घेतली आणि लडिवाळपणे म्हणाली.

"आज इतका उशीर का?"

"कुठे, बरोबरच्या वेळेवर आलो."

असं म्हणत तो फ्रेश व्हायला बाथरूमकडे गेला. फ्रेश झाल्यानंतर त्याने दुसरा सदरा बदलला.

"बाहेर जाण्याची तयारी आहे वाटते."

"नाही, कुठेच नाही."

"सदरा बदलला म्हणून विचारलं."

"तू आज घरच्या वातावरणात बदल केला तेव्हा मलासुद्धा वाटलं, सदरा चेंज करावा."

"काय खाणार?"

"जे केलं असेल किंवा करणार असेल ते..."

"केलं नाही, बाजारातून आणलं."

"चहा पण बाजारातून आणला?"

"चहा करती आहे." असं म्हणत मीना किचनकडे गेली. तोपर्यंत त्याने वर्तमानपत्र वाचायला घेतलं. चहा आल्यावर...तो चहाचा घोट घेत तिच्या पुढच्या खेळीबद्दल विचार करीत होता. चहा पिऊन झाल्यावर परत तो वर्तमानपत्रात डोकं खुपसून बसला. अचानक मीनाने प्रश्न केला,

"तुम्ही जाणार होता ना!"

"कुठे...?"

"मला काय माहीत?"

"चौकशी कुणी केली?"

"मी."

"मग"

"कुठे जाणार नसाल तर भटजीकडे जाऊन प्रदीपच्या लग्नाच्या तारखेबद्दल नक्की करून घेऊ म्हणते."

"ते प्रदीप आल्यावर ठरवू. त्यांच्या सुट्या व हॉलच्या रिकाम्या तारखा बघूनच पाहता येईल. आणि हो, आधी साखरपुडा तर होऊ दे."

"मग साखरपुडा केव्हा करू?"

"ते प्रदीप आल्यावर ठरवू."

तितक्यात सुदीप खेळून घरी आला. आईबाबांचं सिरिअस संभाषण बघून तो काही न बोलता सरळ फ्रेश व्हायला गेला. महादेवनेसुद्धा त्याची दखल घेतली नाही. सुदीपच्या पाठोपाठ मीनावहिनीसुद्धा आत गेल्या. त्यांनी ठरवलं की आता नवऱ्याशी विवाद करायचा नाही. त्यांना आपल्या जाळ्यात फसवायचं असेल तर त्यांच्या आवडीचं खाद्य त्यांच्यापुढे टाकावं लागणार. जर शत्रूवर मात करायची असेल तर आपल्या सैन्याचं बळ जास्त वाढवायला हवं. ती प्रदीप येईपर्यंत मूळ मुद्द्यावर बोलणार नव्हती. परंतु त्या आधी तिला प्रदीपशी बोलायचं होतं. बाजूचे सावंत कुटुंब मुलीकडे कमीतकमी सात दिवस मुंबईत राहणार होते. घरी वाद झाला तरी त्यांना कळायला नको. याची ती कटाक्षाने काळजी घेणार होती.

• • •

इकडे अंबा घरी देवाजवळ दिवा लावून शांत बसली होती. तिला आज खूप एकटं एकटं वाटत होतं. सुमनची पुस्तक ती व्यवस्थित लावायला बसली.

ते लावून झाल्यावर दोन दिवसापासून पसरलेल्या वर्तमानपत्रांची जुळवाजुळव करून ठेवायला लागली. तिच्या डोक्यात वर्तमानपत्र बंद करण्याचा विचार सुरू होता. बहुतेक वर्तमानपत्रं नर्सिंग होममध्ये वाचायला मिळत होती. तिला कुठे परीक्षा द्यायची आहे. अशा विचारात तिने कसाबसा आजचा दिवस संपवला व झोपायला गेली. दुसऱ्या दिवशी सकाळी पेपरवाल्याचा हिशोब करून पेपर बंद केला. नेहमीप्रमाणे ड्यूटीवर पोहोचली. तेव्हा तिने स्वत:ला नॉर्मल करण्याचा प्रयत्न केला. तिला बघून रिसेप्शनिस्ट बाई म्हणाली.

"ताई, गुड मॉर्निंग."

"गुड मॉर्निंग."

"आज कशा आहात?"

"बरी आहे. थँक यू..." आणि स्मितहास्य करीत अंबा तिच्या सेक्शनकडे वळणार, इतक्यात रिसेप्शनिस्ट म्हणाली,

"ताई..., डॉक्टर गोखले सरांनी तुम्हाला लगेच भेटायला सांगितलं आहे."

"बरं. थँक यू..."

ती तशीच डॉक्टर गोखले सरांच्या चेंबरमध्ये शिरली.

"मे आय कम इन सर."

"एस प्लीज. गुड मॉर्निंग."

"व्हेरी गुड मॉर्निंग सर."

चष्म्याच्या काचेतनं अंबाकडे आपली नजर रोखत म्हणाले,

"सिस्टर...तुम्हाला एक दोन दिवस नाईट शिफ्टला यावं लागेल. कारण मिसेस जोसेफला काही अर्जंट काम आलं आहे...एनी प्रॉब्लेम...?"

"नो सर..."

"थँक यू...आता तुम्ही विश्राम करू शकता."

"सर..."

अंबा तिथून आपल्या चेंजरूममध्ये आली व वर्तमानपत्र वाचत बसली. फावल्या वेळात ती इतरांशी कधीही गप्पा मारत नव्हती. तिचे पुस्तकं बरे आणि तिचं काम, असं तिचं वर्तुळ होतं. तिचा मोबाईल वाजला. पलीकडनं सुमन म्हणाली.

"हॅलो आई."

"कशी आहेस?"

"इकडे सगळं बेस्ट आहे. सगळं फाइव्ह स्टारसारखं. मला मस्तपैकी मैत्रिणीसुद्धा मिळाल्या...तू काळजी करू नको."

“ऐकून मनावरचा ताण कमी झाला. सावंतमामाना कळवलं?”

“हो कळवते चल, ठेवू? आता तू हॉस्पिटलमध्ये असशील.” अंबाने मोबाईलकडे बघितलं. नंतर मनाशीच हसली. परत मोबाईल वाजला.

“हॅलो ताई, मी सदानंद.”

“कसा आहेस?”

“बरा आहे.”

“ताई माझी तिरुपतीला ट्रान्सफर झाली.”

“काळजी घे...इकडे परत केव्हा येशील?”

“बघू...सुमन कशी आहे?”

“बरी आहे...बाय.”

•••

संध्याकाळी महादेवकडे प्रदीपच्या साखरपुड्यावर विचार विनिमय सुरू होतं. नाशिकचं काम घेऊन प्रदीप दुपारला नाशिकमध्ये आला होता. कामाचं आटोपून तो महादेव यायच्या आधी घरी हजर होता. महादेवसुद्धा वेळेवर घरी पोहोचला होता. गप्पा रंगल्या होत्या. मध्येच मीनावहिनीनी एक गुगली टाकला.

“साखरपुड्यासाठी अंबावन्स आणि सुमनला बोलावलं तर?”

“कशाला...?”

“बाबा, त्यावेळेस आईची चूक झाली...आता पुन्हा नाही होणार...” प्रदीप म्हणाला.

“ते झाले ते विसरून जा.” महादेव म्हणाला परंतु मीनावहिनी म्हणाल्या.

“हे बघा, पुढे कधी ना कधी त्यांचा उल्लेख येईल. तेव्हा सूनबाईच्यासमोर प्रश्न येईल...” आईच्या वाक्याला रेटत प्रदीप म्हणाला.

“हो ना...पुढे...आपल्या नवीन नात्यात कुठलेही कॉम्प्लीकेशन्स यायच्या आधी गैरसमज मिटवलेले बरे...”

“जर तुम्ही पुढाकार घेत नसल्यास मी आणि प्रदीप जाऊन त्यांची क्षमा मागतो.”

“कुठे...?”

“मला माहीत आहे त्या नाशिकात कुठे राहतात ते. तुम्ही सर्व मला मूर्ख समजून सगळं माझ्यापासून लपवीत होतात. सावंत भाऊजींच्या मेहुण्याकडे तुम्ही

सर्वांनी त्यांची व्यवस्था केली आहे.''

तेव्हा सुदीप म्हणाला.

''सुमनताई व आत्या नाशिकात राहतात?''

''हो!'' मीना ठामपणे म्हणाली.

''त्यांना जगू द्या त्यांच्या पद्धतीने. हरीने त्यांची जबाबदारी घेतली आहे. तो आता त्यांचा प्रश्न आहे. भाऊ असून मी कुठल्याच कामाचा नाही.''

''तुम्हाला असं दु:खी पाहून आम्हाला काहीच वाटत नसेल...चुकलं आमचं. क्षमा करणं सर्वात श्रेष्ठ असं म्हणतात आणि त्याहून उत्तम क्षमा मागणं...''

''हरीला येऊ दे. नंतर ठरवू...''

''हा आपल्या कुटुंबाचा प्रश्न आहे...भांड्याला भांडं लागतेच आहे. ते यायच्या आधी आपसातली भांडणं आपणच मिटवू या. नंतर त्यांना सरप्राईज देऊ.''

''बाबा प्लीज. मला सुद्धा सुमनताईला भेटायचं आहे...'' सुदीप म्हणाला. ''आमचं नाही तर सुदीपचं तरी ऐका.''

''मला नाही वाटत त्या दोघी तडजोड करतील.''

''त्यांना खुशाल तिथेच जगू द्या...काही अडचण नाही...पण आम्हालाआमची चूक सुधारण्याची संधी तर द्याल.''

महादेव पूर्णत: त्यांच्या जाळ्यात अडकला. ''हे बघा, प्रदीपनी ताईसाठी पाच हजाराची साडी आणली...छान आहे ना! आमची विनंती आहे तुम्ही ही साडी व हा मिठाईचा पुडा घेऊन त्यांच्याकडे जा. आमचं क्षमा पत्रसुद्धा लिहून पॅकेटमध्ये ठेवलं आहे. तुम्ही ताबडतोब त्यांच्याकडे जा. मग उद्या आपण सर्व त्यांच्याकडे जाऊन भेटू.''

''अंबा आता घरी असेल कशावरून?''

''त्या संध्याकाळी राजबहादूर नर्सिंग होम वरून परत येतात.''

''तुम्हाला कसं माहीत!''

''आम्हाला हेही माहीत आहे की, सुमन हरीभाऊजींबरोबर मुंबईला गेली आहे.''

''म्हणजे तुम्ही त्यांच्या पाळतीवर होता?''

''अहो, क्षमा मागायची होती म्हणून; आणि तुम्ही आम्हाला सत्य कधी सांगितलं नसतं...''

“बाबा, सर्व गोष्टी सोडा...आता तुम्ही हे गिफ्ट आत्याकडे घेऊन जा...” प्रदीप म्हणाला.

महादेवने डोळे मिटले आणि काही क्षण विचार करून म्हणाला.

“आज राहू द्या...उद्या बघू...उशीर झाला आहे.”

“अहो, सख्या बहिणीकडे जाताना कसली आली वेळ...”

नाईलाजास्तव महादेवला जाणं भाग पडलं. तो मोटारसायकलने अंबाच्या घरी पोहोचला. अंबा टी. व्ही. बघत जेवत होती. महादेवला दारात बघून ती उठली. त्याला बघून अंबाला बरं वाटलं.

“तुझे सावकाश होऊ दे...”

“इतक्या रात्री कुठून आलास...खरेदी केलेली दिसते.”

“सांगतो...आधी मला सांग, सुमन कशी आहे?”

“मस्त...”

“एक सांगू, मीनाने तुझा पाठलाग करून तुझ्याबद्दल खडा न खडा माहिती गोळा केली आहे.”

“करू दे...कुठपर्यंत भीत राह्यचं...आता मला कशाचंही टेन्शन नाही...आता काय म्हणणं आहे वहिनीचे?”

“तिने व प्रदीपने तुझी क्षमा मागितली आहे.”

अंबा शांतपणे जेवत होती. तिला असं मौन बघून...त्याने पॉलिथिन बॅग मधून साडी व मिठाईचा डबा बाहेर काढला व म्हणाला,

“ही साडी व मिठाई तुझ्यासाठी.”

“कशासाठी?”

मग काही क्षण विचार करून तिने प्रश्न केला.

“दादा, तू सुमनबद्दल त्यांना सगळं सांगून टाकलं.”

“नाही...मी तुमच्याबद्दल त्यांना काहीही सांगितलं नाही. प्रदीपच्या साखरपुड्यानिमित्त त्यांनी हे तुझ्यासाठी पाठवलं. आता झालं गेलं ते विसरून जा...”

“ही साडी तू घेतली?”

“नाही...प्रदीपने मुद्दाम आणली तुझ्यासाठी...तू त्यांना क्षमा करणार नाहीस?”

“मी त्यांना क्षमा तेव्हाच केली आहे. उलट मी त्यांची आभारी आहे. त्यांच्यामुळेच मला या शहरात स्वाभिमानाने जगण्याची दिशा मिळाली. मनातली भीती दूर होत गेली.”

मध्येच अंबाचा मोबाईल वाजला.

“हॅलो सर.”

“सिस्टर, एक इमरजन्सी आहे. तुमच्या घरी गाडी पाठवली आहे. एक पेशंट ऑन द वे आहे. त्याला गोळी लागली आहे...”

“सर...आय एम रेडी.”

“थँक यू...”

“दादा, एक इमर्जन्सी आली आहे. एका पेशन्टला गोळी लागली आहे. मला निघावं लागेल.”

अंबाने आवराआवर करायला सुरुवात केली. महादेवने स्वत: मिठाईचं पॅकेट फ्रीजमध्ये ठेवलं.

तेव्हा अंबा त्याला म्हणाली.

“दादा, इतकी मिठाई कोण खाणार?...तुझ्या आग्रहखातर ती राहू दे. पण हे साडीचं पॅकेट घेऊन जा. प्लीज.”

हॉस्पिटलची गाडी दारासमोर येऊन थांबली. महादेव साडीचं पॅकेट घेऊन बाहेर निघाला. अंबाने लाईट बंद केले. दाराला कुलूप लावून अंबा नर्सिंग होमकडे गाडीत निघाली.

•••

क्रिटिकल वार्डासमोर नर्सेसची धावपळ सुरू होती. डॉक्टर गोखलेसुद्धा पोहोचले होते.

अंबाला बघून डॉक्टर गोखले म्हणाले,

“सिस्टर, पटकन तयारीला लागा.”

“एस सर...सर पेशंट कोण आहे.”

“मेल आहे आणि महत्त्वाचासुद्धा. पोलीस डिपार्टमेंटची केस आहे.”

पाठोपाठ अनेस्थेसिस्ट व एक्सपर्ट डॉक्टरांची टीमसुद्धा पोहोचली.

•••

मुंबईवरून मुंबई पोलीस कमिशनर (क्राईम ब्रँच) सुटीवर त्यांचा कुटुंबासोबत त्र्यंबकेश्वराच्या दर्शनाला आले होते. देवदर्शन झाल्यावर ते मुख्यदाराच्या बाहेर आले. ते शिवाजी पुतळ्याजवळच्या परिसराकडं निघाले. मुंबई पोलीस कमिशनरसोबत

त्यांचा मेहुणा होता. मागोमाग थोड्या अंतराने त्यांचं कुंटुंब येत होतं. पोलीस कमिशनरच्या हातातून खाली काहीतरी पडलं. पडलेली वस्तू उचलायला ते खाली वाकले. त्यांचा मेहुणा ते खाली का वाकलेत म्हणून कुतूहलवश बघायला लागला. लगेच पिस्तुलाची एक गोळी सणसणत आली आणि नेमकी त्यांच्या मेहुण्याला लागली. काही कळायच्या आत एक कार भर्रकन् त्यांच्याजवळून पुढे निघाली. क्षणभर कुणालाच काही कळलं नाही. पिस्तुलाच्या आवाजामुळे सगळे डोळे टवकारून पाहू लागले. पोलीस कमिशनरचा मेहुणा जमिनीवर धपकन् पडला. खरं म्हणजे ती गोळी मुंबई पोलीस कमिशनरला नेम साधून मारण्यात आली होती. दुर्दैवाने त्यांचा मेहुणा बळी पडला होता. कमिशनर सुटीवर असल्यामुळे ते सामान्य नागरिकांच्या वेशात आले होते. ज्या कारने ते त्र्यंबकेश्वरला आले होते. ती कारसुद्धा त्यांच्या मेहुण्याची होती. पोलीस कमिशनरनी मेहुण्याला उचललं. गोळी शरीराच्या उजव्या भागाला पोटाजवळ लागली होती. रक्ताचा प्रवाह घळघळ वाहत होता. कमिशनर अचानक ओरडले.

''जान्हवी! लवकर इकडे या.''

त्यांची पत्नी जान्हवी व मेहुण्याची पत्नी सरिता धावत त्यांच्याकडे आल्या. आपल्या नवऱ्याला रक्ताच्या थारोळ्यात बघून सरिता किंचाळली.

''शेखरऽऽऽ''

''जान्हवी, ही चाबी घे...आणि गाडी ड्राईव्ह कर. सरिता, कारचं दार उघड...फास्ट. सरिता, गाडीत लवकर बस.'' तितक्यात गोळीचा आवाज ऐकून बघ्यांच्या गर्दीला सुरुवात झाली. पोलीसांची जीप सायरन वाजवत तिथे पोहोचली. पोलीस जीपमधून एक पोलीस इन्स्पेक्टर खाली उतरले. त्यांनी विचारलं,

''काय झालं साहेब?''

''इन्स्पेक्टर, वायरलेसवर नाशिकच्या कमिशनर साहेबांना सांगा. मुंबईचे पोलीस कमिशनर ह्यांना गोळ्या घालून ठार मारण्याचा प्रयत्न झाला. दुर्दैवाने गोळी त्यांच्या मेहुण्यांना लागली. चांगल्या नर्सिंग होमला इमरजन्सी आहे असं सांगा.''

''सर...''

''तुम्ही पुढे व्हा. आम्ही तुम्हाला फॉलो करतो.''

''सर...''

सायरन वाजवत पोलीस जीप पुढे पुढे आणि मागून कार रस्त्यावरून धावत होती.

“हॅलो - कंट्रोल रूम मी मुंबई कमिशनर, क्राईम ब्रांच, माधव अधिकारी बोलतो.”

“सर...”

“नाशिकच्या बाहेर जाणाऱ्या सर्व रस्त्यांची नाकेबंदी करण्याचा मेसेज पाठवा. मारेकरी एका कारमध्ये आहेत. कार पांढऱ्या रंगाची आहे. मारेकऱ्यांकडे पिस्तोल किंवा गन असतील...स्पेशली मुंबईकडे जाणाऱ्या नाक्यावर कसून तपास करायला सांगा. ती कार त्र्यंबकेश्वरवरून निघाली आहे. ओव्हर ॲन्ड आऊट.”

“ओ. के. सर.”

कंट्रोल रूममुळे नाशिकची संपूर्ण पोलीस यंत्रणा कामाला लागली. माधवने आपला रुमाल काढला व जान्हवीला ओढणी मागितली. सरिताने जान्हवीची ओढणी ओढली व माधवला दिली. माधवने मिनरल वॉटरच्या बाटलीतून रुमालावर पाणी ओतले. नंतर तो ओला रुमाल रक्त निघत होतं त्या भागावर ठेवला. ओढणी गुंडाळून हलकी गाठ मारली. सरीता पाण्याची बॉटल शेखरच्या तोंडात ओतायला लागली. तेव्हा माधव म्हणाला.

“सरीता थांब...पाणी देऊ नकोस. ॲक्सिडेंट स्टेजला पाणी देत नसतात. डॉक्टर ठरवतील.”

जान्हवी गाडी फास्ट ड्राइव्ह करत होती. पुढे पुढे पोलीस जीप धावत होती. शेखर तडफडत होता. माधव त्याला धीर देत होता.

“शेखर, काही होणार नाही...जस्ट कूल. ब्रीथवर लक्ष ठेव. बस फक्त पाच मिनिटं...”

राजाबहादूर नर्सिंग होमच्या पोर्चमध्ये माधवची गाडी पोहोचली. स्ट्रेचर तयार होता. नाशिकचे कमिशनर, डी. सी. पी व इतर पोलीसांचा ताफा तयार होता. माधव कारच्या बाहेर निघाल्यावर डी. सी. पी. ने त्याना सॅल्यूट ठोकला. तोपर्यंत शेखरला हळूच काढून ऑपरेशन थिएटरकडे नेण्यात आले. ऑपरेशन थिएटरमध्ये डॉक्टरांची टीम सज्ज होती. बाहेर लाल दिवा लागला. सरिता व जान्हवी ऑपरेशन थिएटरच्या बाहेर बसल्या. माधवची शरीरयष्टी एकदम आकर्षक होती. त्याचं वय सरासरी पंचेचाळीस असेल. आवाजातला कणखरपणा, पीळदार शरीर. त्यामुळे त्याचे व्यक्तिमत्त्व उठून दिसत होते. जान्हवी दोन मुलांची आई असूनसुद्धा ती सडपातळ व आकर्षक दिसत होती. तिच्या ह्या व्यक्तिमत्त्वामुळे ती माधवला मेड फॉर इच अदर आहे अशी दिसत होती. माधव पाच फूट नऊ

इंच उंच तर जान्हवी पाच फूट सहा इंच उंच होती. सरिता पंचवीसची असेल. तिच्या जीवनातला असा जीवघेणा पहिला प्रसंग होता. ती प्रचंड हादरली होती. जान्हवी तिला सांभाळण्याची प्रयत्न करीत होती. माधव डी. सी. पी. शी बोलत होता. तेवढ्यात एक इन्स्पेक्टर त्यांच्याजवळ आला व म्हणाला

"सर, ती कार सापडली."

"ओ. के., जान्हवी, मी थोडं खालून येतो. काही इमर्जन्सी असल्यास मोबाईल कर. सरिता, शेखरचा ब्लड ग्रुप माहीत आहे?"

"हो...बी पॉझिटिव..."

"इन्स्पेक्टर, रक्ताची व्यवस्था बघा."

"एस सर."

माधव डी. सी. पी. ला घेऊन गुन्हेगारांच्या शोधात निघाले. नाशिकचे कमिशनर आधीच स्पॉटकडे निघाले होते. ऑपरेशन कक्षात शेखरच्या रक्ताने माखलेला शर्ट अंबा कात्रीने कापत होती. शेखर तडफडत होता. अंबा त्याला म्हणाली. "तुम्ही थोडा धीर धरा. तुम्ही लकी आहात. तुम्हाला काही झालं नाही. त्र्यंबकेश्वर तुमच्या पाठीशी आहेत. बस. जखम स्वच्छ करायची आहे. फक्त दोन मिनिटं. यू आर व्हेरी ब्रेव यंग मॅन."

असं म्हणत अंबाने फोर्टवीन थर्टी एम. जी. चं. इंजेक्शन शेखरला टोचलं. दुसरी सिस्टर शेखरच्या पोटाखालच्या जखमेतून वाहणारं रक्त कॉटनने सोक करत होत्या. अंबा शेखरला म्हणत होती.

"तुम्ही माझ्याकडे बघा. तुम्हाला त्रास होणार नाही."

असं म्हणत अंबाने शेखरला पेन किलर व पाठोपाठ अॅन्टीबायोटीकचे इंजेक्शन टोचले.

"बघा. तुम्ही माझ्या डोळ्याकडे बघा. आता बरं वाटेल. बघा तुमचं दुखणं हळूहळू कमी होत आहे. ओ. के. नाईस...शाब्बास. फाईन."

अंबाने शेखरच्या डोळ्यात वात्सल्यपूर्ण नजरेने पाहिलं. नंतर हळूच त्याच्या डोक्यावरून मायेने हात फिरविला. मग इन्ट्रावेनस लावलं. दुसऱ्या सिस्टरने सलाईन बॉटल स्टँडवर लटकविले. परत शेखरच्या डोळ्यात बघत हळूच त्याच्या चेहऱ्यावर ऑक्सिजन मास्क ठेवला. अॅनेस्थेसिस्टने त्याला केव्हा बेशुद्ध केलं हे शेखरला कळलंसुद्धा नाही. सर्वांच्या नजरा मॉनिटरच्या स्क्रीनवर खालीवर होणाऱ्या ग्राफवर खिळल्या होत्या. अंबा डॉक्टर गोखलेना म्हणाली,

"सर, नाऊ एव्हरीथिंग रेडी फॉर एक्सप्लोरींग ऑफ अॅबडॉमिन."

"सिस्टर, गुड जॉब डन...फ्रेंडस्, लेट अस स्टार्ट.'

• • •

पकडलेल्या गुन्हेगारांचा कसून तपास चालू होता. त्यापैकी एकाने पिस्तोल काखेच्याजवळ दंडाला रबर बँडच्या साह्याने होल्ड केली होती. वरपांगी संशयास्पद वस्तू दिसत नव्हत्या. त्यांचे हात वर करायला लावल्यावर सुद्धा काही कळत नव्हतं. त्याचा श्रीमंती रुबाब बघून पोलीस त्यांची झडती सभ्य रीतीने घेत होते. माधव व डी. सी. पी. दुरून अवलोकन करीत होते. पोलिसांचा गबाळेपणा माधवच्या लक्षात आला. हे बघून माधवचा पारा वर चढला. तरतरा येऊन त्याने त्या माणसाची कॉलर पकडून त्याला जमिनीच्या वर उचलला आणि सोडला. त्यामुळे माधवला त्याची लपवलेली पिस्तूल दिसली.

"इन्स्पेक्टर, आपला रुमाल काढा आणि ओढा ती पिस्तूल.'' इन्स्पेक्टरने पिस्तूल आपल्या ताब्यात घेतली. माधवने ती पिस्तूल तपासायला घेतली. पिस्तूलचा वास घेतल्यावर तिच्यातनं विस्फोटक फुटल्याचा ताजा वास येत होता. नंतर तिच्यातल्या गोळ्या तपासल्यावर मॅगजीनमध्ये दोन बुलेटस् कमी होत्या.

"भडवीच्या, दोन गोळ्यांचा हिशोब सांग?'' म्हणत त्याच्या कमरेत एक लाथ हाणली. अचानक दणका पडल्यामुळे तो गुन्हेगार जमिनीवर पालथा पडला.

"इन्स्पेक्टर, त्याच्याकडून माहिती काढा आणि मंदिराच्या गेटजवळ दुसऱ्या बुलेटचा तपास करा. कुठेतरी रुतून बसली असेल.''

आणि पोलिसांना उद्देशून म्हणाला, "साधी तलाशी घेता येत नाही. शिकवावी लागेल!'' नंतर एका इन्स्पेक्टरकडे वळून म्हणाला.

"काय रे...अॅकेडेमीत सावंतनी असंच शिकवलं?'' हे बघून डी. सी. पी. ला सुद्धा धडक भरली. ते माधवला म्हणाले.

"सर, डोन्ट वरी. पर्सनली मी ही केस हाताळतो.''

"ओके. मी हॉस्पिटलकडे जाऊन येतो. तोपर्यंत शोधून ठेवा ह्या मागे कुणाचं कारस्थान आहे ते...''

आणि माधव हॉस्पिटलकडे जाण्यासाठी गाडीकडे वळला. डी. सी. पी. गाडीपर्यंत त्यांना सोडायला आले. चालता चालता माधव थांबला. चोहीबाजूकडे

एक कटाक्ष टाकला आणि डी. सी. पी. ला म्हणाला, ''मिडिया, न्यूजपेपर्स यांच्या प्रश्नाना उत्तर देताना गोळी शेखरला लागली नसून मला लागली आहे ते सांगा. पुन्हा एखादं नर्सिंग होम फिक्स करा. तिथे माझ्यावर उपचार सुरू आहे हे सांगा. तिथे बेड वर माझा डमी ठेवा. त्या ठिकाणी जबरदस्त पोलीस बंदोबस्त ठेवा. राजा बहाद्दूरमध्ये साध्या वेषात पोलीस ठेवा. आरोपींना अज्ञात ठिकाणी ठेवा. बातमी फुटता कामा नये.''

''सर.''

''आणि हे सुद्धा सांगा. उद्या तुम्ही मला मुंबईला शिफ्ट करणार आहात.''

''ओ. के. सर.''

''उद्या त्या डमीला मी वेषांतर करून पर्सनली कव्हरेज देईन. आणि हो! तुमचे स्पेशल टास्क फोर्सचे कमांडोज त्या डमीच्या ॲम्ब्युलन्समध्ये ठेवा. इव्हन ड्रायव्हरसुद्धा त्याच टीमचा सभासद हवा.''

''सर.''

माधव परत राजाबहाद्दर नर्सिंग होममध्ये पोहोचला. जान्हवी ऑपरेशन थिएटरसमोर येरझाऱ्या करीत होती. माधव जान्हवी जवळ आला आणि म्हणाला,

''ऑपरेशन संपलं नाही?''

''बघ ना. इतका वेळ झाला.''

''सर्व बाबी लक्षात घेऊन ते काळजीपूर्वक ऑपरेशन करत असतील असं दिसते.''

''सरिता तिच्या पप्पांना कळवायचं म्हणते.'' माधव सरिताजवळ गेला आणि म्हणाला, ''सरिता, घाबरू नको. सर्व ठीक होईल. ऑपरेशन झालं की कळवू तुझ्या पप्पांना.'' पहाटेचे चार वाजले होते. डॉक्टर गोखले ऑपरेशन कक्षातून बाहेर आले. माधवला बघून ते म्हणाले, ''डोंट वरी. ऑपरेशन व्यवस्थित झालं. इन्जूरी डीप होती. गुंगीच्या औषधामुळे पेशंट बेशुद्ध आहे. नथिंग टू वरी.''

''थँक यू डॉक्टर...''

शेखरला स्ट्रेचरवर बाहेर आणण्यात आले. शेखर शांत झोपला होता. सरिता व जान्हवी शेखरला बघायला वळले. माधवने जान्हवीला अडवलं. तिने प्रश्नार्थक मुद्रेने माधवकडे बघितले. माधव तिला म्हणाला.

''मला लगेच निघावं लागेल. गुन्हेगारांचा तपास करायचा आहे. मी जेव्हा तुझ्यापुढे येईल तेव्हा वेषांतर केलेला असेन. समजा, तू ओळखलं तरी ओळख

दाखवायची नाही. मधे मधे मोबाईलने समाचार घेत राहीन. कदाचित मला उद्या मुंबईला जावं लागेल. निघू आता?"

"आमची व्यवस्था कुठे आहे?"

"इन्स्पेक्टर, मॅडमची काळजी घ्या. ह्यांना जे काही हवं असेल ती व्यवस्था करा. ओ...के...?"

"एस सर..."

"निघू मी...?"

माधवने जान्हवीला विचारलं,

"बरं..."

माधव लिफ्टकडे वळले. तितक्यात अंबा ऑपरेशन कक्षाच्या बाहेर आली. जान्हवी तिच्याकडे वळून म्हणाली,

"सिस्टर पेशंटला शुद्ध केव्हा येईल."

"सकाळी दहापर्यंत. नंतर तुम्ही पेशंटबरोबर बोलू शकाल..."

"सिस्टर, तुम्ही नागपूरकडच्या दिसता?"

"हो! तुम्ही कसं ओळखलं?"

"तुमच्या बोलण्याच्या लकबीमुळे...माझं मिस्टरसुद्धा नागपूरचे..."

"ज्याना गोळी लागली ते कोण?"

"तो माझा भाऊ आहे."

"मॅडम. आता तुम्ही विश्राम करा. मी पेशंटजवळ असेन."

"माझी वहिनी पेशंटजवळ बसली आहे."

"क्षमा करा. त्यांना तिथे जास्त वेळ थांबता येणार नाही."

"नो प्रॉब्लेम...मी त्यांना घेऊन येते."

जान्हवी व सरितासाठी बाजूच्या रूममध्ये स्पेशल व्यवस्था करण्यात आली होती. सर्व पोलीस सिव्हील वेषात डोळ्यात तेल घालून पहारा देत होते. आज नर्सिंग होममध्ये प्रचंड अलर्टनेस दिसत होता. अचानक सरिता दचकून उठली.

"काय झालं? सरिता, सांभाळ स्वतःला!"

"वहिनी, कसले...कसले विचार येत आहेत."

"आधी तू स्वतःला शांत ठेवण्याचा प्रयत्न कर. डॉक्टर म्हणाले ना! आता घाबरण्याजोगं काही नाही."

"पण ही अनामिक भीती खूप अस्वस्थ करते आहे. वहिनी, एकदा यांना

बघून येऊ...’’

“बरं, चल...’’

दोघीही आय. सी. यू. कडे गेल्या. अंबा एक इंग्रजी मॅगजीन चाळत बसली होती. या दोघींना आत येताना बघून ती उठली.

“काय ताई? मन अस्वस्थ होतंय...?’’

“बरोबर...’’

“थोडं मन हलकं करा. त्र्यंबकेश्वराचं नाव घ्या. तो सगळं व्यवस्थित करेल. इथे मी आहे ना!’’

“चल...झालं समाधान...’’

जान्हवी सरिताला त्यांच्या रूमकडे घेऊन गेली.

•••

ड्यूटी संपवून अंबा घरी सात वाजता पोहोचली. सकाळी नऊ वाजता त्या डमी पेशंटला मुंबईकडे नेण्याची योजना माधवने आखली. ॲम्ब्युलन्सला समोर व मागे पोलीस जीप व व्हॅन कव्हर देत, पुढे निघणार होत्या. मारेकरी पुन्हा प्रयत्न करतील असा माधवला विश्वास होता. घरी अंबा फ्रेश होऊन देवाजवळ दिवा लावून किचनमध्ये नाश्ता करायला गेली. तेव्हा सुमनचा कॉल आला.

“गुड मॉर्निंग...कशी आहेस बेटा?’’

“बेस्ट...ट्रेनिंग एन्जॉय करती आहे...बाय द वे, तू काय करती आहे?’’

“ब्रेकफास्ट...तू तुझी काळजी घे...’’

“इकडे माझी चांगली काळजी घेणारे भरपूर आहेत. आता गरज तुला आहे. स्वतःची काळजी घे. चल, आता ठेवते.’’

अंबा ब्रेकफास्ट घेऊन समोरच्या रूममध्ये गेली. बातम्या पहायला टी. व्ही. सुरू केला. सगळीकडे “मुंबई पोलीस कमिशनर यांचा जीव घेण्याचा प्रयत्न.’’ न कळत घाबरून तिने टी. व्ही. बंद केला. ती स्वतःच कन्फ्यूज झाली. “म्हणजे गुप्ते नर्सिंग होममध्ये मुंबई पोलीस कमिशनर वर उपचार होत आहेत. काल रात्री ज्यांच्यावर तिच्या नर्सिंग होममध्ये ऑपरेशन झाले ते सुद्धा कमिशनरबरोबर होते. म्हणजे काल रात्री ज्या पेशंट बरोबर होती, ते सुद्धा मोठे अधिकारी असणार! हे देवा!’’

स्वत:शीच बडबड करत असताना तिला स्वत:वर हसू आलं. ती नाश्ता करायला बसली.

नर्सिंग होममध्ये जान्हवीला माधवचा फोन आला, "जान्हवी, शेखर कसा आहे?"

"डॉक्टर म्हणाले, चांगला रिस्पॉन्स आहे."

"जान्हवी, डॉक्टरांना मोबाईल दे आणि त्यांचा मोबाईल नंबरसुद्धा मला एस. एम. एस. कर."

"बरं...हा मोबाईल मी डॉ. गोखलेना देते."

"गुड मॉर्निंग डॉक्टर गोखले - मी मुंबई पोलीस कमिशनर माधव बोलतो."

"गुड मॉर्निंग सर..."

"डॉक्टर, मी पेंशटला मुंबईला हलवू शकतो का?"

"सर, कमीत कमी चोवीस तास होऊ द्या."

"आता शिफ्ट केलं तर...?"

"प्लीज...नंतर केलं तर चांगलं होईल."

"डॉक्टर, मला तुमच्या इतर पेशंटचीसुद्धा काळजी आहे. एका पेशंटसाठी मी इतरांना अडचणीत ठेवू इच्छित नाही. डॉक्टर, मला काय सांगायचं आहे, हे कळलं असेल."

"एस सर."

"डॉक्टर, समजा आपण नऊ वाजता पेशंटला मुंबईसाठी शिफ्ट केलं तर. कुठले कॉम्प्लीकेशन्स् होऊ शकतात?"

"सर, स्टिचेस अगदी ताजे आहेत."

"डॉक्टर गोखले, मुंबईला ही केस कोण चांगल्या प्रकारे हाताळू शकतात?"

"बॉम्बे हॉस्पिटलचे डॉक्टर शहा...कारण हार्टच्या व्हेनाकेवापर्यंत डीप इन्जूरी होती. आता तसं घाबरण्याचं काहीच कारण नाही."

"थँक्स डॉक्टर. मला पेशंट नऊ वाजता हॉस्पिटलमधून शिफ्ट करायचा आहे. अजून एक फेवर हवं आहे."

"सर..."

"तुमच्या विश्वासातल्या एखाद्या ट्रेण्ड नर्सला नऊवारी घालायला सांगा आणि जान्हवीला नर्सच्या वेषात तयार ठेवा."

"राईट सर."

नंतर डॉक्टर गोखलेंनी लगेच अंबाला फोन केला.

''गुड मॉर्निंग सर.''

''सिस्टर, एक फेवर हवं होतं.''

''सर, असं म्हणू नका. ऑर्डर करा. मी तयार आहे.''

''डॉक्टर चांडक बरोबर रात्रीच्या पेशंटला घेऊन आता नऊ वाजता मुंबईला निघावं लागेल.''

''सर, इतक्या लवकर पेशंटला शिफ्ट करणं म्हणजे आपण रिस्क घेतो आहे.''

''तुमचं म्हणणं अगदी बरोबर आहे सिस्टर. पण सिक्युरीटीच्या दृष्टिकोनातून पोलिसांनी हे पाऊल उचलायला सांगितलं आहे...''

''सर.''

''आणि एक विचारायचं आहे?''

''तुमच्याकडे नऊवारी आहे.''

''एस सर.''

''तुम्ही ते नेसून गावातल्या बाईचं वेषांतर करून तयार रहा. गाडी घरी पिकअप करायला येईल.''

''ओ. के. सर.''

''थँक यू सिस्टर.''

•••

इकडे जान्हवी माधवशी बोलत होती. ''हॅलो माधव...मी डॉक्टर गोखलेंचा नंबर एस. एम. एस. केला.''

''ओ. के. जान्हवी, तू शेखरबरोबर नर्सच्या वेषात ॲम्ब्युलन्समध्ये असणार. सरिताला तिच्या गाडीतून पाठव. तिच्या गाडीत पोलीसांचा ड्रायव्हर असेल. गुप्ते नर्सिंग होम मधून आमची ॲम्ब्युलन्स शार्प नऊला निघणार. तुम्ही पंधरा मिनटानंतर निघा...''

''बरोबर.''

माधवने मोबाईल ऑफ केला. प्लॅनिंगनुसार पोलिसांचे पथक मुंबईकडे जात होते. मागे ॲम्ब्युलन्समध्ये शेखर, अंबा व जान्हवी बसली होती. ॲम्ब्युलन्समध्ये ड्रायव्हरजवळच्या सीटवर डॉक्टर चांडक येऊन बसले. मागच्या कारमध्ये सरिता

बॅक सीटवर व एक पोलीस कमांडो व ड्रायव्हर सिव्हिल ड्रेसमध्ये होते. ह्यांच्या व्हेइकलस् 'घोटी' गावापर्यंत पोहोचल्या. तेव्हा डॉक्टरांचा मोबाईल वाजला.

"हॅलो, डॉक्टर चांडक?"

"एस. स्पीकींग."

"मी पोलीस कंट्रोलरूम मधून बोलतो...तुमच्या मिसेसच्या कारचा ॲक्सिडेंट झाला. प्लीज राजबहाद्दर नर्सिंग होमला पोहोचा."

डॉक्टर चांडक यांनी लगेच ॲम्ब्युलन्स थांबवली. ते ॲम्ब्युलन्समधून उतरून सरिताच्या कार जवळ गेले व सरिताला म्हणाले,

"मॅडम, माझ्या मिसेसच्या कारचा एक्सीडेंट झाला आहे. प्लीज मला नर्सिंग होमला सोडून येता का?"

"आमचा पेशंट कोण अटेंड करेल?"

"आमची नर्स एक्सपर्ट आहे. ॲम्ब्युलन्स खूप हळू जाऊ द्या...तोपर्यंत मी दुसरा डॉक्टर पाठवतो."

"लेट मी कन्फर्म विथ सिस्टर..."

आणि सरिता कारमधून उतरून ॲम्ब्युलन्सकडे गेली. तिला बघून जान्हवी म्हणाली.

"काय झालं?"

"डॉक्टर चांडकच्या मिसेसच्या कारला अपघात झाला. ते मला परत नर्सिंग होमला सोडून देण्यासाठी रिक्वेस्ट करीत आहेत."

"डॉक्टर चांडक, फोन कुठून होता?"

जान्हवीने चांडकला विचारलं.

"मॅडम, पोलीस कंट्रोल रूममधून."

"आमच्या पेशंटला कोण अटेण्ड करेल?"

"अंबा आहे ना! ती सगळं मॅनेज करायला कॅपेबल आहे. तिकडे पोहोचल्यावर लगेच दुसऱ्या डॉक्टरांना पाठवतो. प्लीज मॅडम."

"आधी तुम्ही डॉक्टर गोखलेंना परिस्थितीशी अवगत करा. ते दुसऱ्या डॉक्टरांची ताबडतोब व्यवस्था करतील. जी गाडी त्या डॉक्टरांना घेऊन येईल तिला रस्त्यात गाठा व नवीन येणाऱ्या डॉक्टरांना सरिताबरोबर पाठवा."

"एस मॅडम."

"ओ. के. सरिता, डोन्ट वरी...कार वळव आणि डॉक्टर चांडकबरोबर नाशिककडे निघ. आम्ही मुंबईकडे निघतो. चल."

सरिताची कार डॉक्टर चांडक ह्यांना घेऊन नाशिककडे निघाली आणि शेखरची ॲम्ब्युलन्स मुंबईच्या दिशेने धावत होती. ॲम्ब्युलन्समध्ये अंबा व जान्हवी शांतपणे शेखरकडे बघत होत्या. शेखर अजून गुंगीत होता. जान्हवीचा मोबाईल वाजला.

''हॅलो माधव..''

''जान्हवी. इज एव्हरीथिंग फाईन?''

''तसं सर्व ठीक आहे. पण डॉक्टर चांडकच्या मिसेसच्या कारचा ॲक्सीडेंट झाला. त्यामुळे ते सरीताला घेऊन परत नाशिकला निघाले.''

''कधी?''

''जस्ट!''

''त्यांची मिसेस कशी आहे?''

''मी विचारलं नाही.''

''त्यांना कसं कळलं?''

''त्यांना पोलीस कंट्रोल रूमनी कळवलं. असं डॉक्टरांनी सांगितलं.''

''बरं मी बघतो. तुम्ही कुठपर्यंत पोहोचले?''

''आता आम्ही 'घोटी' सोडलं आहे.''

''ओ. के. मी नंतर फोन करेन.''

जान्हवीने आपला मोबाईल बंद केला. तेव्हा अंबाने विचारलं.

''एसक्यूज मी मॅडम, माधव सर कुठल्या पोस्टवर आहेत?''

'' मुंबई पोलीस कमिशनर आहेत. पण तसे ते नागपूरचे.''

''कधी त्यांच्या मिशनमध्ये त्याना मास्तर म्हणून काम करावं लागलं का?''

''हो...अजूनही कधी, मध्ये...त्या काळचा अनुभव सांगत असतात.''

''म्हणजे कुठला अनुभव...?''

''पहिली पोस्टींग...तीही एका गावात. शाळेतली एक गोड मुलगी. पाचव्या वर्गात शिकणारी. पण घरी त्यांना रागावणारी. तसेच गावातले डॉक्टर जोशी, अशा भरपूर आठवणी सांगत असतात. पुन्हा एकदा त्या गावाला भेट देण्याची इच्छा आहे, पण कामाच्या दगदगीत वेळ सापडत नाही.''

''त्या गोड मुलीचं नाव आठवतं त्यांना?''

''सुमी...सुमन व तिच्या आईचे नाव अंबा. पण सिस्टर, तुम्ही त्या मुलीच्या नावाची चौकशी का केली?''

“असंच, टाईम पास म्हणून!”

“सिस्टर, मी तुम्हाला इतकी मूर्ख वाटतेय?”

“आय एम सॉरी. मॅडम, मी असं काही चूक बोलले का?”

“अगं! इतक्या दिवसापासून पोलीस ऑफीसरची बायको म्हणून वावरतेय. तुला काय वाटलं मी तुला ओळखणार नाही?”

“म्हणजे?”

“अगं...तूच सुमनची आई अंबा आहेस ना?”

“हो! पण तुम्हाला कसं कळलं?”

“माधव कुणालाही सहजासहजी लक्षात ठेवत नाही. जर तो त्यांना लक्षात ठेवत असेल तर तो त्याचा जानी दुश्मन असतो किंवा त्याच्या गुड बुक मधला तरी असतो.”

“तुम्हाला किती मुलं आहेत?”

“दोन...आणि तुझी सुमन काय करते?”

“तिलाही सरांसारखं व्हायचं म्हणून आय. पी. एस. च्या ट्रेनिंगसाठी सरदार वल्लभभाई पटेल अॅकेडमीत हैदराबादला आहे.”

“माधव म्हणजे ना! प्रचंड डेंजर प्राणी. ज्याला त्याला आपल्यासारखा बनवून सोडतो. आता त्या गोड पोरीलादेखील सोडलं नाही. कुठलं रिमोट कंट्रोल घेऊन फिरतो, देव जाणे.”

“संपूर्ण गाव त्याना देव मानायला लागले होते. गावातले काही जण त्यांचा शोध घ्यायला नागपूरला सुद्धा जाऊन आले होते. त्यांचं जे आडनाव होतं ते चूक होतं. नाव बरोबर होतं. म्हणून जिज्ञासेपोटी तुम्हाला विचारलं.”

“आणि आपली ओळख निघाली. बरोबर.”

“हो...”

“आता कळलं हे का घडलं म्हणून...पण तू गावावरून इकडे कशी आली?”

“नाशिकला भाऊ घेऊन आला...आता डॉक्टर जोशीकाका राहिले नाहीत.”

“मी तुला...तू वगैरे म्हणाले. वाईट तर नाही वाटलं?”

“उलट मला तुमच्याबद्दल जिव्हाळा जाणवला.”

“तू मुळात चांगलीच आहेस. जशी तुझी सुमनबद्दलची माया, तशीच कामाबद्दलची निष्ठा पाहून मलाही विश्वास झाला. यू आर समथिंग स्पेशल.”

अचानक अॅम्ब्युलन्सला हादरवणारा आवाज झाला. एक गोळी काच

फोडून आत आली व ती सलाईनच्या बॉटलमध्ये घुसली. काचेचे तुकडे ॲम्ब्युलन्समध्ये विखुरले गेले. ॲम्ब्युलन्सचा स्पीड अचानक वाढला. लगेच अंबाने ड्रीप बंद केली. नीडल बॉडीमधून काढली. पेशंटबरोबर तिला कुठल्याही प्रकारची रिस्क घ्यायची नव्हती. जान्हवीने डॉक्टर गोखलेंशी मोबाईलने संपर्क केला. तोपर्यंत अंबाने पुन्हा नवीन ड्रीप लावली. पलीकडून डॉक्टर गोखले म्हणाले,

"सिस्टरला कॅन्यूला कॅडगेटचा उपयोग कर म्हणून सांगा."

"अंबा, डॉक्टर कॅन्यूलाचा उपयोग करायला सांगत आहेत."

"कॅन्यूला नं. २२ लावलं म्हणून सांगा."

ॲम्ब्युलन्सच्या बाहेर एक गाडी ॲम्ब्युलन्सला थांबवायचा प्रयत्न करीत होती. शेवटी त्यांना यश आलं. ॲम्ब्युलन्स थांबली. ॲम्ब्युलन्सचे दार ठोठावण्यात येत होतं. बाहेरून कणखर व जबरदस्त आतंक माजवणारा आवाज आला.

"दरवाजा खोलो."

दरवाजा उघडला. बाहेरून त्यांनी विचारलं.

"किसका पेशंट है?"

"मेरा भाई है, साहब..."

अंबाने अभिनय करीत उत्तर दिलं. तेव्हा त्याचं लक्ष जान्हवीकडे गेलं.

"ये मोबाईल किसको लगा रही है?"

त्यांच्या ओरडण्याने...जान्हवीच्या हातून मोबाईल निसटला व खाली पडला. त्यांच्याकडे बघत जान्हवी म्हणाली.

"डॉक्टरसे पूछ रही थी...पेशंट को कौनसी दवाई देने का?"

रस्त्यावर कुणीतरी पडल्याचा आवाज झाला.

त्या गुंडाने लगेच पिस्तुल बाहेर काढली व आपल्या जोडीदाराला म्हणाला.

"जमील, क्या हुआ?"

"भाई चिंता नको...साला डरके मारे, बंदरकी तरह, मोटर सायकलसे जमीनपर टपका."

त्यांना दुर्लक्षित केल्यानंतर पुन्हा आत ह्यांना विचारू लागला.

"दुसरी और कोई ॲम्ब्यूलन्स दिखी क्या?"

"व्हय साहेब. ती सामने मुंबईकडे जाती आहे."

"जमील जल्दी से निकल...शिकार इसमें नही है..."

आणि ते मुंबईकडे निघाले. ॲम्ब्युलन्स ड्रायव्हर मागचं दार लावायसाठी

खाली उतरला. दार लावल्यानंतर ॲम्ब्युलन्स पुन्हा रस्त्यावर धावू लागली. जान्हवी काही क्षण अंबाकडे बघतच राहिली. अंबा विखुरलेले काचांचे तुकडे उचलत होती. जान्हवीसुद्धा तिच्या मदतीला सरसावली.

"अंबा, काय डेअरींग आहे तुझ्याकडे. मानावं लागेल."

"ताई, एक साधं सूत्र आहे जेव्हा मरण निश्चित आहे असं वाटतं तेव्हा भिऊन मरण्यापेक्षा डेअरींग करून मरा. मरणाला सामोरे जा. मरताना समाधान तरी मिळेल."

"वा...सुंदर...ह्या क्षणापासून मी ठरवलं, जगायचं तर तुझ्यासारखं..एसक्यूज मी. माधवला कळवावं लागेल." तितक्यात जान्हवीचा मोबाईल वाजला. जान्हवीला अंबाबरोबरचं बोलणं थांबवावं लागलं.

"हॅलो."

"जान्हवी बी ॲलर्ट. डॉक्टर चांडकला येणारा फोन दिशाभूल करणारा होता. कदाचित तुमच्यावर अटॅक होईल."

"अटॅक झाला."

"व्हॉट?"

"एस...पण घाबरण्यासारखं काही नाही."

"तुम्ही कसं मॅनेज केलं?"

"ते जाऊ दे...आता ते तुमच्याकडे निघाले आहेत."

"ओ. के."

फोन ऑफ केल्यानंतर जान्हवी अंबाला म्हणाली, "अंबा, डॉक्टर चांडकच्या मिसेसबद्दलची बातमी खोटी होती. एका अर्थाने बरं झालं. नाहीतर सरिता आणि कमांडोजमुळे सगळं बिंग फुटलं असतं. जे होतं ते चांगल्यासाठीच होतं."

अंबाने संपूर्ण काचेचे तुकडे डस्टबीनमध्ये टाकले. हात धुतल्यानंतर ती नॅपकीनने हात पुसत बसली होती. तिची नजर शेखरवर होती. इगतपुरी केव्हा गेलं हे कळलंसुद्धा नाही.

"अंबा, नाशिकात तू तुझ्या भावाकडे राहते?"

"नाही. वेगळी राहते. इथे आल्यानंतर मला पुन्हा दोन भाऊ मिळाले. एक मोठा. मोठ्यांनी राहायला घर दिलं. लहान्यानी जगण्यासाठी आणि आता नर्सिंग होममध्ये काम करते आहे."

"अजून मोठा भाऊ कोण गं?"

"पोलीस ॲकेडेमीचे सिनिअर इन्स्पेक्टर सावंत व त्यांच्या सौ. म्हणजे

सुशीलावहिनी. वहिनीच्या भावाचं घर रिकामं होतं. त्यांनी ते राहायला दिलं.

"आणि तुझ्यासख्ख्या भावाचं काय झालं?"

"वहिनीमुळे ते घर सोडावं लागलं..."

•••

अंबा शेवटचे पल्स बघत होती. बोलायचं थांबून तिने ब्लडप्रेशर तपासायला सुरुवात केली. तिच्या चेहऱ्यावर चिंतेच्या रेषा उमटायला लागल्या.

"अंबा, काय झालं?"

"ताई! डॉक्टरांना लवकर फोन लावा. ब्लड प्रेशर डाऊन होत आहे म्हणून कळवा."

"हॅलो डॉक्टर गोखले...शेखरचं ब्लड प्रेशर डाऊन होत आहे."

"सिस्टरला डोपामाइन द्यायला सांगा आणि तुम्ही कारडिएक थम्प (Cardiac Thump) करा. सगळं नॉर्मल होईल."

"कारडिएक थम्प म्हणजे काय गं?"

"पेशन्टच्या छातीवर जोराने दाबा किंवा बुक्का मारा. त्यामुळे पेशंटला पंचवीस ज्यूल्सची एनर्जी मिळते."

सरिताची कार दुसऱ्या डॉक्टरला घेऊन आली.

ॲम्ब्युलन्स थांबली. जान्हवीने मागून ड्रायव्हरला सांगितलं.

"ए बाबा...त्यांना फायरिंग झाल्याचं सांगू नको."

"एस मॅडम..."

ॲम्ब्युलन्समध्ये डॉक्टरच्या मागे मागे सरितासुद्धा आली. तिने जान्हवीला विचारलं.

"ताई, शेखर कसा आहे?"

"व्यवस्थित आहे. सिस्टर पूर्णपणे काळजी घेत आहेत."

शेखरला पाहून सरिताच्या चेहऱ्यावर समाधान झळकलं. नंतर ती आपल्या कारकडे गेली. पुन्हा त्यांचा प्रवास सुरू झाला. अम्ब्युलन्स शहापूर पार करत ठाण्याच्या दिशेने धावत होती. नवीन आलेले डॉक्टर शेखरला तपासत होते. त्यांनी अंबाला विचारलं,

"सिस्टर! काही कॉम्प्लीकेशन्स तर नाही झाले."

"बी. पी. रेट डाऊन होत होतं...तेव्हा डॉक्टर गोखले सरांनी फोनवर

डोपामाईन (Dopamine) द्यायला सांगितलं होतं.

"आता एव्हरीथिंग नॉर्मल आहे." नवीन आलेले डॉक्टर म्हणाले,

ठाण्याजवळ माधवच्या टीमने त्या मारेकऱ्यांना ठार केले होते आणि काही पोलीस पंचनामा करीत होते. जान्हवी व शेखरची ॲम्ब्युलन्स पोहोचल्यावर अंबाने ते दृश्य टिपले. तिची नजर माधवला शोधत होती. माधव सरिताच्या कारमध्ये जाऊन बसला होता. पुढे दोन किलोमीटरच्या अंतरावर पहिली ॲम्ब्युलन्स होती. नंतर मागोमाग शेखरची ॲम्ब्युलन्स होती.

ठाण्यापासून एक किलोमीटर आधी ठाण्याची एक ॲम्ब्युलन्स यांची वाट पाहत उभी होती. शेखरला ठाण्याच्या ॲम्ब्युलन्समध्ये शिफ्ट करण्यात आलं. त्या ॲम्ब्युलन्समध्ये ठाण्याचे डॉक्टर व नर्स मदतीला सज्ज होते. माधवचं लक्ष अंबाकडे गेलं. तो तिला बघतच राहिला. डोळ्यावर विश्वास बसत नव्हता. तेव्हा जान्हवी त्याच्याजवळ येऊन म्हणाली,

"ओळखलंस हिला?"

"अंबा तू...इथे...? माय गॉड...कशी आहेस?" अंबा लगेच माधवच्या पाया पडली. माधव तिला अडवायला गेला.

"हे काय करतेस?"

"नमस्कार! करू दे रे...तिची श्रद्धा आहे तुझ्यावर." जान्हवी म्हणाली.

"सुमी कशी आहे?"

मध्येच जान्हवी बोलली. "मज्जेत...ते मी तुला नंतर सविस्तर सांगते. चला निघू...अंबा, तुला मी उद्या भेटते नाशिकात."

"बरं ताई...!"

"अंबा, सॉरी...सरिताला बघितलंस ना! तिचा जीव कसा भांड्यात पडला होता. चल...काळजी घे... येते मी."

अंबाने पुन्हा त्या दोघांना नमस्कार केला. पुन्हा त्याच ॲम्ब्युलन्सनी ती परत नाशिककडे निघाली. तिला माधवशी खूप बोलायचं होतं. पण स्थिती तशी नव्हती. ठाण्याच्या दिशेने शेखरची ॲम्ब्युलन्स सायरन वाजवत पुढे निघून गेली. आधीची ॲम्ब्युलन्स चेंबूरजवळ पोहोचल्यावर पुन्हा तिच्यावर गोळीबार झाला. ठाण्याच्या ॲम्ब्युलेन्समध्ये शेखर होता. त्या ॲम्ब्युलन्सनी नेहमीचा रस्ता बदलवला व ते बॉम्बे हॉस्पिटलला पोहोचले. पहिली ॲम्ब्युलन्स के. इ. एम. हॉस्पिटलला पोहोचली होती.

•••

नाशिकला घरी परत आल्यावर अंबाने स्नान करून स्वत:साठी जेवण तयार केलं. जेवून लवकर झोपायला गेली. दुसऱ्या दिवशी रुटीनप्रमाणे ती नर्सिंग होमला गेली. डॉक्टर गोखलेंच्या चेंबरमध्ये तिने प्रवेश केला. तिला पाहून डॉक्टर गोखले आनंदी मुद्रेने म्हणाले,

"गुड मॉर्निंग सिस्टर..."

"गुड मॉर्निंग सर...सर, मी लहान आहे. मला एवढा मान देऊ नका."

"एनी वे...आय एम प्राऊड ऑफ यू...तुम्ही कालची सिच्युएशन व्यवस्थितपणे हँडल केली. मॅडम जान्हवी आणि कमिशनर साहेब तुमची खूप स्तुती करत होते."

"सर इटस् माय ड्यूटी...एनी अर्जंट केस?"

"नथिंग...सगळं रूटीन वर्क आहे."

"थँक यू सर."

अंबा त्यांच्या चेंबरमधून बाहेर आली. तिची नजर इमरानकडे गेली. इमरान छोटूला घेऊन आला होता. छोटूला अंबा म्हणाली.

"छोटू, कसा आहेस तू?"

"मावशी, मी आता बरा आहे."

"इमरान चल, आपण ह्याला चेकअपला घेऊन जाऊ."

असं म्हणत ही त्या दोघांना डॉक्टर गोखलेंच्या चेंबरमध्ये घेऊन गेली.

"सर...ह्या छोटूला रिव्ह्यूसाठी बोलावलं होतं."

अंबाने त्याची केस फाईल डॉक्टर गोखलेंसमोर ठेवली. डॉक्टरांनी एक नजर फाईलवरून फिरवली. नंतर छोटूची तपासणी केली आणि छोटूला म्हणाले, "आप अभी फिट हो गये हो. मैं कुछ दवाईयाँ लिख देता हूँ. महिनाभर ले लो, ताकद आ जायेगी।"

"थँक यू सर."

अंबा त्यांना चेंबरच्या बाहेर घेऊन आली. तेव्हा एक पोलीस इन्स्पेक्टर व महिला पोलीस कॉन्स्टेबल रिसेप्शनिस्ट जवळ अंबाची चौकशी करत होते. रिसेप्शनिस्टने अंबाकडे बोट दाखविले. ते अंबाजवळ आले. इन्स्पेक्टर अंबाला म्हणाला,

"तुमचं नाव अंबा आहे?"

"एस सर."

"मला तुमच्या घरची झडती घ्यायची आहे."

“का?”

“कारण तुमच्यावर चोरीचा आरोप आहे.”

पोलीस इन्स्पेक्टर ज्या पद्धतीने वागत होते ते पाहून येणारे जाणारे तिथे थांबले. त्यांची कुजबुज सुरू झाली होती. अचानक डॉक्टर गोखले त्यांच्या चेंबरमधून बाहेर आले. अंबाबरोबरचं पोलिसांचं वागणं त्यांनाही खटकलं. ते इन्स्पेक्टरला म्हणाले,

“काय प्रॉब्लेम आहे?”

“डॉक्टर, यांच्यावर चोरीचा आरोप आहे.”

“कुणी घेतला?”

“श्रीमती मीना महादेव भंडारी.”

“अंबा, तू ओळखते मीना महादेव भंडारी यांना!”

“एस सर. ती माझी वहिनी आहे.”

“चला इन्स्पेक्टर. तुम्ही आपला संशय पडताळून बघू शकता! इथे तमाशा करायची गरज नाही.”

अंबा डॉक्टर गोखलेंकडे वळून म्हणाली, “सर, मी यांचा संशय दूर करून येते.”

ती चोर नाही असा विश्वास तिच्या आवाजातून झळकत होता.

“नो प्रॉब्लेम.” डॉक्टर गोखले म्हणाले.

अंबा पोलिसांच्या जीपमध्ये घरी पोहोचली. तेव्हा घरासमोर बघ्यांची गर्दी आधीच तयार होती. कारण मीनावहिनीनी गर्दीसाठी वातावरण तयार करून ठेवले होते. इमरान आपल्या मोटार सायकलवर पोलिसांच्या मागोमाग आला व दूर उभा राहून निरीक्षण करू लागला. अंबाने दार उघडले. मीना भंडारीसुद्धा पोलिसांच्याबरोबर आत आली व म्हणाली,

“इन्स्पेक्टरसाहेब, फ्रीजमध्ये बघा. तिथेच सर्व माल मिळेल.”

मीना स्वतःच पुढे झाली. फ्रीज दिसताबरोबर तिने फ्रीज उघडला. मिठाईचा डबा बाहेर काढला. नंतर डायनिंग टेबलवर ठेवून मिठाईच्या खालच्या भागातून लपविलेला नेकलेस काढून दाखवला. आनंदाने म्हणाली.

“इन्स्पेक्टर साहेब, हा बघा माझा नेकलेस.”

अंबाला मीनावहिनीच्या षड्यंत्राची कल्पना आली. तिला पायाखालची जमीन सरकताना जाणवली.

“मॅडम अंबा...हा तुमचा नेकलेस आहे?” इन्स्पेक्टरने करड्या

स्वरात विचारले.

"नाही."

"मग इथे कसा आला?"

तिच्यातली उत्तर देण्याची क्षमता संपली. तिने आपल्या मनाशी ठरवलं, काही झालं तरी ती आपल्या भावाबद्दल बोलणार नाही. मध्येच मीनावहिनी म्हणाली.

"इन्स्पेक्टरसाहेब, हिला पोलीस स्टेशनवर घेऊन चला. मग बोलेल पटापट."

"चला मॅडम."

"ठीक आहे. आधी मला घराचं दार लावू द्या."

"ओ. के."

दार लावल्यानंतर इन्सपेक्टरसाहेबांनी सर्वांसमोर अंबाला बेड्या ठोकल्या. तेव्हा मीनावहिनीचा चेहरा आनंदाने उजळला होता. अंबा पोलिसांच्या गाडीत बसून पोलीस स्टेशनकडे निघाली. हे दृश्य पाहून इमरानने लगेच आपल्या अबूला फोन केला.

"अबू, अंबा मौसी को पुलीस पकडकर ले गयी. उन्हे उनके रीश्तेदार ने चोरी के इल्जाम में फंसाया है."

"ऐसा करो. उनके पीछे चलो और बादमें बताओ कौनसे पुलीस स्टेशन में रखा है। तब तक हम अपने वकीलसे बात करते है। और हां. वहां से सीधे दुकान आ जाओ."

"जी, ठीक है...अल्लाह हाफिज."

इमरानने मोबाईल बंद केला व पोलीस व्हॅनच्या मागोमाग निघाला.

पोलीस स्टेशनमधून इन्स्पेक्टरने डॉक्टर गोखलेंना फोन केला.

"हॅलो, मी डॉक्टर गोखले बोलतो."

"इन्स्पेक्टर साळुंके धीस साईड. डॉक्टर, मला सांगायला वाईट वाटते. अंबाला आम्ही अरेस्ट केलं. पुढच्या चौकशीसाठी आम्ही तुमच्याकडे येऊ. तेव्हा प्लीज तुमचं को-ऑपरेशन लागेल."

आणि इन्स्पेक्टरने लगेच फोन कापून दिला. डॉक्टर गोखले काही क्षण फोन हातात धरून होते. नंतर मोबाईलवरून लगेच जान्हवीला कॉल केला. "क्षमा करा, तुमचा कॉल पूर्ण होऊ शकत नाही." पुन्हा पुन्हा प्रयत्न केल्यानंतरही हेच उत्तर डॉक्टर गोखले ऐकत होते.

इमरानच्या अबूंना दुपारपर्यंत अंबाचा जामीन मिळविण्यात यश आलं. अंबा लॉकअपमधून बाहेर आल्यावर म्हणाली,

"भाई साहब...इमरान को मेरे घर भेज सकते है?"

"हां...हां. आप चिंता मत कीजिये। हमारे होते हुए, कोई भी आपका बाल बाका नही कर सकता।"

आणि इन्स्पेक्टरकडे डोळे रोखून बघायला लागले. तो मगरूरपणे स्वत:च्या कानात काडी फिरवीत होता. अंबा म्हणाली,

"भाईसाहेब, मी आपली आभारी आहे."

"दीदी, ऐसा बोलकर हमे शरमिंदा मत कीजिए। हमें पता है, आपको प्लानिंग से फंसाया गया है। खुदा गवाह है...दूध का दूध और पानी का पानी होकर रहेगा..."

इकडे डॉक्टर गोखले जान्हवीला वारंवार संपर्क करण्याचा प्रयत्न करीत होते. पण जान्हवीशी संपर्क होत नव्हता. ते डोक्यावर हात ठेवून डोळे बंद करून चिंताग्रस्त अवस्थेत बसले होते.

"डॉक्टर गोखले, नमस्कार!"

जान्हवी उद्‌गारली. जान्हवीला समोर बघून डॉक्टरांना विश्वासच बसेना. ते धाडकन् उभे झाले.

"काय झालं डॉक्टर...एनीथिंग रॉंग?"

"मॅडम, बसा..."

खोल श्वास घेत डॉक्टर म्हणाले,

"मॅडम खूप वेळापासून मी तुमच्याशी संपर्क करण्याचा प्रयत्न करीत होतो. पण नेटवर्क सापडत नव्हतं आणि...अचानक...समोर...तुम्हाला बघितल्यावर आधी विश्वासच बसला नाही."

"असं म्हणता?"

"आधी तुम्ही सांगा. शेखरला काही प्रॉब्लेम?"

"नाही. काल आमच्याकडे चेकबुक नसल्यामुळे तुमचं बिल देता आलं नाही."

"ते केव्हाही देता आलं असतं!"

"मग...असं कुठलं महत्त्वाचं काम होतं?"

"आमच्या नर्सबद्दल."

"म्हणजे अंबाबद्दल. ॲम्ब्युलन्सबरोबर ती परत आली नाही?"

"आली हो! पण आज पोलीस इन्स्पेक्टर साळुंके तिला पकडून घेऊन गेले.''

"का?''

"चोरीच्या गुन्ह्यात.''

"कुणाच्या तक्रारीवरून?''

"तिच्या वहिनीच्या.''

"म्हणजे, शेवटी वहिनीने फसवलंच तिला?''

"असं घडेल हे माहीत होतं तुम्हाला?''

"इतक्या लवकर घडेल हा अंदाज नव्हता. पण तुम्ही काळजी करू नका. हे प्रकरण मी पर्सनली बघते. बाय द वे, हॉस्पिटलचे किती बिल झालं?''

"सत्तर हजार.''

जान्हवीने चेक बुकवर सत्तर हजाराचा आकडा टाकला. तो चेक डॉक्टरांना दिला. तिथूनच तिने डी. सी. पी. साहेबाना फोन लावला.

"हॅलो राव साहेब...मी मिसेस अधिकारी बोलतेय.''

"'नमस्कार मॅडम. एनी प्रॉब्लेम.''

"मला एक माहिती हवी आहे. इन्स्पेक्टर साळुंके कुठल्या पोलीस स्टेशनचे इन्चार्ज आहेत?''

"सराफा मार्केटच्या पोलीस स्टेशनचे.''

"ओ. के. मला एक फेवर हवं आहे. लगेच कुठल्यातरी सिनीअर ऑफीसरला त्या पोलीस स्टेशनमध्ये पाठवा. मी पोहोचतेच आहे.''

"एस मॅडम.''

जान्हवी तडकाफडकी सराफा मार्केटच्या पोलीस स्टेशनकडे निघाली. रस्त्यात जान्हवीचा मोबाईल वाजला.

"हॅलो, मॅडम, मी सिनिअर इन्स्पेक्टर कुलकर्णी बोलतो. राव सरांनी तुमच्याशी संपर्क करायला सांगितलं आहे.''

"वेल, तुम्ही असं करा. सराफा पोलीस स्टेशनमधून मीना महादेव यांचा पत्ता कलेक्ट करा व त्यांना सराफा पोलीस स्टेशनमध्ये घेऊन या. आपण तिथेच भेटू.''

"बरोबर मॅडम.''

•••

अंबा घरी आल्याबरोबर सोफ्यावर येऊन बसली. डोळ्यातनं अश्रूधारा सुरू होत्या. आज तिला तिचा श्वाससुद्धा परका जाणवत होता. ती घरी इमरानची वाट बघत बसली...

जान्हवीने डी. सी. पी. ला मोबाईल करून पुन्हा एक लेडी इन्स्पेक्टर आणि सिनिअर ऑफीसरला सराफा पोलीस स्टेशनला पाठवायला सांगितले. जान्हवी पोलीस स्टेशनला पोहोचली तेव्हा इन्स्पेक्टर साळुंके फोनवर गप्पा मारत बसला होता. तिने पुन्हा डी. सी. पी. ना कॉल केला.

"मी पोहोचले."

"राईट मॅडम...ते सुद्धा पोहोचतील."

"थँक्स-!"

त्या क्षणानंतर एक ऑफिसर सिव्हिल ड्रेसमध्ये पोलीस स्टेशनमध्ये दाखल झाले. त्यांना बघून हवालदाराने खाड्कन सॅल्यूट ठोकला. त्यामुळे इन्स्पेक्टर साळुंकेचे लक्ष त्यांच्याकडे गेलं. नंतर त्याने जान्हवीकडे बघितलं.

आणि साळुंके जान्हवीला म्हणाला

"मॅडम तुम्ही इथे...तुम्ही तर मुंबईला?"

"कुणी सांगितलं?"

"नाही. मुंबईला जाताना...तुमच्या ॲम्ब्युलन्सवर गोळीबार झाला होता."

"इन्स्पेक्टर साळुंके, तुम्ही शुद्धीवर आहात की नाही? तुम्ही जेव्हा हॉस्पिटलला येऊन गेलात तेव्हा मी या साहेबांबरोबर बाहेर गेले होते."

इन्स्पेक्टर साळुंके त्या ऑफीसरला म्हणाला,

"सर, हे कसं शक्य आहे? काल सकाळी माझ्या माणसांनी ह्यांना ॲम्ब्युलन्समध्ये शिरताना बघितलं होतं."

"कुठला माणूस तुमचा? आणा त्याला माझ्यासमोर..."

इन्स्पेक्टर साळुंकेनी लगेच वैद्य म्हणून जोरानं हाक दिली.

"एस सर."

पटकन एक महिला कॉन्स्टेबल हजर झाली. तेव्हा साळुंकेनी त्यांना विचारलं,

"काय वैद्य मॅडम, तुम्हीच यांना ॲम्ब्युलन्समध्ये जाताना बघितलं होतं ना!"

वैद्य जान्हवीकडे बघायला लागली. तेव्हा जान्हवी तिच्या डोळ्यात आपली नजर रोखत म्हणाली,

“काय मॅडम...ती मीच होते की, एखादं दुसरं कुणी होतं?”

जान्हवीच्या आत्मविश्वासासमोर वैद्य मॅडम डगमगल्या.

“नाही...हो-हो-तुम्हीच, नाही मॅडम, कदाचित मला भास झाला असावा.”

“काय साळुंके, कशी माणसं ट्रेन्ड करता तुम्ही?...बरं जाऊ द्या...मला एक सांगा. हॉस्पिटलमधल्या अंबा नावाच्या सिस्टरला तुम्ही कसं काय इकडे उचलून आणलं. आमच्या पेशंटची संपूर्ण काळजी त्या घेत आहेत. तरी तुम्ही असं बेजबाबदारपणे का वागता साळुंके.”

“म्हणजे पेशंट अद्याप तिथेच आहे.”

“हो ह्या साहेबांना विचारा? हे सोबतच आहेत ड्यूटीवर...बरं, हे सांगा त्या सिस्टरचा काय गुन्हा होता?”

जान्हवी साळुंकेला विचार करण्याची संधी न देता त्याची उलटतपासणी करत होती.

“त्यांनी नेकलेस चोरला.”

“गुन्हा कुणी नोंदविला?”

“तिच्या वहिनीनी.”

“नेकलेस कुठे सापडला?”

“अंबा मॅडमच्या घरी.”

“नेकलेस त्यांच्या घरी कुठे सापडला?”

“फ्रीजमध्ये.”

“तुम्हाला कसं कळलं?”

“त्यांच्या वहिनीनी काढून दाखवला.”

“म्हणजे त्यांच्या वहिनी, तिनेच स्वत: तिथे जाऊन तो नेकलेस फ्रीजमध्ये ठेवला आणि सर्व आरोप नर्स अंबावर? व्वा! इन्स्पेक्टर, ही कसली तफतीश?”

“मॅडम...माईंड युवर लँग्वेज...मी इथला इन्चार्ज आहे. मी काहीही करू शकतो.”

“इन्चार्ज आहात म्हणून कायद्याचा गैरफायदा घेता येतो?”

“तुम्हाला काय अधिकार आहे कायद्याबद्दल बोलण्याचा?”

“मी या देशाची नागरिक आहे. कायद्याबद्दल बोलणं हा आमचा जन्मसिद्ध अधिकार आहे. आणि बाय द वे, फॉर युवर काईंड इन्फरमेशन, मी वकील आहे. हे माझं कार्ड.”

तितक्यात सिनिअर इन्स्पेक्टर कुळकर्णी मीनाला घेऊन आले. तेव्हा

लेडी इन्स्पेक्टरने मीनाला प्रश्न केला.

"खरोखर...अंबाने तुमचा नेकलेस चोरला?"

"हो मॅडम...मी प्रामाणिकपणे सांगते. माझा नेकलेस अंबाने चोरला."

"असं म्हणतेस?"

लेडी इन्स्पेक्टर म्हणाली, मध्येच सिनिअर इन्स्पेक्टर कुलकर्णी ओरडले.

"बर्फाच्या लादीवर झोपवा तिला आणि चाबकाचे फटके हाणा. मग मीठ चोळा तिच्या जखमेवर." कुळकर्णीच्या धारदार आवाजाने मीना भंडारी घाबरली. थरथरत म्हणाली,

"असं काही करू नका साहेब. मी सगळं काही खरं सांगते."

लेडी इन्स्पेक्टर म्हणाली, "चल, बोल लवकर."

"साहेब! मीच माझ्या नवऱ्याच्या हाताने मिठाईचं पॅकेट अंबाकडे पाठवलं होतं आणि त्यात मिठाईच्या खाली नेकलेस लपवून ठेवला होता. तिची काय बी चूक नाही."

"फ्रीजमध्येच डबा ठेवला आहे. हे कसं कळलं?"

"माझ्या नवऱ्यानेच डबा फ्रीजमध्ये ठेवला. अंबा मिठाईसुद्धा घ्यायला तयार नव्हती. असं ते म्हणाले."

"म्हणजे तुझे मिस्टरसुद्धा ह्या कटात सामील आहेत?"

"त्यांना ह्याबद्दल काही कल्पना नाही."

"मग तू कबूल करतेस...अंबाची कुठलीही चूक नाही आहे."

"हो सर."

"मग फिर्याद मागे घेऊन लिहून देशील तर आम्ही तुला आता सोडतो."

"लिहून देते साहेब...हे सर्व कारस्थान मीच रचले होते साहेब आणि फिर्याद मागे घेते साहेब."

"इन्स्पेक्टर साळुंके, अंबा कुठे आहे?"

जान्हवीने इन्स्पेक्टर साळुंकेला जाब विचारला.

"मॅडम, तिला जमानतीवर सोडलं."

"लगेच अंबाला व तिच्या जमानतदाराला सांगा फिर्यादीने कंम्प्लेट मागे घेतली आहे."

"एस मॅडम."

क्षणाचाही विलंब न करता साळुंकेने त्या सर्वांना कळवलं. सिव्हिल ड्रेसमधल्या ऑफिसरने मीना भंडारींना विचारलं.

“मॅडम, या कारस्थानासाठी तुम्ही किती पैसे खर्च केले?”

“सर, साळुंके साहेबाला दहा हजार दिले व वैद्य मॅडमला पाच हजार दिले.”

“लिहून देशील.”

“एस सर.”

“काय इन्स्पेक्टर साळुंके?”

जान्हवीने उपरोधात्मक प्रश्न केला.

“नाही मॅडम, ही बाई खोटं बोलते.”

“आता कळलं ना!”

जान्हवी साळुंकेला म्हणाली, नंतर त्या सिव्हिल ड्रेसमधल्या ऑफीसरला म्हणाली,

“ऑफीसर, इन्स्पेक्टर साळुंके आपला माणूस आहे. पण या बाईला कोठडीत ठेवा. कुठल्याही परिस्थितीत हिचा जामीन व्हायला नको. असे कारस्थान रचणाऱ्यांना कळू द्या. वाईट मार्गाची शिक्षा काय असते ती?”

“एस मॅडम.”

मारेकऱ्यांचा इन्फॉरमर इन्स्पेक्टर साळुंके आहे. हे जान्हवीने ताडलं. ती काही क्षणासाठी बाहेर निघाली. मोबाईल ऑन केला.

“हॅलो माधव. मारेकऱ्यांचा इन्फॉरमर इन्स्पेक्टर साळुंके आहे. आता पुढे काय करायचं?”

जान्हवीने माधवला सगळ्या घटनांची माहिती दिली.

“त्याला गफलतीत ठेव...आणि तू नाशिकलाच थांब. मी लगेच नाशिकला येतो.”

“बरोबर.”

माधवला आधीच संशय होता. म्हणून त्याने आपली माणसं नाशिकला पाठविली होती. त्यामध्ये त्यांचा खास माणूस होता इन्स्पेक्टर जहीर. माधवने जहीरला पुढच्या कामगिरीसाठी सूचना दिल्या.

पोलीस स्टेशनला इमरानचे अब्बू व त्यांच्या सोबत त्यांचे वकील दाखल झाले. चौकशीच्या दरम्यान त्यांना कळलं जान्हवी मॅडम मुंबईच्या हायकोर्टाच्या प्रसिद्ध वकील व मुंबई कमिशनरच्या पत्नी आहेत. इमरानचे अब्बू जान्हवीला आदरयुक्त भावनेने म्हणाले,

“आदाब, मॅडमजी.”

“नमस्ते!”

“हमनेही सिस्टर अंबा की जमानत ली थी।”

“बहोत नेक दिल इन्सान है आप. भगवान तुमच्यावर आपली विशेष मेहर नजर ठेवो.”

“शुक्रिया, मॅडमजी.”

“आप अंबाको कैसे जानते है?”

“वो हमारे लिये फरिश्तेसे कम नही है।”

“आप उनका घर जानते है? फार्मलिटी पुरी होने के बाद हमारे साथ चलेंगे?”

“जी!”

इकडे जेव्हा इमरानला कळलं तेव्हा तो नज़माला घेऊन अंबाकडे पोहोचला.

“मौसी, मुबारक हो. असली मुज़रीम पकडा गया है, उसने अपना गुनाह कबूल किया है।”

“किसने?”

अंबाने इमरानला प्रश्न केला पण तेवढ्यात दारात जान्हवी व इमरानचे वडील पोहोचले. सोबत इन्स्पेक्टर कुळकर्णी पोलीस जीप बरोबर आले. हे सगळं बघून बघ्यांची गर्दी जमली होती. जान्हवीला बघताच, अंबा तिला जाऊन बिलगली. अंबाच्या डोळ्यातून अश्रूधारा ओघळायला लागल्या. नंतर तिचे लक्ष नज़माच्या वडिलांकडे गेले. ती त्यांना म्हणाली,

“आइये भाईसाहब!”

“नही दीदी, मैं निकलता हूं.”

आणि ते इमरानला म्हणाले,

“ईमरान, आप मौसी के पास रुको.”

“जी!”

आणि ते नज़माला घेऊन परत गेले. तिथे बघ्यांची गर्दी जमली होती. पोलीस त्यांना त्यांच्या कामावर जाण्याची विनंती करत होते. त्यापैकी एका दुकानदाराने ईमरानला काय घडलं म्हणून विचारलं.

“मौसी को किसीने फंसाने की कोशीश की थी। मुंबईके कमिशनर साहब की मॅडम को पता चला तो प्लेन से नाशिक आयी.”

“वो इनकी रिश्तेदार है?”

“जी...!”

“सुमन दिखती नही। कहा गयी है?”

“आय. पी. एस. की ट्रेनिंग को”

“अरे बाप रे...”

हे एका पोलीस कॉन्स्टेबलनी ऐकलं आणि बघ्यांची गर्दी पांगवायला लागला. इमरान कंपाऊंडच्या दाराजवळ उभा होता. घरात जान्हवीला अंबाने पाणी दिले. पाणी प्यायल्यानंतर जान्हवी म्हणाली,

“किती नीटनेटकेपणा ठेवतेस गं घरात?”

“ताई, थँक यू...तुम्ही मला या कलंकातून मुक्त केलंत.”

“अंबा, तू आता कुठलाही वाईट विचार मनात आणू नकोस. अशी वादळे पेल्यातच असतात.”

“पण पेला जेव्हा घरचा निघतो तेव्हा खूप वेदना होतात.”

“बरोबर आहे. म्हणून वेदना कशा कमी करायच्या याचं तंत्र देवाने तुला दिलं आहे. त्यामुळे तुला दुःखी व्हायचं काही कारण नाही.”

जान्हवीचा मोबाईल वाजला. पलीकडून माधव होता.

“हॅलो माधव...हं...बरं ठीक आहे. मी सांगते तिला.”

अंबाकडे बघत जान्हवी म्हणाली,

“अंबा...माधवला पुन्हा तुझी मदत हवी आहे.”

“मी तयार आहे.”

“मला माहीत होतं. तू तयार होशील. पण विचारलं नाही, कुठली मदत हवी ती.”

तितक्यात अंबाचा मोबाईल वाजला. पलीकडून डॉक्टर गोखलेंचा आवाज होता.

“थँक्स गॉड...अंबा तू निष्कलंक सुटलीस. माधवसरांची पुन्हा रिक्वेस्ट आहे. प्लीज तू आता नाईट शिफ्टला यावं.”

“मी तयार आहे सर.”

“थँक यू...”

हसत जान्हवीकडे बघत अंबा म्हणाली,

“डॉक्टरांनी, माधवसरांचा मेसेज कळविला.”

“चला, तुला कळलं तर!”

जान्हवीच्या चेहऱ्यावर हसू फुटलं. पण लगेच स्वतःला सावरत म्हणाली,

“अगं, भूक लागली आहे. काही करशील की असंच कटवणार आहेस?”

“ताईऽऽऽ”

दोघेही हसत किचनकडे वळल्या.

•••

प्रदीपला कळल्यावर तो पुण्यावरून घरी आला. त्याच्या बाबांशी म्हणजे महादेवशी काही न बोलता तो मोटार सायकल घेऊन निघाला. तो सरळ पोलीस स्टेशनला गेला. तिथल्या कॉन्स्टेबलजवळ त्याने इन्स्पेक्टर साळुंकेची चौकशी केली.

“साळुंके साहेबांनी इथला चार्ज सोडला आहे.”

“मग त्यांच्या जागी कोण आलेत?”

“ते बघा...”

प्रदीप स्वत:चा आत्मविश्वास गोळा करून नव्या इन्चार्जकडे वळला.

“एक्सक्यूज मी, सर.”

“एस...”

“मला मिसेस भंडारींशी भेटायचं आहे.”

“कोण तुम्ही?”

“मी त्यांचा मुलगा प्रदीप.”

“काय करता?”

“पुण्यात एका सॉफ्टवेअर कंपनीत इंजिनिअर आहे.”

“त्यांना भेटून काय होईल?”

“तिला बरं वाटेल.”

“काय बरं वाटेल...आधी त्यांना बाहेर काढायचा प्रयत्न करा.”

“त्यासाठी काय करू?”

“तुमच्या आत्याला विनंती करा. कोर्टाबिर्टाच्या भानगडीत न पडता कुटुंबाचे प्रश्न कुटुंबातच सोडवा. प्रकरण बाहेर चव्हाट्यावर आणू नका.”

“म्हणजे जमानत मिळणार नाही?”

“खरं म्हणजे तुम्हीसुद्धा या कटात सामील होता! तुम्हालासुद्धा मी आत टाकू शकतो. आणि इतकं नक्की, थर्ड डिग्रीचा वापर केल्यावर तुम्ही पण पटापट पोपटासारखं गुन्हा कबूल कराल.”

“तुम्ही कुठल्या आधारावर हा आरोप करता?”

"आम्हाला आरोपी व त्यांचे साथीदार पटकन ओळखता येतात. तुम्ही गुन्हेगार नाहीत, तर मग आपल्या सख्ख्या आत्याची क्षमा मागा. केस तिथेच क्लोज होते.''

"त्यांच्याशी एकदा भेटू देता...आय रिक्वेस्ट यू.''

"भेटा...जा...त्या बॅरेकमध्ये आहेत.''

प्रदीप बॅरेककडे गेला. तेव्हा मीना गुडघ्यात डोकं खुपसून बसली होती. तिला बघताच त्याला रडायला आलं. हळू स्वरात तो म्हणाला,

"आईऽऽ"

मीनाने प्रदीपकडे नजर उचलली व लगेच उठून प्रदीपजवळ आली. प्रदीप लोखंडी बारच्या पलीकडे उभा होता. निराश, हरवलेला.

"प्रदीप, जा, लवकर जा तुझ्या आत्याकडे. माझ्यावतीने तिची क्षमा माग. ती क्षमा करेल. ती बिचारी मुकाट्याने सगळं करत गेली. ती आपलं घर सोडून गेली. मला तिला नाशिकात राहू द्यायचं नव्हतं. त्याचं हे फळ भोगते आहे. मला इथून सोडवायचं असेल तर तिच्या पाया पड. ती नक्की क्षमा करेल. नाहीतर तुझी आई इथेच तळमळत राहील.''

"असं म्हणू नकोस. मी काहीतरी करेन.''

प्रदीपला काय करावं कळेना. मन अंबाला क्षमा मागायला तयार नव्हते. इन्चार्ज इन्स्पेक्टर त्याच्या मागे केव्हा येऊन हे सर्व ऐकत होते हे त्याला कळलंसुद्धा नाही. त्यांच्या आवाजाने तो आश्चर्याने त्यांच्याकडे पाहायला लागला.

"मिस्टर प्रदीप, तुमच्या आईने सांगितले आहे की, तुम्ही सुद्धा या कटात सामील होता. त्यामुळे तुम्ही पण गुन्हेगारांच्या कक्षेत मोडता. सध्या मी तुम्हाला सुधारण्याची एक संधी देतो आहे. नाहीतर कायद्याप्रमाणे तुम्हा दोघांची शिक्षा नक्की आहे.''

"जा बेटा, साहेबांचं ऐक. आत्याला क्षमा माग. कबूल कर- आपण चुकलो.''

प्रदीप काही न बोलता तिथून बाहेर गेला. नंतर आपल्या मित्राला भेटला. त्याना घेऊन शहरातल्या बड्या बड्या वकिलांची भेट घेत होता. तूर्त त्याला अंबेची क्षमा मागायची नव्हती.

●●●

अंबा नाईट ड्यूटीवर आली. आज तिला हॉस्पिटलचं दृश्य बदलल्यासारखं दिसत होतं. पोलीस साध्या वेषात हिंडताना दिसत होते. नेहमीप्रमाणे ती डॉक्टर गोखलेंच्या चेंबरमध्ये गेली.

"गुड इव्हनिंग सर."

"गुड इव्हनिंग..."

श्रीमती जान्हवी अधिकारी सुद्धा तिथेच बसल्या होत्या. त्यांना बघून अंबाला आश्चर्य वाटलं. ती म्हणाली

"मॅडम, तुम्ही इथे?"

तेव्हा डॉक्टर गोखले गंभीर स्वरात म्हणाले, "सिस्टर आजसुद्धा तुम्हाला एका पेशंटची विशेष काळजी घ्यायची आहे. त्यांना स्पेशल आय. सी. यू. मध्ये ठेवलं आहे. कुठल्याही परिस्थितीत त्यांना एकटं सोडायचं नाही. जोपर्यंत हे विशेष ओळखपत्र तुम्हाला दाखविण्यात येणार नाही. तोपर्यंत तुम्ही कुणालाही पेशंटला हात लावू द्यायची परवानगी देऊ नये. मग तो कुठलाही डॉक्टर असो वा पोलीस ऑफीसर."

"तुम्हाला?"

"एस. मग मी का असेना? जर कुणीही जबरदस्ती पेशंटजवळ जाण्याचा हट्ट केला, तर हेल्प...हेल्प असं ओरडायचं."

जान्हवी चेहरा पाडून शांत बसल्या होत्या, त्यांच्याकडे बघत अंबा म्हणाली,

"मॅडम, काय झालं?"

"चला डॉक्टर, मीसुद्धा सोबत येते."

तिघेही कुणाशी काही न बोलता स्पेशल आय. सी. यू. मध्ये आले. अंबा पेशंटला बघून थक्क झाली. बिछान्यावर चक्क माधव डोळे मिटून झोपले होते. त्यांना सलाईन चढवली होती. न राहवून अंबाने प्रश्न केला.

"मॅडम...सरांना काय झालं?"

"माझ्याशी बोलून झाल्यानंतर मारेकऱ्यांनी त्यांना पुन्हा गाठलं. त्यांना गोळी लागली होती. ऑपरेशन नंतर इथे हलविण्यात आलं आहे."

"हे सर्व केव्हा घडलं?"

"तुझ्या घरून निघाल्यानंतर."

"हे देवा..."

"अजून एक...तू ह्या दाराजवळ स्टुलवर बसून सरांवर फक्त दुरून लक्ष

ठेवावं.''

''असं कसं म्हणता मॅडम? म्हणजे मी सलाईन, पल्स...टेंपरेचर तपासायचं नाही?''

''एस्...तू फक्त एवढंच करावं...बाकी सर्व डॉक्टर गोखले बघतील.''

अंबा मुकाट्याने रूमच्या आत दाराजवळ स्टुलावर बसली.

तिला जान्हवीची अट संताप देणारी वाटली. ती संताप आवरण्याच्या प्रयत्नात दु:खी झाली. जान्हवीशी भांडावं की स्वत: रडावं तिला कळत नव्हतं. राहून राहून तिला अनामिक भीती वाटत होती. ती डोळे फाडून माधवकडे बघत होती. अचानक डोळ्यातून अश्रू ओघळायला लागले. लगेच तिने अश्रू पुसून काढले. तितक्यात डॉक्टर गोखल्यांनी प्रवेश केला. न कळत ती म्हणाली.

''कार्ड प्लीज!''

डॉक्टरांनी आपलं ओळखपत्र दाखवलं. अंबाने त्यांना पेशंटकडे जाऊ दिलं. डॉक्टर गोखले पेशंटजवळ गेले. पेशंटला तपासल्यावर सलाईन फ्लो बघत बसले. मॉनिटरवरचे आकडे बरोबर येत नव्हते. डॉक्टरांनी एका तासानंतर सलाईन बॉटल बदलली. नंतर ते बाहेर गेले. लगेच दुसरे डॉक्टर आले. तेव्हा पुन्हा न कळत अंबाने प्रश्न केला.

''कार्ड प्लीज?''

त्यांनी अंबाला आपलं ओळखपत्र दाखवलं. ते काही काळ माधवजवळ बसले. जान्हवीला मेसेज आला. त्यांनी डॉक्टराना खूण केली. अचानक डॉक्टर बाहेर निघाले. आता रूममध्ये जान्हवी व अंबा फक्त दोघीच होत्या. पेशंट माधवकडे त्यांचं लक्ष होतं.

''सिस्टर, मी बाथरूमला जाऊन येते.''

''ओ. के. मॅडम.''

जान्हवी बाहेर निघाली. काही काळ ती माधवकडे टक लावून बघत होती. डॉक्टर चांडक व अनोळखी डॉक्टर आत आले.

''युवर कार्ड प्लीज.''

''सिस्टर, काय नॉनसेन्स बोलता आहात. आपण रोज सोबत काम करतो आणि हे डॉक्टर गांजावाला. पेशंटला तपासायला मुंबईवरून स्पेशल फ्लाईटने यांना आणण्यात आलं आहे.''

''आय डोन्ट केअर. आधी कार्ड''

''सिस्टर, पेशंटला पाहणं किती गरजेचं आहे हे तुम्हाला माहीत नाही.''

"डॉक्टर मला फक्त एवढचं माहिती आहे. प्लीज शो युवर कार्ड. देन ऑन्ली तुम्ही पेशंटला तपासू शकता? मी पुन्हा सांगत्ये."

"इन्स्पेक्टर, जरा आत या." इन्स्पेक्टर साळुंके आत आले व डॉक्टर चांडककडे आश्चर्याने पाहू लागले.

"इन्स्पेक्टर साळुंके...ह्या सिस्टरला समजवा."

"सिस्टर...सकाळचा हिसका विसरला वाटतं. जास्त स्मार्टनेस दाखवाल तर आत्ता पोलीस स्टेशनला फरफटत घेऊन जाईन."

अंबा त्या तिघांचा रस्ता अडवून म्हणाली,

"आधी ओळखपत्र दाखवा मग काहीही करा. मी अडवणार नाही."

हे ऐकून इन्स्पेक्टर साळुंके चिडला. त्याने अंबाला ढकललं आणि ती खाली पडली. पडता पडता ती ओरडली,

"हेल्प...हेल्प..."

ते तिघेही पिस्तुल घेऊन माधवकडे वळले. त्यांचा चाप ओढायच्या आधी पडद्यामागून गोळीबार झाला. पेशंटनेसुद्धा त्यांच्यावर गोळ्या झाडल्या. ते तिघेही तिथेच कोसळले. वऱ्हांड्यात साळुंकेची माणसं तोंडावर कापडं बांधून होती. त्यांनी पिस्तुल दाखवून बाहेर भीती दाखवायचा प्रयत्न केला. पण इन्स्पेक्टर जहीर व त्याच्या कमांडोजनी काहींना यमसदनी पाठविले व बाकीच्यांना अरेस्ट केलं. सगळं शांत झाल्यावर अंबा उठण्याचा प्रयत्न करीत होती. ती भिंतीवर आदळली होती. जान्हवीने तिला आधार दिला. अंबा पदराने आपल्या माथ्यावरचा घाम पुसायला लागली. जान्हवी म्हणाली.

"थँक यू...सिस्टर..."

"म्हणजे, असं घडेल तुम्हाला माहीत होतं?"

"हो..."

"मारेकऱ्यांना इन्स्पेक्टर साळुंकेंनी कळवलं की, माधव सर इथेच हॉस्पिटलमध्ये जखमी अवस्थेत आय. सी. यू. मध्ये आहेत. त्यामुळे आज पुन्हा त्यांचं आक्रमण निश्चित होतं. साळुंकेला कन्फर्म नव्हतं की, गोळी शेखरला लागली होती की, माधव सरांना, म्हणून त्याने पुन्हा प्रयत्न केला आणि हे सर्व तुझ्यामुळे कळलं."

"माझ्यामुळे!"

"हो. त्या दिवशी मी तुझ्या संदर्भात पोलीस स्टेशनला गेले नसते. तर हे कळलंच नसते. इव्हन खरी परिस्थिती डिपार्टमेंट व होम मिनिस्टरलासुद्धा

माहीत नाही, म्हणून इन्स्पेक्टर साळुंके फसला.''

अंबाची नजर बेडकडे गेली. माधव तिथे नव्हते. बाहेर आल्यावर माधव तिला बोलताना दिसला. तो वळला तेव्हा त्याचं लक्ष जान्हवी आणि अंबाकडे गेलं. त्यांना बघून त्यानं बोलणं आटोपतं घेऊन मोबाईल बंद केला.

''थँक्स अंबा...तू अजूनही तशीच जिगरबाज आहेस.''

मध्येच अंबा म्हणाली, ''तशा ह्या ताई काही कमी नाहीत.''

''तिला आता माझ्याबरोबर सवय झाली आहे.''

''अहो! उद्या अंबाकडे लंच घेऊन मुंबईला निघावं म्हणते.''

''ओ. के. मॅडम. जशी आपली इच्छा!''

''थँक यू...सर...'' अंबा म्हणाली.

तितक्यात समोरून डॉक्टर गोखले येताना दिसले.

ते जवळ आल्यावर माधव त्यांना म्हणाला,

''वन्स अगेन, थँक यू डॉक्टर.''

''इटस् माय प्लेझर सर.''

''एक रिक्वेस्ट आहे डॉक्टर. उद्या तुमच्या नर्सला ऑफ देऊ शकता!''

''नो प्रॉब्लेम...सिस्टर उद्या तुम्ही ऑफ घेऊ शकता आणि आता तुम्हाला सुटी...आपली स्टाफ कार तुम्हाला घरी सोडून येईल.''

''ओ. के. गुड नाईट.''

''थँक यू डॉक्टर...'' अंबा म्हणाली, नंतर सर्व त्यांच्या नियोजित स्थळी निघून गेले.

दुसऱ्या दिवशी अंबा लवकर झोपून उठली. दिवस उजाडायचा होता. दार उघडून ती अंगणात आली. पहाटेच्या मंद वाऱ्याचा स्पर्श तिच्या रंध्रारंध्रातून पोहोचून सुखद अनुभूती देऊन गेला. अंगणातल्या उमललेल्या फुलांच्या सुवासाने ती अंतर्बाह्य मोहरून गेली. न कळत तिच्यातली मरगळ विरून गेल्याची वाटली. सुमन गेल्यानंतर खूप दिवसांनी तिला असं ऊर्जावान वाटलं. वेळ न दवडता ती अंगण झाडायला लागली. हळूहळू आकाशात तांबडं फुटायला लागलं होतं. झाडलोट झाल्यावर ती रांगोळी काढायला बसली. तिची रांगोळी बघायला सूर्याची किरणं अलगद जमिनीवर अवतरली होती. त्यामुळे रांगोळीसुद्धा फुलांसारखी बहरून निघाली होती. स्नान आटोपल्यानंतर तिने मनोभावे देवाची पूजा केली. उदबत्तीचा सुगंध घरभर दरवळायला लागला होता. घरातल्या भिंतीतली ऊर्जासुद्धा उदबत्तीच्या दर्पाबरोबर तरंगायला लागली होती. संपूर्ण वातावरण

चैतन्यमय होऊन गेले होते. अंबाचा मोबाईल वाजला.

"हॅलो अंबा, मी जान्हवी बोलतेय."

"गुड मॉर्निंग ताई."

"अंबा, आय ॲम सॉरी टू से..आम्ही आज तुझ्याकडे लंच घेणार नाही."

हे ऐकून अंबाच्या अंगातला सारा उत्साह गळून पडला. तरी स्वत:ला सावरत ती म्हणाली,

"ताई, माझ्याकडून काही चूक झाली!"

"तसं नाही गं...हे म्हणाले, त्यापेक्षा नाश्ता करून निघू...आम्ही येऊ आता?"

"या...चालेल."

लगेच अंबाचा उत्साह परत आला. स्वयंपाकघरात आल्या आल्या आधी तिने कुकर लावला. कणीक मळायला घेतली. कणीक मळून झाल्यानंतर रात्री लावलेला श्रीखंडाचा चक्का काढला. श्रीखंड बनवून झाल्यावर कांदे चिरायला सुरुवात केली.

अचानक जान्हवी व माधव दारात हजर झाले.

"मिलॉर्ड, आम्ही हाजिर झालो." जान्हवी लाडावून म्हणाली.

"या या."

"नाश्ते में क्या है?"

"काय इच्छा आहे."

"माधव, ही रडती का?" मुद्दाम तिला चिडवण्याच्या सुरात जान्हवीने प्रश्न केला.

"कांदे चिरत होते म्हणून डोळ्यात पाणी आलं."

"मग असं कर, मस्तपैकी भजी कर."

"लगेच करते...पण एका अटीवर."

"ओह माय गॉड...आता कुठली अट?"

"माझा स्वयंपाक तयार आहे. दहापर्यंत तुमची जेवणं होतात. नंतर तुम्ही मोकळे."

"नो प्रॉब्लेम."

माधव हसत म्हणाला, तेव्हा जान्हवी म्हणाली, "माधव, तुला पोलीटीशियन व्हायला हवं होतं. आतापर्यंत तुझ्याकडे वेळ नव्हता आणि तू एकदम पार्टी

बदलली.''

"अगं लंच म्हणजे नॉर्मली बारानंतर. पण ते बाराच्या आधी तयार आहे. म्हणून मी होकार दिला.''

"चूक. असं म्हण. खूप वर्षांनी अंबाच्या हाताची चव चाखायला मिळती आहे. ओ. के. हम भी दखेंगे...कुछ स्पेशल होगा तो हम सीख भी लेंगे...''

तोपर्यंत अंबाने भजी बनवायसाठी बेसन व इतर पदार्थ मिसळवून तेल गरम करायला ठेवलं. भज्यांचा खमंग सुगंध यायला लागला. जान्हवी किचनमध्ये अंबाला मदत करत होती. माधवने टी. व्ही. सुरू केला. किचनमधून डायनिंग कम ड्राईंग हॉलमध्ये बसलेल्या व्यक्तीशी थेट संवाद साधता येत होता. चटणी आधीच तयार असल्यामुळे जान्हवीने प्लेट सजवायला सुरुवात केली. गरमागरम भज्यांची प्लेट घेऊन ती माधवजवळ येऊन बसली व माधवला म्हणाली, "टी. व्ही. नंतर बघ. आधी गरमा गरम भजी खा.'' माधवने भजी खायला सुरुवात केली. जान्हवी म्हणाली, "माव्हर्लस, काय टेस्ट आहे.'' ती माधवला म्हणाली. "भजी कशी वाटतात? अरे, काहीतरी रिमार्क!'' जान्हवीने त्याच्या हातून रिमोट हिसकला व टी. व्ही. बंद केला आणि म्हणाली, "माधव, आता मी जेवूनच जाणार.''

अंबा म्हणाली, "हो, जेवूनच जा. अजून काही आवडीचं हवं असेल तर सांगा. तेही करते.''

"आता नको. चहा झाला असेल तर आण.'' आणि माधवला उद्देशून म्हणाली. "माधव मी माझ्या मैत्रिणीकडून अर्ध्या तासात येते. तोपर्यंत तू स्वत: अंबाची चौकशी करून घे. अरे, असा माझ्याकडे बघतोस का? भजी खा. थंड होतील.....आणि हं....अंबा स्वत:ची काळजी घे. दोन्ही गोष्टीपासून स्वत:चा बचाव कर.''

"म्हणजे, तुला काय म्हणायचं आहे?'' माधव थोड्या चिडक्या स्वरात म्हणाला.

"कूल...कूल...मी सांगते ना!''

रिकामी प्लेट उचलून जान्हवी अंबाकडे गेली. तिथंनच माधवकडे बघत म्हणाली,

"हं...तर मी सांगत होते एक गोष्ट म्हणजे ह्याची बुलेट व दुसरी गोष्ट म्हणजे ह्याचे फिलॉसॉफीकल डोस. जबरदस्त जादूगर आहे.''

मग माधवजवळ येत म्हणाली, "ओ. के. मी येते. मला खात्री आहे, तू

इथेच भेटशील.''

आणि ती वाऱ्यासारखी कारकडे वळली. जान्हवी गेल्यावर डायनिंग टेबलजवळची एक खुर्ची ओढून अंबाशी बोलता येईल असं माधव बसला आणि भजी खात अंबाला म्हणाला,

''अंबा, खरंच भजी खूप टेस्टी आहेत; हॉटेलसारखी.''

''सर...नाशिकात आपल्या पायावर उभी राहिले ते हॉटेलमध्ये काम करून.''

''म्हणजे? तुझ्या भावाकडून कुठलीही मदत मिळाली नाही?''

''तो मदत करतो आहे, पण वहिनीला न सांगता. त्यामुळे वहिनीचा राग आहे माझ्यावर.''

''हे घर भाड्याने घेतले आहे?''

''नाही! सिनिअर इन्स्पेक्टर सावंत यांच्या मेहुण्याचं.''

''अॅकेडेमीतलं सावंत!''

''हो. ते भावाचे मित्र आणि माझे मोठे बंधू व त्यांच्या सौ. म्हणजे सुशीलावहिनी. दोघेही माझी व सुमनची खूप काळजी घेतात.''

''मग नर्सचे ट्रेनिंग कुठे घेतले?''

''ते सुद्धा इथे पूर्ण केले. गावातच तुम्ही गेल्यानंतर इंग्रजी लिटरेचर घेऊन बी. ए. केलं होतं. पण जोशीकाकांची इच्छा होती मी नर्सिंगचा कोर्स करावा. त्यांच्यामुळेच आम्ही इकडे आलो.''

''खरं सांगू...इतके दिवस झाले कित्येक लोकांशी भेटलो, पण आज सुद्धा माझ्या स्मृतीत तुझी ती नियतीशी झगडणारी वृत्ती तशीच ताजी आहे. नदीच्या प्रवाहासारखी. सतत पुढे जाणारी...तुला कुठल्याही भीतीपासून सुरक्षित ठेवण्यास तुझी नीतीमूल्ये यशस्वी ठरली. माणसाच्या आत दडलेल्या भीतीवर मात करून तू ज्या आत्मविश्वासाने इथवर पोहोचलीस, खरोखर ते अद्वितीय आहे आणि तू अद्वितीया...''

''सर, तुम्ही मला आपल्या स्मृतीत ठेवल्याबद्दल मी तुमची आभारी आहे.''

''तू आहेसच तशी...दुःख पचवायची कला तुला जन्मतःच होती.''

''पण त्या कलेचा आविष्कार तुमच्यामुळेच घडला सर.''

''तुझ्यातली जिद्द आणि भविष्याकडे पाहण्याचा तुझा सकारात्मक दृष्टिकोन. त्यामुळे या नवीन शहरात, तुझ्याकडे इतर दुसरी कुठलीही साधने नसताना

देखील तू यशस्वी ठरलीस.''

"पण ह्या विचारांचे बीजारोपण तुमच्याकडून झाले होते आणि आता कुठे थोडीशी माती हाती लागली आहे.''

"सुमनच्या नेत्रदीपक प्रगतीसाठी तेवढ्याशा मातीचा किती उपयोग झाला. हे त्या मातीला माहीत असूनही ती सुद्धा आकाशाला महत्त्व देते आहे. कारण तिला अहंकार शिवत नसतो. म्हणूनच ती जन्मदात्री असते आणि मृत्यूला समावून घेणारीही असते. तेव्हाच तिच्यातून कालीचं रूप प्रगट होतं...''

"नाही सर. या आकाशानं मायेची चादर पसरवून चांदण्यांनी सजलेलं छत दिलं. मातीच्या हाकेला येऊन स्वतःच्या निरभ्र रूपात काळ्या कुट्ट ढगांचे तांडव सहन करीत जलरूपी अमृताचा वर्षाव केला. अर्थ इज लिमिट म्हणणारा सिकंदर मातीत मिसळतो. पण स्काय इज लिमीट म्हणणारा अजरामर होतो. आणि जगण्याचा संदेश देऊन जातो.''

"किती प्रगल्भता आली तुझ्यात!''

"तुमच्यासारखी परिसावाणी माणसं भेटली की, सगळं नकळत येतं.''

"मग जान्हवीला का नाही सुचत इतकं?''

"त्याना तशी गरज वाटत नाही. कारण तुमचं सर्व तिचंच आहे. म्हणून खऱ्या अर्थाने त्याच अद्वितीया आहेत.''

"पण जान्हवी विचारांचं असं मंथन का करीत नाही?''

"बरोबर...सध्या तुमचं जग बदललं आहे. त्यांचा तुमच्या कामात अडसर नसतो. त्यांनी तुम्हाला तुमच्या परिस्थितीसह स्वीकारलं आहे. म्हणून त्या तुमच्याबरोबरचा प्रत्येक क्षण भरभरून जगतात. फक्त जेव्हा त्यांना भास होतो की तुम्ही सुरक्षित आहात, तेव्हाच त्या त्यांच्यासाठी वेळ काढतात. माझ्याबरोबरचे संदर्भ वेगळे. म्हणून आपण या शैलीत आपले विचार व्यक्त करतो. पण याचा अर्थ असा नाही, की कुणीही विचार करत नाही. पण व्यक्त करण्याची तऱ्हा वेगळी असते.''

"मला असं चिंतन का आवडतं?''

"कारण तुमच्या करीअरची सुरुवात शिक्षक म्हणून झाली. त्यामुळे तुमच्या बोलण्यात तत्त्वज्ञान येणारंच...''

"म्हणजे, मी आपल्या कामात समाधानी नाही.''

"कदाचित! पण तुमच्या प्रामाणिकतेमुळे यशस्वी आहात.''

तितक्यात हळूच जान्हवीने दारातून प्रवेश केला. तेव्हा अंबाचे शब्द

तिच्या कानावर पडले आणि ती तिथेच थांबली. अंबा पोळ्या लाटत असताना माधवचे शब्द ऐकत होती.

''बरोबर. समाधान आणि यश ही दोन टोकं.''

''आणि समाधान मनाशी जुळलेले असते. तसंच यश महत्त्वाकांक्षेशी. यश हे समाधानावर थांबतं. पण समाधान थांबत नसतं. वाहत असतं. चिरंतन. म्हणूनच जान्हवीताईंना महत्त्वाकांक्षेपेक्षा तुमच्याबरोबर संसार करण्यात समाधान महत्त्वाचं वाटलं. नशीबवान आहात सर. माझी जान्हवीताई म्हणजे सुंदर, हुशार आणि गुणवान. विशेष म्हणजे आत आणि बाहेर स्पष्ट, बिनधास्त. त्या नकळत कधी माझ्या आवडत्या झाल्या ते कळलंसुद्धा नाही. तुम्ही खूप नशीबवान आहात. खूप काही शिकण्यासारखं आहे त्यांच्याकडून.''

जान्हवीच्या डोळ्यात पाणी तरळले. आज अंबाने तिला आपलसं करून टाकलं. पण स्वत:ला सावरत तिने एक ठसका दिला. अचानक माधव व अंबाचे लक्ष जान्हवीकडे गेले.

''ओ माय मिस्टर...समजलं...तुमच्यापेक्षा मी किती ॲडमायरेबल आहे ते.''

''बरोबर. म्हणून लोकं उगाच नाही म्हणत ''पुलीसवालोंसे ना दोस्ती कामकी, ना दुश्मनी.''

माधव खोचक स्वरात जान्हवीला म्हणाला.

''मतलब बंदूक की नोकपर.'' अंबाकडून जेवण तयार होत होतं...

''चला ताई, फ्रेश होऊन जेवायला बसा. स्वयंपाक तयार आहे.''

अंबा हात पुसत किचनच्या बाहेर आली. जान्हवी माधवला उद्देशून म्हणाली,

''खरं सांगू...माधव, खूप दिवसांनी तू आज घरगुती जाणवलास. थँक यू अंबा. बऱ्याच काळानंतर माधवच्या चेहऱ्यावरचा पोलिसाचा मुखवटा गळताना बघितला. अंबा, माझी आग्रहाची विनंती आहे. तू मधे मधे आमच्याकडे यावं. आता मुंबईसुद्धा जवळ आहे. हे माझं कार्ड. मी इथे टी. व्ही. जवळ ठेवते.''

''सुमन आली की तिला घेऊन नक्की येईन.''

फटाफट सर्वांनी जेवण उरकलं. जान्हवी व माधव परत निघताना अंबा त्यांच्या पाया पडली. जान्हवीला वाकून नमस्कार करताना जान्हवीने अंबाला जवळ ओढून घेतलं. निघताना जान्हवी म्हणाली,

''काही अडचण असल्यास नक्की कळव...काळजी घे...''

आणि ते दोघेही आपल्या दिशेने निघाले. घरात आवरसावर, भांडी-धुणी करता करता दुपारचे दोन वाजले होते. सगळं व्यवस्थित लावून सोफ्यावर बसली. डोळे मिटून ती शांत बसली होती. आळस डोळ्यात उतरला होता. महादेव प्रदीपला घेऊन घरात दाखल झाला. अंबाला शांत झोपलेलं बघून त्याने अंबाला हाक मारली

''अंबा...!''

अंबाने हळूच डोळे उघडले. तिच्यासमोर महादेव व प्रदीप उभे होते. महादेव प्रदीपला म्हणाला.

''बैस.''

प्रदीप घराचे निरीक्षण करत होता. अंबा खाली मान घालून मौन होती. तिला काहीही बोलायचं नव्हतं. महादेवला अंबाच्या दुःखाची जाणीव होती. तो प्रदीपला म्हणाला,

''आता तरी आत्याची क्षमा माग.''

''कशाबद्दल?'' अंबा महादेवकडे वळून म्हणाली.

''याच्या आईने तुझ्यावर जो आळ आणला होता त्याबद्दल.''

''जे झालं, ते जाऊ दे.''

''तुला कदाचित माहीत नसेल. या मायलेकांनी माझ्याद्वारे तुला फसवलं. यांच्या कटाची मला तीळमात्र कल्पना नव्हती.''

''झालं ते गेलं...दादा, मला क्षमा कर. यापुढे मी तुझ्याकडे येणार नाही आणि तू सुद्धा माझ्याकडे येऊ नको. याला व ह्याच्या आईला माझं नाशिकात राहणं आवडत नसेल, तर मी हे शहरसुद्धा सोडायला तयार आहे. पण मला तुझ्या स्वाभिमानावर गदा येऊ द्यायची नाही.''

''तू कशाला नाशिक सोडणार? नाशिक काही यांची जहागीर आहे?''

''मग अजून काय शिल्लक आहे?''

''याला क्षमा कर.''

''कशाबद्दल?''

''हा आपल्या आईच्या कटात सामील होता त्याबद्दल.''

''मी म्हणाले ना...ते प्रकरण तिथेच संपलं.''

तरीही प्रदीप अंबेला क्षमा मागायला उठला नाही. अंबाने प्रदीपकडे आपली नजर वळवली. तिला त्याच्यातली मगरुरी दिसली. प्रदीपला अंबेसमोर वाकायचं नव्हतं. तो आपल्याच गुर्मीत बसला होता.

"दादा, कशाला त्याला दुखावतो? माझ्याबद्दल त्याच्या मनात आताही राग धुमसत आहे. तो कशाला क्षमा मागेल, एका गावठी आत्याची? तू उगाच त्याचं मन दुखवायला घेऊन आलास माझ्याकडे."

"तू बरोबर बोलती आहेस. तुझ्याविरुद्ध केस कशी उभी राहील आणि मीना त्यातून कशी बरी होईल यासाठी याचे प्रयत्न निष्फळ ठरले. म्हणून हा माझ्याबरोबर इथे आला."

"बाबा, आता घरची गोष्ट इथे का उगाळत बसला. मुद्द्याचं बोला."

"म्हणजे ही माझी सख्खी बहीण. माझी नाही. आज जे मी नाशिकात बस्तान बसवलं ते हिच्यामुळे आणि हा म्हणतो हा प्रश्न घरचा नाही. हे बोलायला लाजसुद्धा वाटत नाही ह्याला."

"दादा, जाऊ दे. लहान आहे तो."

"आता मीच मुद्द्याचं बोलतो. ते ऐकण्यासाठीच तू आला होतास. क्षमा मागणं तर दूर...हे सुद्धा बोलण्याचं धाडस नाही तुझ्यात."

"दादा, मला कळलं नाही...तुम्हाला काय सांगायचं आहे?"

"त्याचं असं आहे अंबा. तुझी निर्दोष सुटका झाली, पण मीनाला पोलीस उचलून घेऊन गेले. पोलिसांनी तुझ्याविरुद्ध रचलेला सारा कट तिच्याकडून वदवून घेतला. कालपासून ती पोलीस कस्टडीत आहे. ती फक्त तुझ्यामुळेच सुटू शकते."

"अरे देवा...हे मला आधी नाही कळवायचं! मी तेव्हाच वहिनीला सोडवून आणले असते."

"बघ...बघ...,शिका -गावाकडच्या माणसांकडून. अरे, अजून माणुसकी शाबूत आहे त्यांच्याजवळ. तुम्ही शिकून आपल्या भावना गहाण ठेवून फक्त रोबोट झालात. तुम्हाला काय कळणार भावना काय असतात?"

"बरं, आधी हे सांगा...मला काय करावं लागेल?"

"तुम्हाला फक्त हे लिहून द्यावं लागेल. "मी आईला क्षमा केली व आता मला कुठलीच कारवाई करायची नाही." प्रदीपनी उत्तर दिले.

"कुठे लिहून द्यावे लागेल?"

"पोलीस स्टेशनला."

"ठीक आहे. तुम्ही तुमच्या घरी निघा. मी पोलीस स्टेशनला जाऊन सगळं लिहून देते. चिंता करू नका." महादेव उठला व अंबाजवळ गेला. त्याच्या डोळ्यात कृतज्ञतेचे भाव होते. तो स्वत:ला आपल्या धाकट्या बहिणीसमोर

खूपच लहान अनुभवत होता. त्याच्या मनात होणारी घालमेल डोळ्यातून स्पष्ट दिसत होती. तो पटकन वळला व घराच्याबाहेर निघाला. प्रदीपसुद्धा माधवच्या मागोमाग निघाला.

दोघेही त्यांच्या घराकडे मोटार सायकलवर जात होते. इकडे अंबाच्या डोळ्यातून अश्रूधारा ओघळायला लागल्या. तिनं तिच्या भावाला इतकं अगतिक, हतबल झालेलं कधीही पाहिलं नव्हतं...ती क्षणभर हादरली. मग स्वत:ला सावरायचा प्रयत्न करू लागली. डोकं गरगरायला झालं. डायनिंग टेबलवर ठेवलेल्या जारमधून ग्लासभर पाणी घेतले व गटगटा पाणी पिऊन रिकामा ग्लास टेबलवर ठेवला. क्षणभर विचार करून नज़माच्या अबूला फोन केला.

"हॅलो भाईजान, मैं सुमनकी माँ बोल रही हूँ."

"हां...नमस्ते...कल रात आप नर्सिंग होम में ही थी?"

"जी!"

"तो आप ही थी...तुमच्याबद्दल खूप काही लिहलं आहे. तुमच्या दिलेरीबद्दल कौतुक होत आहे. अल्लाह तुमची अशीच रक्षा करो."

"धन्यवाद! इमरानला मोटारसायकलने काही वेळासाठी माझ्याकडे पाठवता?"

"तो तुमचाच मुलगा आहे...काही अडचण?"

"नाही, सगळं ठीक आहे....नमस्ते!"

आणि अंबाने मोबाईल बंद केला. नंतर अंबाने दोन पत्रं लिहीली. त्यापैकी एक डायनिंग टेबलवर ठेवलं. अंबाने सूटकेस भरायला सुरुवात केली. टॉवेल व तिच्या साड्या आणि इतर कामाच्या वस्तू ती सूटकेसमध्ये कोंबत होती. बँकेचे पासबुक, ए. टी. एम. सगळं पर्समध्ये ठेवलं. सुटकेस भरून झाल्यावर ती इमरानची वाट बघत बसली. इमरान आला आणि म्हणाला,

"मौसी, कुछ काम?"

"हां बेटा! पोलीस स्टेशनला जाऊन यायचं आहे." हे ऐकून इमरानच्या चेहऱ्यावर आश्चर्यानं भाव उमटले.

"अशी घाबरायची बात नाही आहे." अंबा इमरानबरोबर मोटार सायकलवर पोलीस स्टेशनच्या आवारात पोहोचली. तेव्हा अंबा इमरानला म्हणाली,

"ऑटोरिक्षा घेऊन ये."

"अच्छा मौसी."

इमरान ऑटो आणायला गेला आणि अंबा पोलीस स्टेशनमध्ये दाखल

झाली. अंबाला बघून पोलीस ऑफीसरने उठून तिला अभिवादन केले.

"ऑफीसर, मला मीनावाहिनीच्या तक्रारीला इथेच संपवायचं आहे."

"बरोबर!"

"कुठे लिहून द्यावं लागेल?"

"इथे!"

तोपर्यंत कॉन्स्टेबल मीनावहिनीना आणायला गेले. अंबाने ऑफीसरला विनंती केली.

"मला त्यांच्याशी भेटायचं नाहीए. मी थोडं तिथे आडोशाला उभी राहू शकते?"

"एस मॅडम." तेवढ्यात अंबाने इमरानला ऑटोचे ॲडव्हान्स पेमेंट दिले व पुन्हा आंबा गेली. मीनावहिनीला लॉकरमधून बाहेर काढल्यावर त्यांच्यासुद्धा सह्या घेण्यात आल्या. काही न बोलता त्या पोलीस स्टेशनच्या बाहेर पडल्या. ऑटोला बघून त्या म्हणाल्या,

"पंचवटी...मालेगाव स्टॅन्ड चलणार?"

हे ऐकून इमरानला सगळं लक्षात आलं. तो म्हणाला, "आंटी, आपही के लिए ॲटो लाया है।" मीनावहिनी ऑटोत बसून निघाल्या. नंतर इमरान पोलीस स्टेशनमध्ये आला. इमरानला बघून अंबा समोर आली. नंतर ऑफीसरला म्हणाली,

"आपली आभारी आहे सर."

नमस्कार करून अंबा इमरानबरोबर बाहेर निघाली.

"आता कुठे मौसी?"

"घरी."

घरी पोहोचल्यावर आपलं सामान जवळच्या वाण्याच्या दुकानात नेऊन ठेवलं. आज वाण्याने तिला खूप आदराने वागणूक दिली. घरी येऊन दाराला लॉक केलं.

"मौसी, कहाँ जा रही है आप?"

"मी गावाकडे जाऊन येतेय. पण तुम्ही सुमनला ह्याबद्दल कळवायच नाही."

"आम्हालासुद्धा कळतंय. दीदींची ट्रेनिंग सुरू आहे..."

"हे पत्र उद्या हॉस्पिटलला डॉक्टर गोखले सरांना द्यायचं आणि दीदीनी माझ्याबद्दल विचारलं तर सगळं व्यवस्थित आहे म्हणून सांगायचं."

"आता कुठे जायचं?"

"पोलीस ॲकेडेमीकडे."

पोलीस ॲकेडेमीत पोहोचल्यावर. तिथले एस. पी. श्री केळकर यांना घरच्या चाव्या दिल्या व त्या इन्स्पेक्टर सावंत सुटीवरून परत आल्यावर द्यायला सांगून परत ॲकेडेमीच्या बाहेर आली. पुन्हा इमरानबरोबर घराजवळच्या वाण्याच्या दुकानाजवळ आली. अंधार पसरायला सुरुवात झाली होती. तिने दुकानातून सामान बाहेर आणलं व इमरानच्या हातावर शंभरची नोट ठेवली.

"ये रखो...मौसी ने प्यार से दिये है."

"नही मौसी, रहने दीजिये। तुम्ही मला प्रेम करता म्हणूनच तर अधिकारपूर्वक कुठल्याही कामासाठी मलाच बोलवता."

अंबाने त्याच्या डोक्यावरून हात फिरवला.

"तू खूप समझदार झालास...मी आटो करून आता स्टेशनला जाते. तू घरी जा. अंधार पडलाय." पुढे जाणारा एक ऑटो इमरानने थांबविला. अंबा ऑटोत बसून नाशिकरोडकडे निघाली. काहीक्षण इमरान ऑटोकडे बघत राहिला. नंतर गाडीला किक् मारून ऑटोच्या मागे निघाला. अंबा ऑटोतनं उतरली तेव्हा पुढे येऊन तिचं सामान पकडलं.

"अरे, तू घरी गेला नाहीस?"

"मॉसी, मै आपको ट्रेन में बिठाकर ही जाऊंगा."

"बरं, मी तिकीट घेऊन येते."

"मी इथेच थांबतो."

इमरान म्हणाला आणि अंबा तिकीट काढायला गेली.

● ● ●

इकडे मीना घरी आल्याबरोबर सुदीप तिला बिलगला. प्रदीपने तिला पाणी दिलं. ऑटो परत निघाला होता.

"अरे, आपण ऑटोचे पैसे दिले नाहीत." प्रदीपने चौकशीच्या सुरात मीना (आईला) विचारलं.

"आधीच दिले होते."

"कुणी"

"अंबाने"

"थांब, आता दाखवतो तिला. खूप माज आला आणि बाबांनासुद्धा खूप पुळका आला होता." हे ऐकून महादेव दुखावला गेला. तो म्हणाला,

"तिच्यामुळेच तुझी आई सुटली. नाहीतर काय दिवे लावून घेतले होते तू. कुत्र्याचे शेपूट, वाकडं ते वाकडंच."

"बेटा प्रदीप, उद्या मला आपल्याबरोबर पुण्याला घेऊन चल. आता इथे मला ताठ मानेने जगता येणार नाही."

"मान कापली कुणी हे नाही सांगितलं तुम्ही?"

"बाबा, आता गप बसणार की नाही?"

"नाहीतर काय करशील?"

"मला तुमच्याशी संबंध तोडावा लागेल."

"तो तुम्ही ठेवलाच कुठे?"

मध्यस्थी करत प्रदीपची आई म्हणाली, "प्रदीप, तू शांत हो."

"तुला पुण्यात न्यायची धमक आहे? विचार त्याला."

"म्हणजे काय झालं?"

"त्याच्या होणाऱ्या बायकोनी तुम्हा दोघांचे हे कुटिल कारस्थान बघून ह्याच्याशी संबंध तोडले. कायमचे."

"प्रदीप, खरं आहे हे?"

"हो."

प्रदीपने खालच्या मानेने उत्तर दिले.

"आता ह्याला कंपनी कामावर ठेवते की नाही ही शंका प्रचंड जाणवायला लागली आहे."

"कंपनीचा ह्या घटनेशी काय संबंध?"

"तिकडे त्या मुलीने कंपनीत तुमच्याबद्दलचं सगळं सांगितलं असणार." हे ऐकून मीनाचा उरला सुरला जोर संपुष्टात आला. वातावरणात काही क्षण स्मशानासारखी शांतता पसरली.

"मी स्नान करून येते. कालपासून डोळ्याला डोळा नाही...थकल्यासारखं वाटतं..."

कुणीच काही बोलले नाही. ती उत्तराची वाट न बघता बाथरूमकडे गेली. ती गेल्यानंतर महादेव प्रदीपला म्हणाला,

"आता तरी समजूतदारपणे वागायला शीक. अंबा आपल्या शब्दाला जागली आणि तिने पोलीस स्टेशनला जाऊन तुझ्या आईची सुटका केली."

''काही उपकार नाही केले. तुम्हीसुद्धा तिला चोरून मदत करत होते, हे का नाही सांगत?''

''म्हणजे आता काय करायचं ठरवलं?''

''ते माझं मी ठरवेन.''

''जोपर्यंत तू तुझ्यात रुजलेली सूडभावना डिलीट करत नाही तोपर्यंत तुला रस्ता सापडणार नाही.''

''तुम्ही आता मला काही सांगू नका. मी माझं पाहून घेईल.''

आणि प्रदीप रागारागाने घराच्या बाहेर पडला. कालपासून घरात भणभण वाटत होतं. कुणाचीही मानसिकता स्थिर नव्हती. सुदीप नुसता भिरभिर बघत होता. तो आपल्या बालमनातून प्रचंड अस्थिर झाला होता. सर्वात लहान असल्यामुळे, त्याला तो ताण व्यक्त करायचा अधिकार नव्हता. त्याच्याकडे एकच मार्ग होता. तो म्हणजे डोळ्यातनं अश्रू गाळणं. त्याच्या डोळ्यातनं अश्रू ओघळत होते. महादेवचं त्याच्याकडे लक्ष गेलं.

''आता तुला काय झालं रडायला?''

सुदीपने डोळे पुसत शांत राहण्याचा प्रयत्न केला. महादेवसुद्धा घराच्याबाहेर निघाला. तितक्यात फोनची बेल वाजली.

''हॅलो.''

''मी सावंतकाका बोलतो...बाबा आहेत?''

''काका, मी सुदीप बोलतो...बाबा बाहेर गेले आहेत.''

''सुदीप, तुझ्या आवाजाला काय झालं? कुणी रागावलं?''

''नाही...काका. तुम्ही उद्या येऊ शकता?''

''काय झालं बेटा!''

''तुम्हाला आल्यावर कळेल.''

''तू...बाबा आल्यावर माझ्याशी बोलायला सांग.''

''काका प्लीज, बाबांना घरच्याबद्दल काही बोलू नका.''

पलीकडनं फोन बंद झाला. सुदीप उठून अंगणात गेला.

• • •

अंबा तिकीट घेऊन रांगेतनं बाहेर निघाली. तिचा मोबाईल वाजत होता. तिने मोबाईल ऑन केला. मोबाईल सावंतचा होता.

“हॅलो दादा...कसे आहात?”

“आम्ही ठीक आहोत. आधी हे सांग काल रात्री तू नर्सिंग होममध्ये ड्यूटीवर होतीस?”

“हो.”

“पेपर मध्ये जे आलं ते कुणाच्याबाबतीत होतं?”

“माझ्याबाबतीत.”

“तू बरी आहेस ना!”

“हो!”

“महादेवकडं काय प्रॉब्लेम झाला...त्याबद्दल तुला माहिती आहे?”

“नाही!”

“बरं राहू दे...स्वत:ची काळजी घे.”

“हो!”

फोन कट झाला. ती इमरानजवळ पोहोचली.

“मौसी, तुम्ही कधी परत याल?”

“सुट्या संपल्यावर...पण हे सुद्धा सुमनला कळवू नका...तुझे अबू काळजी करतील. घरी नीघ.”

“मी तुमच्याबरोबर आहे. आता त्यांना काहीच टेन्शन नाही.” इमरान म्हणाला.

थोड्या वेळात गाडी आली. अंबा तिकीट चेकरला भेटली. त्याने तिला एस-४ कोचमध्ये सीटनंबर SL-78 वर बसायला सांगितले. अंबा त्या सीटवर जाऊन बसली. इमरान प्लॅटफॉर्म वर उभा होता. काही वेळाने गाडी सुरू झाली. गाडी पुढे जात होती. हळूहळू इमरान दृष्टीआड झाला. न कळत तिच्या डोळ्यातून अश्रूधारा वाहायला लागल्या. डोळ्यासमोर महादेवचा चेहरा दिसत होता. तुटलेला. कधीही तिने महादेवला इतकं हतबल झालेलं पाहिलं नव्हतं. तिच्यामुळे त्याचा संसार उद्ध्वस्त होऊ नये म्हणून तिने तडकाफडकी नाशिक सोडायचा निर्णय घेतला. आजच्या दिवसाची संध्याकाळ अशी संपुष्टात येईल असा विचार तिला स्वप्नातसुद्धा झाला नव्हता. घाईगर्दीत ती जान्हवीचं कार्ड घ्यायला विसरली होती. जान्हवीकडेसुद्धा अंबाचा मोबाईल नंबर नव्हता. खिडकीतला गार वारा गोदामाईच्या किनाऱ्यावरच्या क्षणांची आठवण करून देत होता. ह्या घटकेला सुमनची प्रचंड गरज जाणवत होती. एकदा त्या दोघी गोदामाईच्या प्रवाहाकडे बघत बसल्या होत्या.

"ए आईऽऽऽ..."

"हुं..."

"कुठे हरवलीस...?"

"आनंदाने खळखळणाऱ्या पाण्याचा प्रवाह बघते आहे."

"तो मला सुद्धा दिसतो आहे. पण तुझ्या मनात वेगळंच वाहत आहे..."

"काही विशेष नाही...गाव सोडल्यावर कुणी जवळचा वाटत असेल तर हा पाण्याचा प्रवाह...जगात कुठेही जावे. पाणी असंच असतं— निर्मळ...स्वच्छ..."

"बरोबर. ते वाहत राहते. तेव्हा किती स्वच्छ असतं."

"कारण वाहत्या पाण्यात शक्ती असते."

"मग ती शक्ती पैशाची असो वा बुद्धीची. जो जास्त शक्तिशाली, दुनिया त्याला सलाम ठोकते."

"परमेश्वर हा सर्व शक्तिमान म्हणूनच सर्व त्याला नमस्कार करतात."

"नाही आई. आजच्या काळातले सूत्र बदलले आहे. जो कुटिल कारस्थान करून चमत्कार दाखवतो, जग त्याला नमस्कार करतं."

"मग आपण का फसलो, मीना मामीला ओळखायला?"

"कारण आपले डोळे मृगजळ ओळखण्यात अपयशी ठरले."

"तुझं म्हणणं बरोबर असू शकतं पण नंतर शिल्लक राहतं, पुढच्या प्रसंगाशी सामना कसा करावा. त्यासाठी तितकाच महत्त्वाचा असतो तो क्षण. आणि त्या क्षणाला निर्णय घेण्याची क्षमता. कारण क्षण कुणालाही थांबवून ठेवता येत नाही." सुमन बरोबर होती. तेव्हा सदानंद नोकरी लागल्यावर त्यांना भेटला होता. तो खूप आनंदात होता. तो म्हणाला होता,

"ताई, आपलं हॉटेल तुटलं तेव्हा वाटलं. सगळं संपलं." तेव्हा अंबा म्हणाली होती.

"कदाचित ते काम आपल्यासाठी नसेल. नवीन निर्मितीसाठी आपल्या मनात जे धुमसत असतं ते सर्व अस्ताव्यस्त करूनच बाहेर पडतं. कुठली तरी शक्ती सत्य बाहेर काढायला आपले कार्य करीत असते. कदाचित ते त्या परमेश्वरी अनुभूतीचा साक्षात्कार असावा. तो खुणावत असतो नव्या भविष्याला आणि आम्ही हातातनं निसटलेल्या क्षणासाठी आसवे गाळत बसतो. हताश, हतबल होऊन."

आज तिची स्थिती सदानंदासारखीच झाली आहे. काही क्षण तिने घट्ट डोळे मिटले. तेव्हा डॉक्टर जोशीकाकांचे शब्द आठवले.

"जे काही घडतं. त्यामागे परमेश्वरी योजना असते. तो सगळं व्यवस्थित करेल. संधी चालून येईल पण त्यांच्या तऱ्हा वेगवेगळ्या असतील. कधी न सांगून, तर कधी मानगुटीवर बसून. पोरी, संधीचं चीज करायची भावना कुठल्याही परिस्थितीत दुर्बल होऊ देऊ नको. मार्ग नक्की सापडेल.''

अंबाचा डोळा केव्हा लागला कळलं नाही. गाडी नागपूरकडे धावत होती.

दुसऱ्या दिवशी सकाळी सावंत कुटुंब नाशिकला पोहोचले. नंतर सावंतने महादेवच्या दारातूनच त्याला हाक मारली.

"महादेव.''

हरी सावंतचा आवाज ऐकून महादेव बाहेर आला व लहान मुलासारखा सावंतला बिलगला. तेव्हा आतल्या खोलीतून प्रदीप व मीना बाहेर आले. प्रदीपला नाशिकात पाहून सावंतने विचारलं.

"अरे, तू केव्हा आलास?''

मध्येच मीनावहिनी बोलल्या.

"भाऊजी, सुशीलावहिनीसुद्धा आल्यात?''

"हो!''

"असे अचानक?''

"साहेबांचा फोन आला. म्हणून यावं लागलं.''

मीनावहिनी मनातनं विचलित झाल्या. कदाचित ह्यांच्या साहेबांनी चोरीच्या प्रकरणाची माहिती सांगायला तर बोलवलं नसणार? सावंतने त्यांना असं चिंतेत बघून प्रश्न केला.

"वहिनी...घरात काही प्रॉब्लेम झाला आहे का?''

"हो. प्रदीपचं लग्न मोडलं.'' पटकन महादेवने उत्तर दिलं.

"हे कसं झालं?''

"का मोडलं...हे सांगायची तरी हिंमत असावी लागते ना!'' तितक्यात सुशीला बाहेरून घरात आली. तिने सावंतला मोबाईल दिला व म्हणाली,

"साहेबांचा मोबाईल आहे. बोला!''

"नमस्कार सर.''

"कुठे आहात?''

"सर, आत्ताच नाशिकला पोहोचलो.''

"थोड्या वेळासाठी....ऑफीसला येता?''

"यस्...सर...''

आणि दोघेही त्यांच्या घराकडे निघाले.

मीनावहिनीसुद्धा त्यांना सोडायसाठी बाहेर आली. नंतर घरी आल्यावर मीना प्रदीपला म्हणाली,

"बरं झालं. कटकट लवकर बाहेर गेली."

तेव्हा पटकन् प्रदीप म्हणाला, "बघितलं आई...घरच्या सर्व गोष्टी लोकांना सांगितल्याशिवाय बाबांना चैन पडत नाही."

"त्यांना बाहेरून कळण्यापेक्षा आपण सांगितलं तर काहीतरी तोडगा निघेल."

तेव्हा सुदीप म्हणाला, "दादा! बाबांचं बरोबर आहे...सावंत काका बाहेरचे कुठे आहेत."

"तू अजून लहान आहेस. मोठ्यांच्या कामात तोंड घालू नकोस, शाळेची तयारी कर."

"तो लहान आहे, पण डोकं ठिकाणावर आहे." आणि महादेव चिडून घराच्या बाहेर निघाला...मीना प्रदीपला म्हणाली.

"प्रदीप, आता तुझ्या अशा वागण्यानं वातावरण सुधारणार नाहीए."

"मग मी काय करू?"

"त्यांनाच तोडगा काढू दे...ते वयाने मोठे आहेत. त्यांना अनुभव जास्त आहे. आपण आता काहीच करू शकत नाही हे सिद्ध झाले. तू मला सोडवण्यात अपयशी ठरलास. आपण चुकलो. पोलिसांच्या मानसिक यातना मला किती भोगाव्या लागल्या, त्याची कल्पना नाही तुला."

"म्हणूनच माझा राग शांत होत नाहीए."

"तुझ्या आयडिया वापरून काय सिद्ध झालं? मी तुझ्या म्हणण्यानुसार वागले आणि फसले. इन्स्पेक्टर साळुंके तर चक्क वर गेले. आतापर्यंत ह्यांच्या मतानुसार वागले म्हणून तू इंजिनिअर झालास आणि आपल्या वागण्याचा तुझ्या आत्यालाही मानसिक त्रास झाला. हे कबूल कर."

"मला इथे राहून आत्याची क्षमा मागायची नाहीए...तुम्हाला जे करायचं ते करा. मला आता क्षणभर इथे थांबायचं नाहीए. आत्ताच मी पुण्याला निघतो."

प्रदीप आतल्या खोलीत गेला. रागारागाने त्याने आपली बॅग भरली व पुण्यासाठी निघाला....

"अरे, निदान जेवून जा..."

मीनाचे हे वाक्य त्याच्यापर्यंत पोहोचले की नाही देव जाणे. मीना मागे

वळून निराश, सोफ्यावर बसली. तिला काहीच सुचत नव्हतं. "आई, जाऊ दे. दादा पुण्याला गेल्यामुळे सगळं सुरळीत होईल. आपण दोघेही जाऊ आत्याकडे...क्षमा मागायला."

मीना बाहेर बघत बसली. सावंत मोटार सायकल घेऊन ऑफीसकडे निघताना दिसले. तेव्हा मीना सुदीपला म्हणाली,

"आता सुशीला येईल डोकं खायला. मी कपडे धुवायला जाते."

महादेव पायीच त्याच्या विचारात जात होता. सावंतने त्याच्याजवळ मोटारसायकल थांबवली.

"चल बैस..."

दोघेही शांत होते. महादेव ॲकेडेमीच्या बाहेर थांबला. दहा मिनिटातच सावंत ॲकेडेमीतून बाहेर आले.

"इतक्या लवकर काम संपलं?"

त्याला महादेवने विचारलं.

"महादेव, असं काय घडलं...अंबा साहेबांकडे घरची चावी ठेवून निघून गेली."

"म्हणजे?अंबाने घर सोडलं?"

काय झालं ते सर्व तपशीलवार महादेवने हरीला सांगितलं.

"जे झालं ते वाईट झालं...आधी आपण नर्सिंग होमला जाऊन चौकशी करू." नर्सिंग होमला पोहोचल्यावर अंबाबद्दल चौकशी केली तेव्हा त्यानं कळलं. अंबाने नोकरी सोडली.

ते दोघेही अंबाच्या घरी गेले.

कुलूप उघडून आत गेल्यावर त्यानी दारं खिडक्या उघडल्या. डायनिंग टेबलवर पत्र होतं. ते अंबाने सावंतसाठीच लिहिलं होतं. इकडे अंबा नागपूरला पोहोचल्यावर भंडाऱ्याकडे बसने जात होती. त्यानंतर ती गावाकडे जाणार होती. सावंत म्हणाला.

"हे घे. तू सुद्धा वाच." पत्र वाचून झाल्यावर महादेव म्हणाला,

"शेवटी आमच्यासाठी तिने नाशिक सोडलं. आता तूच सांग, मी कुठे चुकलो?" महादेवने हरी सावंतला प्रश्न केला. नंतर सावंत म्हणाला,

"पत्र वाचून तर मी सुन्न झालो. आता जे घडायचं ते घडलं. पण तुझ्या घरी चुकूनही सुमनबद्दल सांगू नको. तिचा मोबाईल नंबरसुद्धा वहिनींना कळता कामा नये."

"तिचा नंबर मी आधीच दुसऱ्या नावावर सेव्ह केला आहे."

"तरी तिची ट्रेनिंग संपेपर्यंत काळजी घ्यावी लागेल आणि तू घरात नॉर्मल राहण्याचा प्रयत्न कर. आम्हीसुद्धा लगेच परत निघतो."

"अरे यार...आजच्या दिवस थांब. मला बरं वाटेल."

"ठीक आहे...उद्या परत निघतो."

"अजून किती दिवस सुट्या शिल्लक आहेत?"

"पंधरा दिवस."

सावंत घराचं निरीक्षण करीत होता. टी.व्ही. जवळ एक व्हिजिटिंग कार्ड ठेवलं होतं. त्याने कार्ड उचलून बघितलं. कार्ड जान्हवी अधिकारी यांचं होतं.

"हीच अंबाची ॲडव्होकेट होती का रे?"

"माहीत नाही यार."

"चल, ह्या कार्डला इथेच राहू देतो..."

घर बंद करून दोघेही त्यांच्या घराकडे निघाले. रस्त्यात महादेवला उतरवून सावंत एकटाच त्याच्या घराकडे निघाला. घरी पोहोचल्यावर सुशीलाने सावंतला विचारले.

'असं कुठलं तातडीचं काम होतं. त्याच्यासाठी साहेबांनी मुंबईवरून तातडीनं बोलावलं?"

"सांगतो..."

त्याने संपूर्ण घटनाक्रम तपशीलवार सुशीलाला सांगितला. सुशीलाच्या डोळ्यातनं अश्रूच्या धारा वाहत होत्या. तिला खूप धक्का बसला होता. सुशीला रडताना बघून सावंत म्हणाला,

"देव अजून तिची किती परीक्षा घेतो, हे त्यालाच ठाऊक."

"काय सांगावं? आपलेच जेव्हा आपल्या जीवावर उलटतात तेव्हा काय म्हणावं?...ताईंनी बरं केलं...परत गावाकडे निघून गेल्या. अशावेळी एका स्वाभिमानी स्त्रीने जे करायचं तेच केलं. भावाचा संसार सुखी ठेवण्यासाठी त्यांनी जो निर्णय घेतला ते येऱ्या गबाळ्याचं काम नव्हं...किती मोठ्या मनाची..."

मीनाला अंगणातल्या फाटकातून घराकडे येताना बघून सुशीला बोलायचं थांबली...मीना घरात आल्यावर सावंतला बघून म्हणाली, "भाऊजी, हे सकाळपासनं घरून निघालेत. अद्याप परत आले नाहीत."

"त्याला घरून निघायला असं काही त्याच्या मनाविरूद्ध घडलं काय?"

मीनाने प्रांजळपणे आपला गुन्हा कबूल केला. प्रदीप पुण्याला निघाल्याचं सांगितलं. तरी सावंत कुटुंबाने कुठल्याच प्रकारची प्रतिक्रिया नोंदविल्या नाहीत,

ह्याचं मीनाला आश्चर्य वाटलं. काही क्षण स्तब्धता होती.

"खरं म्हणजे वहिनी, सध्या आमची मन:स्थिती बरी नाही. तिकडे मुलगी हॉस्पिटलला डिलिव्हरीसाठी ॲडमिट आहे. साहेबांनी तातडीनं बोलावलं होतं म्हणून यावं लागलं. तुम्ही सबुरीने घ्या. सर्व व्यवस्थित होईल. तो बघा महादेव आला. त्याला सांभाळा. निघा आता..."

यावेळेस सावंत कुटुंब मीनाबरोबर बोलण्याच्या मूडमध्ये नव्हते. त्यामुळे मीना तशीच आपल्या घराकडे परतली.

•••

अंबा गावात पोहोचली. तेव्हा गाव पार बदलल्यासारखं वाटलं. तिच्या राहणीमानातसुद्धा बदल झाला होता. आपली ओळख न दाखवता ती डॉक्टर जोशीकाकांच्या घराकडे निघाली. विठ्ठल घरी भेटेल की नाही याची शाश्वती नव्हती. सुदैवाने जोशीकाकू घरी होत्या. जोशीकाकूंनीही तिला ओळखलं नाही. ती काकूंच्या पाया पडली. जोशीकाकूंना ही कोण बाई, म्हणून त्यांना अवघडल्यासारखं झालं.

"काकू, मी तुमची अंबा..."

"अग्गो बाई, किती दिवसांनी आठवण झाली तुला काकूची" आणि दोघीही एकमेकांना कडकडून भेटल्या. दोघींनाही गहिवरून आलं. काकूंना अंबाला भेटून प्रचंड आनंद झाला. शेजारपाजारपर्यंत अंबा काकूकडे आल्याची बातमी पोहोचली. ओळखीच्या बाया अंबाला भेटायला येऊन गेल्या. थोडी उसंत मिळाल्यावर काकूंनी विचारलं,

"तू एकटीच आली. सुमी कुठे आहे?"

"ती हैदराबादला ट्रेनिंगवर आहे."

काकूंनी अंबाला विचारलं, "बरं केलंस...तू आलीस...महादेव कसा आहे?"

"सर्व ठीक आहे."

"तू इथेच अंघोळ करून घे...विठ्ठल आता शेतावर गेला असेल. तू अंघोळ कर. तोपर्यंत मी भात चढवते."

"बरं, मी अंघोळ करून येते...मग आपण दोघेही स्वयंपाक करू. खूप बोलायचं तुमच्याशी." अंबा अंघोळ करून झाल्यावर काकू म्हणाल्या,

“छान दिसतेस गं साडीत...रंग पण उजळला.”

“हे काय काकू- तुम्ही पण मस्करी करता, मी जशी आहे तशीच आहे.”

हॉस्पिटलमधील सामान असेच पडलेले होते. सामानाची ही अवस्था बघून अंबाला गहिवरून आलं. काकू तिला न्याहाळत होती. दोघांची नजरानजर झाली. तेव्हा अंबाने आपले पाणावलेले डोळे पुसले. मग स्वत:ला सावरत म्हणाली, “आता किती डॉक्टर आलेत गावात?”

“तीन...पण इंजेक्शन घ्यायला बाया मात्र माझ्याकडेच येतात.”

“तुम्ही चिंता करू नका...मी मदत करेन तुम्हाला!”

“तू नर्सिंगचे ट्रेनिंग घेतलं?”

“हो. मी नाशिकात मोठ्या नर्सिंग होममध्ये आय. सी. यू. ची. ट्रेन्ड नर्स म्हणून काम करते. डॉक्टर काकांच्या स्वप्नाची पूर्तता करायसाठीच मी हा कोर्स केला.”

“भारी जीव होता गं तुझ्यावर त्यांचा...”

परत दोघांना गहिवरून आले. विठ्ठलला अंबा आल्याचं कळल्याबरोबर तो तसाच आपल्या बायकोबरोबर डॉक्टर जोशींच्या घरी आला. दोघांनीही येऊन अंबाला वाकून नमस्कार केला.

“ही तुझी वहिनी” काकू म्हणाल्या

“छान आहे...”

“सुमी दिसत नाही.”

विठ्ठलने चौकशीच्या सुरात विचारलं,

“ती ट्रेनिंगला हैदराबादला गेली आहे. ट्रेनिंग संपल्यावर येईल.”

“आता चांगली डगर झाली असंन?”

“बरं का अंबा...आता शेतीबरोबर ही दोघंही शेतीच्या खतांचा व्यवसाय करतात.”

“अरे व्वा छान! वहिनी नाव काय तुझं?”

“अंजली.”

“किती शिकली आहेस?”

“बी. ए. झाली आहे.”

“अंबा, तुला सांगायचं राहिलं...ह्यांचं लव्ह मॅरेज आहे.” काकू म्हणाल्या

“तुला असं काय दिसलं गं माझ्या भावात!”

“प्रामाणिकपणा”

"बरोबर...माणसाची ओळख आहे तुला!" तितक्यात एका काळी पिवळी जीप मधून एक गरोदर बाई व तिचा नवरा, दोन नातेवाईकांबरोबर अंगणात आले. ते जोशीकाकूंना म्हणाले,

"काकी...डॉक्टरनं हे इंजेक्शन लिहून देल्लन. हिलं भंडाऱ्यालं डिलवरीसाठी नेवाचा आहे. म्हने जावाच्या आधी पहले इंजेक्शन लावून जा."

"अशावेळेस डॉक्टराकडूनच इंजेक्शन लावून घ्यायला हवं." अंबाने आपलं मत प्रदर्शित केलं. ते अंबाला ओळखत नव्हते. अंबाला तिचा नवरा म्हणाला,

"मॅडम, मी इचा घरवाला..., डॉक्टरचा हात भारी पडते, मुनसयानी आमी काकूंकडून इंजेक्शन लावतो."

काकू उठल्या. मध्येच अंबानी थांबवलं.

"काकू आता मी आहे. तोपर्यंत मी बघते. दादा, इंजेक्शन आणलं आहे?"

"जी..."

"द्या..."

अंबाने इंजेक्शन आपल्या हातात घेतलं. त्याच्यावर लिहलेले नाव वाचलं. मग पेशंटला बेडवर झोपवलं. नंतर तिने पेशंटला तपासलं. मग काकूंना दुसऱ्या खोलीत घेऊन गेली.

"काय गं, मला इकडे का आणलंस?"

"काकू, हे डिलिवरीच्या वेळेस दुखणं कमी करायचं इंजेक्शन आहे. इथल्या डॉक्टरचं भंडाऱ्यातल्या नर्सिंग होमबरोबर संगनमत असेल. ह्या गरीबांकडून सिजरींग करून लुबाडण्याचा प्रकार आहे."

"मग आता काय करायचं?"

"मी बघते सर्व."

पुन्हा ते पेशंटच्या खोलीत आलेत. अंबा पुन्हा पेशंटला तपासू लागली. तिला स्पर्शानी काहीतरी जाणवलं. तिने पेशंटला विचारलं,

"बाई...दुखणं जाणवतं का?"

"हो मॅडम, हळूहळू वाढून राहिलं."

"ठीक आहे. तुम्ही चिंता करू नका...मी बघते." अंबा बाहेर बैठकीत आली व पेशंटबरोबरच्या माणसांना म्हणाली,

"आता खूप उशीर झाला आहे. इंजेक्शन दिल्यावरही ही भंडाऱ्याला पोहोचू शकणार नाही. मी बघते सर्व. तुम्ही काळजी करू नका."

"मॅडम, तुमची फीस किती?"

"आज काही गरज नाही. सगळं व्यवस्थित होईल."

नंतर विठ्ठलकडे वळत म्हणाली, "इथे जवळपास औषधाचं दुकान आहे!"

"हो..."

"मला हे सामान आणून दे..."

तिने विठ्ठलला औषधे व इतर आवश्यक सामानांची लिस्ट दिली. सोबत काही रुपये दिले.

"कुणी लिहून दिलं हे सांगायचं नाही."

"व्हय..." असं म्हणत तो औषधाच्या दुकानाकडे धावत निघाला. अंबाने डिलिव्हरीसाठी तयारी सुरू केली. पाणी गरम केलं. डॉक्टरकाकांचा स्टेथेस्कोप पुसून गळ्यात घातला. विठ्ठल आल्याबरोबर तिने सर्व कामं पटापट करायला सुरुवात केली. काकू अंबाद्वारे झटपट केलेली व्यवस्था पाहून दंग झाली. लगेच अर्ध्या तासात पेशंटची सुखरूप डिलिव्हरी झाली. बाळबाळंतीण सुखरूप होत्या. डिलिव्हरी नंतर ज्या काही खबरदारी घ्यायच्या असतात त्या तिने घेतल्या. नंतर बाहेर येऊन म्हणाली,

"मुलगा झाला आहे. आई आणि बाळ व्यवस्थित आहे." हे ऐकून सगळ्यांच्या चेहऱ्यावर आनंदाचं उधाण आलं.

"तुम्ही पेशंटला इथेच राहू द्या. तीन दिवसांनी घेऊन जा."

"मॅडम, तुम्ही फी नाही सांगितली."

"काकू आणि माझ्याकडून फ्री."

"आन् दवाइचे पैसे."

"ते सुद्धा फ्री."

•••

"काकू, मी संध्याकाळी येते. चल विठ्ठल!"

विठ्ठलने तिची सूटकेस व अंजलीने बॅग उचलली. त्या गरीब माणसांना अंबामध्ये अशावेळेस साक्षात देवीचे रूप दिसले. न कळत ते तिच्या पाया पडले. तिने त्याना अडवलं.

"असू द्या."

"मॅडम जीप आहे...तिच्यातून जा म्हणतो."

''जीप सोडून द्या. उगाच किराया बसवू नका. नंतर आई बाळाला न्यायला मागवा. आम्हाला जवळच जायचं आहे.''

काकू तिच्या जवळ गेली.

''तुझ्याही जीवाला चैन नाही. इतक्या दुरून आलीस, जरा आराम कर.''

''काकू, हे नेहमीचंच...सवय झाली आता'' तिने काकूला पुन्हा नमस्कार केला.

''बरं येते.''

अंबा, विठ्ठल, अंजली...आपल्या घराकडे निघाले. पेशंटच्या नातेवाईकांच्या डोळ्यांच्या कडा नकळत पाणावल्या होत्या.

घरी पोहोचल्यावर...बाजूच्या घरचं व तिच्या घरचं कंपाउंड दोन्हीची एकच सीमारेषा बघून अंबा म्हणाली,

''हे असं का केलं?''

तेव्हा अंजली म्हणाली,

''ताई हे घरसुद्धा आपणंच विकत घेतलं.''

''खूप बरं वाटलं...खरोखर तू माझ्या भावाची साक्षात लक्ष्मी शोभतेस.''

''तुम्हा मोठ्यांचा आशीर्वाद होता म्हणून सर्व शक्य झालं.''

''आज तुमच्या कामाचं काय?''

विठ्ठल म्हणाला, ''इतक्या दिवसानी तू आली, त्यामुळे सर्व कामाला सुट्टी. महादेव भाऊ कसा आहे?''

''बरा आहे.''

''बाई, तुझ्यात भारी बदल झाला.''

''म्हणजे काय? माझे समोरचे डोळे मागे गेले?''

''नाही, तू एकदम शहरातली डॉक्टरीण वाटतेस.''

''तू पण बरा वाटतोस...या मुलीने खरोखर तुझ्यात बदल घडविला आहे.''

''मी आहे तसाच आहे.''

''जाऊ दे, तुला नाही कळणार''

''एक इचारू?''

''विचार''

''तुलं डॉक्टरकी चांगली आली मनावं.''

''मी तिकडे ट्रेनिंग घेतली आहे. हॉस्पिटलमध्ये आय. सी. यू. ची नर्स

होती.''

तेव्हा अंजली म्हणाली, ''ताई, माझ्या डोक्यात एक कल्पना आहे.''

''सांग!''

''पहले आरामानं बसू तं दे...''

''सॉरी...सॉरी...''

अंबाने तिच्याकडे कुतूहलपूर्वक पाहिलं. नंतर घरात शिरून घरांच्या भिंतीना डोळे भरून बघू लागली. घर व्यवस्थित लावलं होतं. आधीच्या घरात व आताच्या घरात प्रचंड बदल झाला होता. घरातली सगळी ठेवण शहरातली दिसत होती. घरात वर्तमानपत्रसुद्धा येत होतं. जेवण करून अंबा सोफ्यावर डोळे मिटून शांत बसली होती. तिला खूप बरं वाटत होतं. या घरात तिला आईच्या कुशीत विसावल्याचं सुख जाणवायला लागलं. ती गतकालीन आठवणीचे कवडसे पाहात होती. नाशिकमध्ये मीना वहिनीचे कारस्थान. त्यामुळे इकडे यायचा तिचा निर्णय. ट्रेनमध्ये ती खिन्नतेच्या महासागरात हेलकावे घेत परतीच्या प्रवासात येत होती. शेवटी तिला तिचं गाव, तिची माती तिला आधार देणार होती. 'स्काय इज लिमिट' म्हणणारी ती धरतीच्या कुशीत आधारासाठी आली होती. आकाशातून पडणारे पावसाचे थेंब पटकन जमिनीत विरून जातात. पण नाशिकात मीना वहिनीना ती रस्त्यातल्या दगडासारखी खटकत राहिली. आधारासाठी की निवांतपणे जगण्यासाठी तिने इथे परत यायचा निर्णय घेतला...पण हा निर्णय बरोबर आहे की मृगजळासारखा आहे? तिने आपल्या विचारांवर अंकुश ठेवला. एक खोल श्वास घेऊन मनातली घालमेल थांबवायसाठी त्या विचारांना तिऱ्हाईतासारखी निर्विकारपणे बघण्याचा प्रयत्न करू लागली. तितक्यात अंजलीच्या आवाजाने ती भानावर आली.

''ताई, थकवा वाटतो?''

''नाही गं...''

''कॉफी घ्या...बरं वाटेल.''

''मघा तुला काय सांगायचं होतं.''

''बघा, तुम्हाला पटतं का ते?''

''बोल.''

''आपल्या बाजूच्या घरात जे गुरुजी राहतात ना, त्यांची मुलगी आताच एम. बी. बी. एस. झाली. इंटर्नशिप वगैरे सर्व संपली. घरी रिकामीच आहे. आपण तिला जोशीकाकांच्या हॉस्पिटलमध्ये नोकरीवर ठेवलं तर? म्हणजे बायांसाठी

एक लहान नर्सिंग होम करता येईल.''

''जोशीकाकूंना विचारावं लागेल. पुन्हा पैशाचा प्रश्न येईल.''

''तुम्ही चिंता करू नका. आपण बाजूचं घर गहाण ठेवून बँकेतनं लोन उचलू शकतो.''

''कल्पना छान आहे. आजच जोशीकाकूंना विचारते''

''आणि ताई, गावात नर्सिंग केलेल्या चारपाच मुलीसुद्धा रिकाम्या आहेत. त्यांनासुद्धा काम मिळेल आणि तुम्हालासुद्धा बरं होईल.''

''माझी चिंता सोड...मी इथे काही दिवसांची पाहुणी.''

''म्हणजे तुम्ही परत नाशिकला जाणार!''

''जाण्याचं सुमन परत आल्यावर ठरविता येईल.''

''सुमन कोणत्या ट्रेनिंगवर गेली.''

''आय. पी. एस. च्या.''

''अरे बाप रे!''

''काय झालं?''

''माझ्या कानावर विश्वास बसत नाही.''

''अगं, ती कलेक्टरसुद्धा होऊ शकत होती. पण लहानपणापासून तिला आय. पी. एस. व्हायचं होतं.''

''तुम्ही जोशीकाकूंना भेटून या. आज मी काही गोड करते.''

''विशेष काय गं.''

''सेलिब्रेशन...तुम्ही आलात...सुमन आय. पी. एस. होतेय. गोड व्हायलाच हवं.'' तिच्या डोक्यावरून हात फिरवून अंबा उठली व जोशीकाकूंच्या घराकडे निघाली. तोपर्यंत ओळखीच्या लोकांपर्यत ती गावात आल्याची बातमी पसरली होती. काही बाया त्यांच्या अंगणातूनच अंबाची विचारपूस करीत होत्या. सर्वांच्या प्रश्नाची उत्तरे देत देत ती जोशीकाकूंकडे पोहचली. सर्वात आधी तिने बाळबाळंतिणीला बघितलं. सर्व आनंदात होते. खूप दिवसानंतर जोशी काकूंकडे चहल पहल दिसत होती. काकूंना घेऊन ती दुसऱ्या खोलीत गेली.

''काकू, मला तुमच्याकडून परवानगी हवी आहे.''

''तुला कुणी अडवलं आजवर?''

''तसं नाही मला काकांचं एक स्वप्न पूर्ण करायचं आहे.''

''कुठलं?''

''मला पुन्हा या वास्तूत काकांच्या नावाचं नर्सिंग होम उभं करायचं

आहे.''

"पण डॉक्टरांची, पैशाची व्यवस्था कुठून होईल."

"तुम्ही काळजी करू नका. मी सगळं व्यवस्थित करते. तुम्ही फक्त या नर्सिंग होमची मालकीण म्हणून राहावं."

"पण तू गेल्यावर?"

"ती सर्व व्यवस्था करूनच परत जाईन."

"मग कर, तुला जे करायचं ते कर. आज तू आली आणि देवाने चमत्कार दाखविला."

जोशीकाकूंना खूप आनंद झाला. बाहेर आल्यावर तिथे आलेल्या मंडळींना काकू म्हणाल्या,

"या मॅडम लवकरच इथे नर्सिंग होम उघडणार आहेत. तुमचा काय विचार आहे?"

"अजी बेस आहे. आमले बी चांगला व्हयल. आमी बी जवळपासच्या गावाले सांगू. मंग कवापासून सुरू करावाचा इरादा आहे मॅडम?"

"लवकरच सुरू करू. काही फॉर्मलिटी पूर्ण कराव्या लागतील. नंतर शहरातून हॉस्पिटलला लागणारं सामान आणून व्यवस्था करावी लागेल."

• • •

अंबा घरी आल्यावर अंजलीने तिला प्रश्न केला,

"काकू काय म्हणाल्या?"

"त्यांचा होकार आहे."

"आता माझ्याबरोबर या." अंबाचा हात धरून अंजली तिला बाजूच्या घरी घेऊन आली. दारात निखाडे गुरुजी उभे होते. त्याना बघून ते म्हणाले,

"या..."

"गुरुजी, या आमच्या ताई."

"नमस्कार...!" अंबा म्हणाली, "गुरुजी, तुमच्याशी महत्त्वाचं बोलायचं आहे. तुमच्या डॉक्टर मुलीला इथे जॉब दिला तर चालेल?"

"तिलाच विचारा...माझी काही हरकत नाही."

त्यांनी आपल्या मुलीला आवाज दिला. "स्मिता..."

"हो...आले आले."

“बघ. या ताई काय म्हणतात ते.”

“नमस्कार!”

“स्मिता, पुढे तुला काय करायचं आहे?”

“एखाद्या नर्सिंग होममध्ये जॉब करून अनुभव घ्यायचा आहे.”

“आम्ही तुला संधी दिली तर स्वीकारशील?”

“एस.”

“इनीशिअली हाऊ मच यू एक्सपेक्ट”

“रिगार्डिंग?”

“पे साईज.”

“फ्री चालेल. मला फक्त एक्सपीरिअन्स हवा आहे.”

“ओ. के. वुई वील गीव्ह युवर रेम्यूनरेशन आल्सो.”

“पण कुठे? हे नाही सांगितलं.”

“आम्ही जोशीकाकांच्या हॉस्पिटलचं जोशी नर्सिंग होम करणार आहोत.”

“फन्टास्टिक आयडिया. कधी पासून?”

“युवर सर्व्हिसेस रिक्वायर्ड फ्रॉम टुमारो मॉर्निंग, शार्पली ८.३० ए. एम. आर यू रेडी?”

“एस मॅम.”

“थँक यू, डॉक्टर.”

अंबाला इतकं छान बोलताना बघून अंजलीची गंभीर मुद्रा उजळली. नमस्कार केल्यावर त्या दोघी घरी परतल्या.

दुसऱ्या दिवशी सकाळी साडेआठच्या सुमारास डॉक्टर जोशींच्या घरी अंबा, अंजली, डॉक्टर स्मिता पोहोचल्या. त्यांना बघून जोशीकाकूंच्या उत्साहाला उधाण आलं.

“काकू, ह्या डॉक्टर स्मिता. आजपासून या नर्सिंग होमची हेड.”

“ये बेटा.”

सर्वजण डॉ. जोशीकाकांच्या फोटोजवळ जमले. त्यांच्या फोटोला हार घालण्यात आला. पहिल्या पेशंटच्या नवऱ्याकडून नारळ फोडण्यात आला. सर्वांना पेढे वाटण्यात आले. नंतर अंबा डॉक्टर स्मिताला पेशंटकडे घेऊन गेली व तिला इंग्रजीत सगळं समजावून सांगितलं. डॉक्टर स्मिताने बाळबाळंतिणीला तपासलं व समाधानाने अंबाला म्हणाली,

“मॅम, एव्हरीथिंग इज फाऊंड नॉर्मल.”

“फाइन. नाऊ वुई विल डिसाइड अबाऊट युवर चेंबर.”

अंबा डॉक्टर स्मिताला एका रूममध्ये घेऊन गेली आणि तिला विचारलं,

“सध्या इथे कसं राहील?”

“मस्त!” डॉक्टर स्मिता म्हणाल्या. अंजलीने तिकडून पुन्हा दोन खुर्च्या आणल्या. अंबाच्या मनात काहीतरी सुरू होतं.

ती म्हणाली, “डॉक्टर स्मिता. आधी आपण मेंडेटरी लिस्ट करू.”

“ओ. के. मॅम.”

दोघेही लिस्ट करत बसल्या तेव्हा अंजली म्हणाली.

“ताई, मी येते.”

“बरोबर...तुला तुझं दुकानसुद्धा बघायचं आहे. तू तुझा मोबाईल नंबर देऊन जा. तू मला मिस कॉल दे. मी सेव्ह करून घेईन. जर कुणी ओळखीचा चांगला कारपेंटर असेल तर त्याला पाठवून दे.”

“ओ. के.”

अंजली तिथनं निघाली. एका तासात जोशीकाकूंकडे वाढई, नर्सेसच्या ट्रेनिंग घेतलेल्या मुली, केबलवाला, पेंटर, अशा सर्वांची रीघ लागली. अंबा कारपेंटरला नर्सिंग होमचं इंटेरिअर समजावून सांगत होती. सोबत प्लंबर, इलेक्ट्रिशिअनलासुद्धा कनेक्शनबद्दल सांगत होती. इमर्जन्सी लाईट व इनर्व्हटर कुठे लावायचं सांगत होती. चेंज रूम, डॉक्टर्स रूम, बाथरूम्स, टॉयलेट इत्यादी सांगून झाल्यावर पेंटरला बस स्टँडवर व गावात मुख्य ठिकाणी ‘जोशी नर्सिंग होम’ लवकरच सुरू होत आहे.’ असं लिहिण्याची सूचना दिली. केबलवाल्याला सिरीयल्सच्या खाली कॅप्शन प्रसारित करायचं सांगितलं. हे सगळं सांगता सांगता दुपारी कशी झाली ते कळलं नाही. तीन मुली नर्सेसच्या जॉबसाठी आल्या होत्या. अंबाने त्यांचा इंटरव्ह्यू घेतला. तेव्हा डॉक्टर स्मिताला तिच्या ज्ञानाचं कौतुक वाटलं. सध्या अंबाने त्या मुलींना ट्रेनी नर्स म्हणून ठेवलं. जेव्हा नर्सिंग होम पूर्ण होईल तेव्हा पगारी कामावर ठेवू असं आश्वासन दिलं. त्या मुली पटकन तयार झाल्या. त्या गेल्यानंतर अंजली आली. अंबा तिला बघून म्हणाली,

“काय जबरदस्त नेटवर्क आहे तुझं! आता तुम्हा दोघींना मी शांत बसू देणार नाही. खूप कामं करायची आहेत.” अंबा; अंजली व डॉक्टर स्मिताकडे बघून म्हणाली,

“मॅम, मी तयार आहे.” डॉ. स्मिता म्हणाली.

“मी सुद्धा!” अंजली म्हणाली.

“बरं का काकू...आजपासून ही अंजली तुमच्या हॉस्पिटलची फायनान्स अँण्ड ॲडमिनिस्ट्रेशन ऑफीसर.”

“ताई, मला तुमची असिस्टंट असू द्या. तुमच्यापासून मला खूप काही शिकायचं आहे.”

“एस मॅम..मला सुद्धा.” डॉ. स्मिता म्हणाली.

“आज तुमच्यामुळे मला आकाश ठेंगणं वाटायला लागलं ग पोरींनो!” आणि काकूंना गलबलून आलं...अंबा काकूंचा हात धरून म्हणाली,

“काकू, आता निघतो आम्ही.”

“जेवून जा.”

“आज पेशंट आणि त्यांच्या लोकांबरोबर लंच एन्जॉय करा.” हॉस्पिटलमधला पेशंटचा एक नातेवाईक म्हणाला.

“काकी, ही मॅडम किती फटाफट कामं निपटवतेजी. (कामं उरकवते) काल बी त्यांच्यामुळे आमाले भंडाऱ्याले जावा नायी लागला...ह्या मॅडम तुमच्या कोण होतेत जी?”

“माझी मानलेली लेक.”

“कोठी राहत्ये?”

“नाशिकात.”

“मोठ्या शहरांमधला मोठा अनुभव दिसते. काकी तुमी चिंता करू नका. ह्या इलाख्यात आपला दवाखाना पायजा (बघा) सगळ्यात जास्त फेमस होयंल...”

“तुझ्या तोंडात तूप-साखर पडो. चला, जेवून घ्या.”

•••

संध्याकाळी डॉ. स्मिता खूप आनंदात होती. तिच्या वडिलांना राहवले नाही. त्यांनी तिला विचारलं,

“बेटा, आजपर्यंत तुला इतकं आनंदी कधी पाहिलं नव्हतं. अशी कोणती जादू झाली की तू इतकी आनंदी झाली?”

“बाबा, आय एम सो एक्साइटेड...आजचा अनुभव खरोखर न विसरणारा होता. अंबाकाकूपासनं शिकण्यासारखं खूप काही आहे.”

“चला, हे ऐकून मला बरं वाटलं.”

“माहीत आहे बाबा? उद्या आम्ही नागपूरला जाणार इक्वीपमेंट आणायला.

बँक मॅनेजरनी फटाफट लोन सॅक्शन केलं.''

''नागपूरला कुणी गाईड करणारे आहेत?''

''आमचे मिलिंद सर मदत करायला तयार झाले. काकूंच्या कन्व्हिसिंग पॉवर वर तर मी फिदा झाले बाबा.''

तितक्यात अंबा आली. गुरुजी तिला बघून म्हणाले,

''या...या.''

''स्मिता, प्लीज, तू थोड्यावेळात गायनिकचे आणि पेडीयाट्रीकची जी पुस्तकं असतील ती घेऊन ये...पुन्हा एकदा लिस्ट फायनल करून घेऊ.''

''एस मॅम.''

अंबा तिच्याकडे नुसती बघायला लागली.

''हो काकू.''

रात्री अंबाचा काम करण्याचा स्टॅमिना बघून डॉ. स्मिताला स्वत:च्या क्षमतेबद्दल साशंकता यायला लागली. कुठलेही काम करायला किती ऊर्जा ओतावी लागते आणि तेही जीव तोडून, त्याचा प्रत्यय तिला येत होता. नागपूरला गेल्यावर पारखी नजरेनं घेतलेलं सामान, डॉ. स्मिताला प्रचंड अनुभव देऊन गेला. साध्या साध्या रबरी ट्यूबसूचं किती महत्त्व असतं हे तिला कळलं. अंबा कुठलंही तपासणारं उपकरण घेताना त्याचं अॅक्रीडीशन सर्टीफिकेट बघत होती. डॉक्टर स्मिताला, 'अॅक्रडीशन सर्टिफिकेटचा' कशासाठी उपयोग होतो याबद्दल माहिती नव्हती. एकांत मिळाल्यावर तिने अंबाला विचारलं,

''मॅम, नुसत्या अक्रीडीशनच्या सर्टीफिकेटनी सामानाची किंमत किती वाढते...कशाला इतकं त्यामागे लागायचं?''

''त्याचे असे आहे डॉ. स्मिता, आता नर्सिंग होम उघडायचं म्हणजे नुसती दिखाऊ उपकरणं घेऊन उपयोग नाही. समजा, आपलं ब्लड प्रेशरचं (बी. पी.) उपकरण फॉल्टी असेल तर पेशन्टचं बी. पी. चूक येईल, त्यानुसार औषधाची पोटेंसी बदलेल किंवा ड्रग बदलेल. म्हणजे पेशंटच्या जीवाशी खेळणं. ही माणुसकी नव्हे. त्यासाठी सर्टिफाइड उपकरणं घेणं अत्यावश्यक आहे आणि त्याला मध्ये मध्ये स्टँडरडाइज करणं पण तितकं अत्यावश्यक असतं.'',

''आय डू अग्री मॅम.''

नर्सिंग होमचं काम वेगानं सुरू होते. वेस्ट डिस्पोजल इत्यादीसाठी भेटणं सुरू होतं. तशात हळूहळू पेशंट येत होते. म्हणून सर्वांनी ही कामं रात्री करण्याचा निर्णय घेतला. सध्या नुसते आऊटडोअर पेशंट सुरू होते. सगळ्या

फॉर्मलिटी पूर्ण व्हायला दोन महिने लागले. नागपूरच्या मेडीकल कॉलेजच्या डॉक्टरांना इथे मेडीकल कॅम्पसाठी आमंत्रित करून नर्सिंग होम सुरू करण्याचं ठरविण्यात आलं. त्यामुळे नर्सिंग होमची खूप पब्लिसिटी झाली. दिवसेंदिवस गर्दी वाढत होती. वर्तमानपत्रातून डॉक्टरांसाठी जाहिराती देण्यात आल्या. विशिष्ट दिवसांसाठी स्पेशॅलिस्ट व इतर तीन डॉक्टर नोकरीवर ठेवण्यात आले. ऑफिसचे काम करायला तीन ग्रॅज्युएट मुलं ठेवण्यात आली. काकू जिथे राहात होत्या त्या खोलीला त्यांच्याच वापरासाठी ठेवण्यात आलं. बघता बघता पंचवीस बेडचं हॉस्पिटल उभं झालं. अंबा हायजेनिक वर कटाक्षाने लक्ष ठेवीत होती. डॉक्टरांचे पगार, नर्स व इतरांचे पेमेंट अंजलीच्या सहीने देण्यात येत होते. बँकेच्या हप्त्यांची परतफेड नियमीत होत होती. अंजलीची दगदग वाढली होती. त्यामुळे ऑटो स्टार्ट होणारी स्कूटर अंजलीने घेतली. अंबा फक्त पेशंटस् व सगळे मेंटेनन्स बघत होती. इमरजन्सी औषधं, कॅटगेट, सलाईन, डिस्पो व्हॅन, कॉटन सगळं नागपूरच्या बझारमधून आणि भंडाऱ्याच्या कमला हाऊसमधून येत होतं. तिथे एक फार्मसिस्ट ठेवावा लागला होता. आता खेड्यातली लोकं भंडाऱ्याला न जाता जोशीच्या नर्सिंग होमकडे यायला लागले होते. अंबाला डॉक्टर, स्टाफ, नर्स सर्व वचकून होते. नर्सिंग होममुळे गावाला प्रतिष्ठा आली होती. गावातल्या लोकांचा स्वभाव माहीत असल्यामुळे अंबा त्यांना त्या त्या पद्धतीने हाताळत होती. दिवसामागून दिवस जात होते. सुमनचं ट्रेनिंग संपायला फक्त सात दिवस उरले होते.

त्र्यंबकेश्वरला जान्हवी, शेखर, सरिता पुन्हा दर्शनाला आले होते. शेखर पूर्णपणे बरा झाला असं वाटत असलं तरी त्र्यंबकेश्वरवरून निघताना जान्हवी म्हणाली,

"मुंबईला परत जायच्या आधी आपण पुन्हा एकदा डॉक्टर गोखलेंना भेटून येऊ."

"चालेल," शेखर म्हणाला

शेखर व सरिता डॉक्टर गोखलेंच्या चेंबरमध्ये शिरले. जान्हवी बाहेरच थांबली. तिची नजर अंबाला शोधत होती. तिने सरळ एका नर्सला अंबाबद्दल विचारलं. ती तिला ओळखत नव्हती. जान्हवीने डॉक्टर गोखलेंच्या चेंबरमध्ये प्रवेश केला तेव्हा डॉक्टर शेखरला तपासत होते. शेखरला तपासल्यानंतर ते शेखरला म्हणाले,

"आता तुम्ही फीट आहात."

जान्हवीकडे लक्ष गेल्यानंतर डॉक्टर म्हणाले,

"आय सॉरी मिसेस अधिकारी, माझं तुमच्याकडे लक्ष नव्हतं."

"तसं नाही डॉक्टर, मी आताच आले. एक विचारू का डॉक्टर? अंबा का गेली?"

"नेमकं हेच मी तुम्हाला विचारणार होतो आणि तुम्ही पण तोच प्रश्न केला."

"म्हणजे, तुम्हाला सुद्धा माहीत नाही?"

"नाही ना."

"तुमच्याकडं तिचा मोबाईल नंबर आहे."

"हो..."

त्यांनी जान्हवीला मोबाईल नंबर दिला. जान्हवीने लगेच अंबाला मोबाईल केला. तेव्हा नेटवर्क बिझी दाखवत होतं. डॉक्टरकडे बघून जान्हवी म्हणाली,

"आता नेटवर्क बिझी दाखवतंय; नंतर माझं तिच्याशी बोलणं झाल्यावर तुम्हाला कळवते."

"थँक यू."

नर्सिंग होमच्या बाहेर आल्यानंतर, जान्हवीने कार अंबाच्या घराकडे वळविली. अंबाच्या घरासमोर कार थांबवून ती अंगणात आली. घरचं दार उघडं बघून तिला हायसं वाटलं. ते बघून ती म्हणाली,

"शेखर, मी एका मिनिटात येते."

दारातून जान्हवी सरळ आत गेली. सावंत सोफ्यावर बसून मॅगझीन चाळत बसले होते. त्यांची पत्नी सुशीला डायनिंग टेबल स्वच्छ करत होती. सावंतना बघून जान्हवी म्हणाली,

"एसक्यूज मी!"

"एस मॅडम!" सावंत तिच्याकडे बघत उभे झाले

"माझे नाव ॲड. जान्हवी अधिकारी."

"टी. व्ही. जवळ ठेवलेलं ते तुमचंच कार्ड म्हणायचं."

"मी हे कार्ड तिथेच अंबासाठी ठेवून गेले होते. कुठे आहे ती?"

"ती नाशिक सोडून गेली."

"तुम्ही कोण?"

"मी तिचा मानलेला भाऊ, सिनिअर इन्स्पेक्टर सावंत."

"अच्छा म्हणजे तुम्ही ॲकेडेमीतले!"

"तुम्ही मला ओळखता?"

"तसं पर्सनली नाही. पण मिस्टरांकडून व अंबाकडून तुमची खूप स्तुती ऐकली. खरं म्हणजे मी मुंबईच्या क्राईम ब्रँच कमिशनर मि. अधिकारी यांची पत्नी."

"सॉरी मॅडम...मी तुम्हाला ओळखलं नाही. आमचं अहोभाग्य तुम्ही इथे आल्या. अगं, ऐकतेस का...मॅडमसाठी पाणी घे. मॅडम, प्लीज बसा..."

"थँक यू...खरं म्हणजे या आधी आम्ही दोघेही इथे जेवून गेलो. अंबा होती तेव्हा."

"ताई कशी ओळखते सरांना?"

"तिची जुनी ओळख आहे. तुम्ही पंचवटीत राहता ना!"

"हो! सुमन येणार म्हणून घर व्यवस्थित करायला आलो."

"महादेवसुद्धा तुमच्या घराजवळ राहतो?"

"हो मॅडम, तुम्ही गेल्यावर त्याच दिवशी महादेव त्याच्या मुलाबरोबर इथे आला होता. मग काय झालं कुणास ठाऊक? अंबाने त्या दिवशी पोलीस स्टेशनला जाऊन मीना वहिनीस सोडवलं व तडकाफडकी गावाकडे निघून गेली. महादेवचा संसार उद्‌ध्वस्त होऊ नये म्हणून ती नाशिक सोडून गेली."

"फोनवर संपर्क आहे तुमचा?"

"फोन उचलत नाही."

"सुमन केव्हा येणार?"

"उद्या...अद्याप तिला आम्ही काहीही सांगितलं नाही."

"ओ माय गॉड!"

तेवढ्यात कार मधून हॉर्न वाजला. सावंत पटकन बाहेर गेले व शेखर आणि सरिताला घरात यायची विनंती केली. सरिता व शेखर आत आल्यानंतर जान्हवीने सावंतना ओळख करून दिली.

"आम्ही सुमनला घ्यायला मुंबईला जाणार होतो. पण ती म्हणाली, आईला सरप्राईज द्यायचं आहे..."

आणि बोलता बोलता सुशीला सावंतला गहिवरून आलं. जान्हवी विषयांतर करीत म्हणाली, "मी इकडे यायच्या आधी डॉ. गोखलेंकडून अंबाचा नंबर घेतला. त्या दिवशी आम्ही तिच्याकडून मोबाईलचा नंबर घ्यायचं विसरलो! तिला फोन करून बघते."

जान्हवीने पुन्हा अंबाला मोबाईल लावला.

"हॅलो" पलीकडचा आवाज अंबाचा होता.

"मी जान्हवी बोलते."

"नमस्कार ताई...माझा नंबर कुठून मिळाला."

"मला आधी सांग...तू कुठे आहेस?",

"गावाला."

"थँक्स गॉड...मी नागपूरला आले की तुला मुद्दाम भेटायला येईन."

"हो...नक्की या."

"ऐ...असं रडायला काय झालं? आम्ही आहोत ना तुझ्याबरोबर...हे बघ तुझा सावंतदादा. सुशीलावहिनी किती आसुसलेले आहेत तुझ्याशी बोलायला आणि तू अशी आहेस की त्यांना उत्तर देत नाही. घे...बोल त्यांच्याशी."

"हॅलो ताई. आम्ही काय गुन्हा केला? तू आमचा फोन उचलत नाही. तुझी आठवण झाली की आम्ही तुझ्याच घरी येऊन राहतो. हे घे. वहिनीशी बोल."

"हॅलो ताई, मी तर मीनासारखी नाहीए. मग असं का आम्हाला तोडलं?"

"वहिनी, असं म्हणू नका. आज मी जे काही आहे ते तुमच्यामुळे. तुमच्यामुळेच मी नाशिकात जगू शकले."

"आता यांना सुटी भेटली की आम्ही येऊ तिकडे..."

"या...नक्की या. मला खूप बरं वाटेल."

"ताई, उद्या सुमन येणार आहे..."

सुशीलाला गहिवरून आलं.

"ताई, मॅडमशी बोला."

"अंबा, आय एम प्राऊड ऑफ यू...रिअली आज मला प्रकर्षाने जाणवतं...मी तुला मिस करते आहे. यानंतर मी तुला मुंबईलाच नेते. आता तू आमच्या घरची महत्त्वाची सदस्य समज."

"सो काईंड ऑफ यू..." आणि अंबाचा रडण्याचा आवाज स्पष्ट ऐकू येत होता. जान्हवीच्या डोळ्यातूनसुद्धा अश्रुधारा निघाल्या. तिने मोबाईल बंद केला. अश्रू पुसले.

"थँक यू मॅडम, तुम्ही आल्यामुळे आज आम्हाला बरं वाटलं. आतापर्यंत अपराध्यासारखं वाटत होतं. उद्या सुमनला काय उत्तर द्यावं याच द्विधा मन:स्थितीत होतो."

"बरं आहे सावंत साहेब...पुढच्या वेळेस आलो की चहा फराळ नक्की

घेऊ. आज क्षमा करा.''

आणि जान्हवी कारकडे वळली. शेखर व सरितासुद्धा कारकडे आले. ते बसल्यावर कार सुरू झाली.

ते गेल्यावर सावंत सुशीलाला म्हणाले,

''ताई इतकी मोठी आहे, हे आपल्याला तिने कधीही कळू दिले नाही. स्वत:च्या जिवाची पर्वा न करता नेहमी दुसऱ्यासाठी कार्य करत राहते. हे घर तिच्यामुळे धन्य झाले. ह्या घराला ताईमुळे मोठी माणसं बघायला मिळाली.''

''आणि ती मीनावहिनी, आपल्या हट्टापायी घरातली शांती हरवून बसली.''

सुशीलाने आपला राग व्यक्त केला.

''अहो, सुमन आल्यावर उद्याच संध्याकाळी निघू, तसं साहेबांना सांगा. बघा सुटी मिळते का?''

''मलासुद्धा तसंच वाटतं. एक दोन दिवस तिच्याबरोबर राहून यावं...ताई तिकडे कशी आहे देव जाणे...''

दुसऱ्या दिवशी सावंत कुटुंब स्टेशनवर सुमनला रिसीव करायला गेलं. सुमनबरोबर तिची मैत्रीण नज़मासुद्धा गाडीतून उतरली. नजमाने गाडीत सुमनला तिच्या आईबरोबर घडलेल्या सर्व घटनाक्रमांची माहिती दिली. त्या क्षणापासून सुमन बधिर झाल्यासारखी झाली. ट्रेनमधून उतरल्यावर ती सुशीलाला बिलगली आणि ढसढसा रडायला लागली. ते बघून सावंतांच्या डोळ्यात अश्रू तरळले. नज़मा मुंबईला तिच्या काकीकडे एकटीच गेली होती. परत येताना त्याच कंपार्टमेंटमध्ये सुमनची भेट झाली. हा योगायोग होता. नज़माला घ्यायला तिचे अबू स्टेशनवर आले होते. सुमनचे जेव्हा त्यांच्याकडे लक्ष गेले तेव्हा ती सुद्धा त्यांच्या पाया पडली.

''खुदा तुम्हे महफूज रखे.''

ती तशीच हुंदके देत त्याना म्हणाली, ''शुक्रिया अंकल. आप लोगों के आशीर्वाद से ही मैं अपनी ट्रेनिंग पुरी कर सकी.''

''तुम बहादूर बेटे हो...ऐसे रोते नही...अब सब ठीक होगा...''

ती लहान मुलीसारखी सावंतचा हात पकडून रेटून स्टेशनच्या बाहेर आली. ऑटोत बसून ते घराकडे निघाले आणि नजमा आपल्या अबूबरोबर मोटार सायकलवर गेली. घरी आल्यावर सुमन म्हणाली,

''मामा, आता आई कुठे आहे?''

''गावाकडे.''

“आपण तिघेही आजच संध्याकाळी नागपूरसाठी निघू.”

“ठीक आहे. मी तत्काल रिझर्व्हेशनचं बघतो.”

“मामा कसा आहे?”

“तो सुद्धा दु:खी आहे.”

“आपण त्यांना भेटू.”

“बरोबर. त्यालासुद्धा हलकं वाटेल. आपण त्याला त्याच्या फॅक्टरी जवळ भेटू... मी त्याला फोन करून कळवतो.”

सुमन फ्रेश होऊन महादेवला भेटायला गेली तेव्हा महादेव तिला डोळे भरून बघत होता.

डोळ्यांच्या पापण्या जडावलेल्या होत्या. त्याला अपराध्यासारखं वाटत होतं. सुमन महादेवकडे धावत गेली व त्याच्या कुशीत शिरली. दोघांनाही अश्रू आवरत नव्हते...

•••

नागपूर स्टेशनवर उतरल्यावर सावंत म्हणाले,

“सुमन, आपण इथनं टॅक्सीने गावाला जाऊ. पुढे गावाकडे जायला बस मिळाली नाही तर वांधा.”

“ठीक आहे मामा.”

ते टॅक्सीने गावाकडे निघाले. गावात पोहोचल्यावर सुमनला गाव अनोळखी वाटायला लागलं. तरी ते कसेबसे घराकडे पोहोचले. घरी पोहोचल्यावर दाराला कुलूप होतं. सुमन जवळच्या घरी गेली. दारात गुरुजी पुस्तक वाचत बसले होते.

“नमस्कार! इथे विठ्ठलराव राहतात ते कुठे गेले?”

“दुकानात.”

“त्यांची ताई...अंबा...त्या कुठे गेल्या.”

“तुम्ही कोण?”

“मुलगी. आम्ही नाशिकवरून आलो.”

“थांबा, त्यांना मी कळवितो.”

“सध्या कुठे असतील त्या?”

“डॉक्टर जोशींकडे.”

“बरं, आम्ही तिकडेच निघतो.” सुमन पटकन टॅक्सीकडे पळाली.

लगेच गुरुजीनी नर्सिंग होममध्ये फोन लावला. फोन विठ्ठलने उचलला.

"हॅलो विठ्ठलराव, तुमच्याकडे नाशिकचे पाहुणे आले आहेत."

"बरं, मी येतो. त्यांना थांबवून ठेवा."

"ते नर्सिंग होमकडे निघालेसुद्धा."

"बरं, मी पाहतो."

विठ्ठल लगेच नर्सिंग होमच्या दाराकडे निघाला. दाराजवळ टॅक्सी थांबली. सुमन पटकन बाहेर आली. तिला कॅप्रीवर बघून तो गडबडला. शिवाय तिच्यात भरपूर बदल झालेला होता. डोळ्यावर गॉगल चढला होता. सुमन त्याच्या जवळ आली व त्याच्या पाया पडली.

"मामा, मी सुमी..." असं म्हणून त्याला बिलगली "आई कुठे आहे?"

"थांब, मी आणतो बोलावून. तू तं (तर) पार बदलूनच गेली."

"कशी दिसते!"

"ए वन."

तितक्यात वार्ड बॉय चावी घेऊन आला व विठ्ठलला म्हणाला,

"दादा, मॅडमनी चावी पाठवली. पाहुण्यांना घरीच थांबायला सांगितलं आहे."

"चावी का पाठवली?"

"त्यांचा पारा सातव्या आसमानावर आहे."

"कावून?"

"डॉक्टर पटेलची परेड घेणं चालू आहे." तितक्यात सावंत कुटुंब नर्सिंग होमच्या आत आले. अंबाचा दणकेबाज आवाज बाहेर ऐकू येत होता.

"डॉक्टर पटेल, तुम्ही रिझाईन करा...नाहीतर मी तुम्हाला कामावरून काढून टाकते."

विठ्ठल कुणाशी बोलतो आहे हे बघायला जोशीकाकू घराच्या बाहेर आल्या. सुमीचं त्यांच्याकडे लक्ष गेले.

"आजी, मी सुमी."

"अगं बाई, किती मोठी झाली."

सावंत व सुशीलाकडे बघून जोशीकाकू म्हणाल्या,

"या बसा...मी पाणी आणते."

"मामा. ह्या जोशी आजी..."

"आजी, आई कुणावर रागावते?"

"डॉक्टरवर...अगं ती रागवायला बसली की सर्व चिडीचूप. आधी तू विठ्ठलबरोबर घराकडेच जा. विठ्ठल, पाहुण्यांना घरी घेऊन जा. अंबा शांत झाली की, पाठवते तिकडे." अंबाचा आवाज परत चढला होता.

"डॉक्टर, मी तुम्हाला आधीच स्पष्ट सांगितलं होतं. मला दारू पिऊन येणारा स्टाफ चालत नाही."

"मॅडम, काल पार्टी होती म्हणून मिश्रांनी जबरदस्ती प्यायला लावली."

"तुम्ही लहान बाळ आहात? आणि त्याहून मोठा गुन्हा तुम्ही पिऊन ड्यूटीवर आलेत व रात्रभर झिंगून पडले होते. पेशंटचे काय? काल रात्री डॉ. स्मिता आली नसती तर त्या पेशंटचे काय झालं असतं देव जाणे. तुमच्यावर मर्डर ऑफ मेडीकल निग्लिजेंसचा गुन्हा का नोंदवू नये?"

"आय ॲम सॉरी मॅडम."

"नो एक्सक्यूज, राजीनामा द्या आणि आपला हिशोब करा."

विठ्ठल सर्वांना घरी घेऊन गेला.

"मामा, आम्ही नर्सिंग होममध्ये येऊन गेलो हे तिला सांगू नका."

"बरोबर." सावंत म्हणाले.

विठ्ठल टॅक्सीवाल्याकडे गेला. तो टॅक्सीचं बिल देताना बघून सावंत धावत बाहेर गेले.

"अहो विठ्ठलराव...हे काय करता?"

"काही नाही..."

"ते पैसे राहू द्या."

"आता देऊन झाले...टॅक्सीवाले दादा. चहा पाणी घेऊन निघा."

गुरुजी त्यांच्या घरून नाश्त्याच्या प्लेटस् आणत होते. विठ्ठल त्यांना मदतीला पुढे गेला. सावंत पुन्हा घरात येऊन बसले. विठ्ठलने प्लेटस् त्यांना दिल्या. गुरुजी पुन्हा प्लेटस् आणत असताना अंबा आली.

"गुरुजी, तुम्ही कशाला एवढा त्रास घेता?"

"त्रास कसला...पाहुणे इतक्या दुरून आलेत. भुका लागल्या असणार..."

"गुरुजी, हे माझे दादा व वहिनी आणि ही आपली सुमन!"

विठ्ठल गुरुजींना मदत करीत होता. अंजली, डॉ. स्मिता बरोबर स्कूटरवर आली. सुमनने अंजलीला अंगणात गाडी लावताना बघितलं. डॉ. स्मिता ॲप्रॉन घालून होती. अंजली दाराजवळ आली तेव्हा अंबा म्हणाली,

"ये...अंजली...हे माझे दादा व वहिनी. आणि सुमी, ही अंजली म्हणजे

आपल्या विठ्ठलच्या सौ. व खऱ्या अर्थाने जोशी नर्सिंग होमची फायनान्सर.''
तेव्हा सुमन विठ्ठलला म्हणाली, ''मामा...मामी मस्त आहे.''

सुमनने अंजलीला मिठी मारली. त्यामुळे अंजली आतून सुखावली. तो
आनंद तिच्या चेहऱ्याला उजळून गेला.

''आणि! या डॉ. स्मिता, गुरुजींची लेक''

अंबाने स्मिताचीसुद्धा ओळख करून दिली. पुन्हा अंबा म्हणाली,

''खरं म्हणजे नर्सिंग होमच्या उभारणीला हिचा सिंहाचा वाटा आहे.
हिच्याशिवाय सगळंच अशक्य होतं.''

गुरुजी म्हणाली ''तुमचं मार्गदर्शन होतं म्हणून तिने झेप घेतली. नाहीतर
हे अशक्य होतं.''

''सुमन, खऱ्या अर्थाने अंजली एज ए इनोवेटीव ॲण्ड डॅशिंग पर्सनॅलिटी.''

''ते मामीच्या चेहऱ्यावरून दिसतेच.''

''म्हणजे?''

''म्हणजे आई, आमची कंपनी मस्तपैकी धमाल करेल.''

''आता तुम्ही सर्व फ्रेश व्हा...अंजली, तोपर्यंत आपण स्वयंपाकाचं
बघू.''

''बरोबर...''

दुपारच्या जेवणानंतर अंजली व विठ्ठल दुकानाकडे निघून गेले. घरात
सर्व बसले होते. तेव्हा सुशीलावहिनी म्हणाली,

''ताई, इकडे यायच्या आधी आम्हालासुद्धा दूर करून आलीस. आम्हाला
किती अपराध्यासारखं जाणवत होतं.''

''वहिनी, आता तो विषय जाऊ द्या.''

''आई, मला नजमाकडून सगळे कळलं. तुझ्याबरोबर जेव्हा हे घडलं
तेव्हा सावंतमामांना फोन तरी करायचा ना!''

''सुमन, फोन कुणाविरुद्ध करू...मला शिक्षा झाली काय किंवा मीना
वहिनीला झाली...घरचेच होरपळले गेले.''

''बरं झालं. त्यादिवशी इमरान छोटूला घेऊन हॉस्पिटलला आला होता.''

''बरोबर. नजमा व तिचे अबू आणि इमरान यांनी कशाचीच उणीव भासू
दिली नाही.

''पण नंतर तरी कळवायला नको का?''

''दादा, मला कुणाशीही बोलायची हिंमत नव्हती. आणि काय बोलणार?''

सावंत म्हणाले, ''ह्या सर्व कारस्थानात बिचारा महादेव न कळत होरपळला गेला.''

तेव्हा अंबा म्हणाली, ''त्याच्याकडे बघूनच मी गप्प राहिले. त्याची सर्व तगमग मला नाही का कळत?''

''कळते ना...मला एकदा त्या मीना मामीला हिसका दाखवायला हवा होता.''

''अधिकारी मॅडमनी मीनावहिनींना चांगलंच धारेवर घेतलं होतं. मला वाटतं, आता मीनावहिनी असलं काही करायच्या आधी शंभरदा विचार करतील.''

''तुम्हाला कुणी सांगितलं?''

''त्याचं कार्ड टी. व्ही स्टँडवर पडलं होतं. मला कळेना कोण ॲड. जान्हवी अधिकारी. परवा जेव्हा घरी आल्या तेव्हा त्यांच्याकडून कळलं.''

''आई, ह्या कोण ॲडव्होकेट अधिकारी. तू कशी ओळखतेस त्यांना?''

''अगं, त्या आपल्या माधव सरांच्या सौ. आहेत.''

''माधव सरांशी भेटलीस?''

''हो. ते दोघेही घरी जेवायला आले होते.''

''तुला सांगू सुमन...तू पोलीस ऑफीसर व्हायच्या आधी तुझ्या आईने जांबाज पोलीस ऑफीसर बरोबर खांद्याला खांदा लावून काम केलं.''

''माहीत आहे मामा...मी पाचव्या वर्गात होते आणि माधव सर त्या घरी वर राहायला आले होते.''

तेव्हा सावंत म्हणाले

''सुमन, आता तुझे माधव सर म्हणजे आपले मुंबईच्या क्राइम ब्रँचचे कमिशनर.''

''किती एक्साइटींग क्षण असेल— जेव्हा मी त्यांना भेटेन.''

''होईल, कुठेतरी भेट होईल.''

''आई, इतक्या कमी वेळात तू कसं काय नर्सिंग होम उभं केलंस?''

''खरं म्हणजे या मागची आयडीया अंजलीची आणि सगळं जुळत गेलं. चमत्कार झाल्यासारखं. तुला माहीत आहे, हे गुरुजी राहतात ते घरसुद्धा अंजलीने विकत घेतलं आहे.''

''काय म्हणतेस?''

''हो...ह्या पोरीत कुठल्याही एम. बी. ए. ला मागे सोडेल इतकी जबरदस्त कपॅसिटी आहे.''

“सांगतेस काय?”

“भांडवल उभं करण्यापासून सगळं सगळं तिचं. कारपेंटर, सिव्हिल वर्कस्. सर्व गोष्टीचं जबरदस्त नेटवर्क. खूप काही शिकण्यासारखं आहे तिच्याकडून. आता इन्स्टॉलमेंटवर स्कूटर उचलली. प्रचंड कपॅसिटी आहे तिच्यात.”

“आणि तू काय आहेस गं...तू पण तशीच.”

“मी काय, जोशीकाकांच्या स्वप्नांची राखणदार.”

“नाही, खरं म्हणजे जोशी आजोबांच्या स्वप्नांना खरा अर्थ देणारी तू.”

“दादा, खरं म्हणजे...नाशिक सोडताना ज्या वेदना झाल्या त्या मी फक्त पचवायचा प्रयत्न करते आहे आणि दुसऱ्यांना तशा वेदना होऊ नये हीच काळजी घेते आहे.”

तेव्हा सुशीला म्हणाली, “पण ताई, तेव्हा तुम्ही नाशिक सोडलं. आम्हाला काही सुचत नव्हतं. सुमन परत आल्यावर काय उत्तर देऊ या कल्पनेनंच अंगावर काटा उभा राहायचा. ह्या चिंतेनं ह्यांची जेवणावरून वासना उठली होती.”

“दादा, मला क्षमा करा. मी तुमच्याशी असं करायला नको होतं. मी चुकले. तुमचा मोबाईल अटेंड करायला हवा होता.”

“त्यावेळेस तुझ्या मन:स्थितीचा विचार केला तर तू बरोबर असशील. पण आम्हाला अपराध्यासारखं जाणवत होतं.”

“दादा, असं फक्त त्यांनाच जाणवतं जो भरभरून प्रेम करू शकतो. मी स्वत:ला खूप नशीबवान समजते. नाशिकात तुमचा आशीर्वाद नेहमी माझ्या व सुमीच्या पाठीशी होता.”

“नाशिकमध्येही तुझी तगमग तशीच होती. जशी आज आम्ही बघितली.”

अंबा आश्चर्याने बघत म्हणाली, “आज काय बघितलं?”

“हे तुझं रौद्र रूप बघितलं आणि आम्ही खसकलो. जोशी आजी म्हणाल्या, “आता निघा, मॅडमचा पारा वरच्या मजल्यावर गेला आहे. डॉक्टरांवर मस्त कमांड ठेवली आहे.” सुमन आईची फिरकी घेत म्हणाली.

“म्हणजे? तुम्ही नर्सिंग होमला आले होते?”

“हो...ताई, खरंच आम्हाला तुझा अभिमान वाटतो. तू लेकीला आय. पी. एस. केलंस.”

“सुमन, आता किती दिवस सुटी?”

“बघू, पोस्टींग येईपर्यंत.”

“दादा...वहिनी तुम्ही आता इकडे दहापंधरा दिवस मस्त आरामात राहा.”

"नाही. आम्ही उद्या सकाळी निघतो. तुला बघितलं, आता चिंता मिटली..."

"उद्या नागपूरची बस सकाळी कितीला असते?"

"भंडाऱ्याला गेलं की, नागपूरसाठी भरपूर बसेस असतात. नागपूर बस स्थानकावरून ऑटो केला की लगेच स्टेशनवर जाता येतं."

"बरं, मग तसंच करू."

सुमन रोज सकाळी धावायला जात होती. तिचं पंधरा किलोमीटरपर्यंत धावत जाणं सर्वांच्यासाठी कुतूहल होतं. अद्याप बाहेरच्या लोकांना तिच्याबद्दलची फारशी माहिती नव्हती. अंजलीबरोबर ती भरपूर वेळ शेअर करीत होती. नर्सिंग होमला चांगला प्रतिसाद मिळत होता. अंबाने स्मिताला स्पेशलायझेशन करायला सांगितल्यामुळे ती कामाच्या व्यतिरिक्त दुसऱ्या ठिकाणी जोमाने अभ्यासाला लागली होती. तिला उसंत मिळावी म्हणून अजून एका स्पेशलाईज्ड डॉक्टरची व्यवस्था करण्यात आली होती. अंजलीने एक एकर जागा घेतली होती. ही जागा लाखनीकडे जाणाऱ्या रस्त्यावर होती. तिथे तिचा हॉस्पिटलचे बेडस् शिफ्ट करायचा प्लान होता. आऊट डोअर पेशंट गावात व क्रिटिकल पेशंट नवीन जागेवर ठेवण्याची तिची योजना होती. सुमन आल्यामुळे तिच्या आत्मविश्वासात भर पडली होती. दिवस मजेत जात होते. नाशिकवरून सावंतच्या आलेल्या मोबाईलने सुमन खूप एक्साईट झाली. तिला बघून अंजलीने विचारलं

"काय झालं?"

"मामी, माझी पोस्टींग झाली. सावंतमामानी फॅक्स कॉपी भंडारा एस. पी. ऑफीसमध्ये पाठविली आहे."

"कुठे पोस्टींग मिळाली?"

"जवळंच...गडचिरोली जिल्ह्यात."

तिने अंजलीकडून स्कूटरची चावी घेतली व पोलीस स्टेशनला जाऊन धडकली. गाडी लावल्यावर ती घाई घाईत पोलीस स्टेशनमध्ये शिरत असताना एक हवालदार म्हणाला.

"ताई, काय झालं?"

"असं घाबरण्याजोगं काही नाही. इन्स्पेक्टर साहेब कुठे आहेत?"

"ऑफीसमध्ये."

"थँक यू..."

इन्स्पेक्टर साहेबांच्या दाराजवळ जाऊन ती नम्रपणे म्हणाली, "मे आय कम इन सर."

"एस प्लीज."

त्यांनी सुमनकडे बघितलं. गावातली पँट शर्ट वर फिरणारी ती एकटीच असल्यामुळे व अंबाची मुलगी असल्यामुळे तिला सर्व ओळखायला लागले होते.

"तुम्ही मला थोडं फेवर कराल?"

"बोला."

"मला भंडाऱ्यांच्या एस. पीं. शी खाजगी बोलायचं आहे. प्लीज फोन लावून देता?"

इन्स्पेक्टरला वाटलं ही मुलगी एस. पी. साहेबांची नातेवाईक किंवा ओळखीची असणार म्हणून ते बोलले,

"बसा प्लीज. हा नंबर आहे. तुम्ही बघा ट्राय करून." सुमनने लगेच नंबर फिरवला.

"गुड आफ्टरनूर सर. मी प्रोबशनरी आय. पी. एस. सुमन कोळी बोलतेय."

"व्हेरी गुड आफ्टरनून मॅडम सुमन...,बोला, मी काय करू शकतो?"

"सर, नाशिकवरून माझा फॅक्स भंडाऱ्याच्या ऑफीसला आला आहे. ते माझं पोस्टींग पत्र आहे सर. कृपया इथल्या कॉन्स्टेबलबरोबर ती पाठवायची व्यवस्था कराल अशी रिक्वेस्ट आहे सर."

"तुम्ही काळजी करू नका...तुमचा मोबाईल नंबर सांगा."

"९४२३१५६७६७"

"थँक यू सर."

सुमनचं वाक्य ऐकताच इन्स्पेक्टर पटकन उठले. सुमन उभी राहिल्याबरोबर त्याने सुमनला सॅल्यूट केला. तिथे उपस्थित असलेल्या कॉन्स्टेबलांना काही कळायच्या आधी त्यांनी इन्स्पेक्टरचे वाक्य ऐकले.

"सॉरी मॅडम. मी तुम्हाला ओळखलं नाही."

"मी कुठे तुम्हाला आपली ओळख दिली? इटस् ऑल ओके...फॅक्स कॉपी आल्यावर कृपया माझ्याकडे पाठवायची व्यवस्था कराल? जोशी नर्सिंग होममध्ये."

"एस मॅडम...तुम्ही काळजी करू नका."

इन्स्पेक्टर मध्येच सुमनचं वाक्य तोडत म्हणाले व पुन्हा एक जोरदार सॅल्यूट मारून आत गेले. पोलीस स्टेशनच्या आत व बाहेर सुमनला इन्स्पेक्टरकडून

असा सॅल्यूट मारताना बघून सगळे बुचकळ्यात पडले होते. हवालदारांच्या चेहऱ्यावर आश्चर्याचे भाव बघून इन्स्पेक्टर त्यांना म्हणाले.

"तुम्ही ओळखता यांना?"

"एस. सर...नर्सिंग होमच्या अंबा मॅडमची मुलगी."

"मूर्खांनो. त्या पोलीस अधीक्षक आहेत."

"आता समजलं सर...रोज सकाळी त्यांची पंधरा किलोमीटर पर्यंतची धावण्याची रपेट का असायची."

"त्या इकडे असेपर्यंत ड्यूटी सांभाळून करा."

सुमनच्या पोस्टींगचं ऐकून अंबाला आनंदाचा एक सुखद स्पर्श जाणवला. तर दुसरा, तिच्यापासून दूर जाण्याची कल्पना तिला हलवून गेली. एकाच वेळी अर्थपूर्ण व अर्थशून्य संवेदना. जीवनाच्या सत्याची अशी विसंगती मानवाच्या वाट्याला आलेली असते. हे सत्य जीवनाचा खरा अर्थ सांगून जाते. सुमन जाणार या कल्पनेनं घरातले सगळे आतून दुःखी होते. पण वर वर प्रत्येक क्षण तिच्याबरोबर आनंदाने घालवायचा प्रयत्न करीत होते. सुमन खूप एक्सायटेड होती. ती तिच्या स्वप्नांच्या पूर्तीकडे नेणाऱ्या राजमार्गावर जाणार होती. तो पर्यंत सुमन पोलीस ऑफीसर झाल्याची बातमी वाऱ्यासारखी गावभर पसरली होती. त्यामुळे अंबा, अंजली, विठ्ठलचा रुबाब वाढला होता.

सावंतमामांकडून ओरिजनल जॉइनिंग पत्र सुमनला मिळालं. गडचिरोलीला जाण्याची वेळ जवळ आली होती.

* * *

गडचिरोली पोलीस अधीक्षक श्री. सिंग ह्यांच्या चेंबरमध्ये सुमन बसली होती. त्यांचे धारदार डोळे कुणालाही जखमी करतील असे होते. सडपातळ देहयष्टी पण त्याच्यातला कसदारपणा, आवाजातला कणखरपणा तळपणाऱ्या तलवारीसारखा धारदार वाटत होता. "मॅडम कोळी, मी सी/६० पथकाचे नेतृत्व तुमच्यावर सोपवत आहे. उद्या चार्मोशीला जाऊन सिनिअर डिव्हीजनल पोलीस ऑफीसरांना रिपोर्ट करा. चार्मोशी हे तहसीलीचं ठिकाण आहे. प्रथम तुम्हाला तुमच्यापेक्षा खालच्या पदावरील ऑफीसरकडून सगळं बारीकसारीक शिकून समजून घ्यावं लागेल."

"सर."

"कारण त्यांचा अनुभव हा खूप वरच्या पातळीचा असतो. त्यांच्या अनुभवांनी एका संस्थेचं रूप धारण केलेलं असतं. म्हणून इथल्या एरियाची प्रत्येक गोष्ट समजून घ्यावी लागेल. त्या एरियात मूलचेरा, बोलेपल्ली, आष्टी, घोत अशी मुख्य गावं येतात. तुम्ही मूळच्या कुठल्या?"

"भंडारा जिल्ह्यातली."

"वेल...तुम्ही आधी कॉन्फरन्स रूममध्ये स्क्रीनवर प्रत्येक गोष्ट इथेच तपासून बघा. तिकडे तुम्हाला सोयीस्कर होईल आणि एक मोस्ट इम्पॉरटेन्ट गोष्ट. तुमची मूव्ह काय राहील हे कुणालाही कळता कामा नये."

"सर."

"मूव्ह करायच्या आधी नीट विचार करा. एस्यूअर्ड Assured झाल्यावरच पुढे निघा. हा नक्सलाईट एरिया आहे. जमिनीत कुठे माईन्स ठेवल्या असतील याची गारंटी नाही. सगळ्यांचे चेहरे डोळ्यात साठवून ठेवा."

"म्हणजे सर?"

"चेहरे कधी कधी सारखे वाटतील. पण कुठेतरी काहीतरी फरक जाणवले किंवा उलटही असू शकेल. कुठलीही शक्यता नाकारता येणार नाही."

"सर-"

"निघण्याआधी सकाळी कमांडोजबरोबर स्वत:ला चेक करू शकता."

"सर, मी काही कमांडोज सोबत ठेवू शकते?"

"शुअर कुठली शंका?"

"नो सर."

सुमन कॉन्फरन्स रूममध्ये बसली होती. एक ज्युनिअर ऑफीसर त्या एरियाबद्दलची फिल्म दाखवत होता. तिथल्या नक्सलवाद्यांचा एक्टीव्हीटीजबद्दल सुमन कुठला तरी शोध घेत होती. काही दृश्य थांबवून त्याना झूम करून बघत होती. त्यांचे वेगवेगळे फोटोग्राफ काढून ती आपल्या रेकॉर्डसाठी ठेवत होती. तिला तिथे काही माणसांचे फोटो वारंवार झळकत होते. ते सिविलीयन होते. त्याना आदिवासी पण म्हणता येत नव्हतं. त्यांच्या चेहऱ्याची रूपरेखा नक्सलाइटसारखी दिसत नव्हती. पण त्यांचा वावर जाणवत होता. दुसऱ्या दिवशी सकाळी नऊला तिने गडचिरोली स्टेशन सोडलं. तिनं सोबत निवडक कमांडोज घेतले. त्यांच्या ग्रुपमध्ये एक लेडीज कमांडोसुद्धा होती. ताफा पुढे जायच्या आधी सुमनने ड्रायव्हरला विचारलं,

"मला सांगा चार्मोशीला विरुद्ध मार्गाने जाता येतं?"

“मला तुमचा प्रश्न समजला नाही मॅडम.”

“आपण विरुद्ध दिशेला असलेल्या गावाकडे रस्त्याने शहराच्या बाहेर जाऊ मग बाहेरून यू टर्न घेऊन बायपास रस्त्यानी मूलचेरा किंवा आष्टी किंवा बोलेपल्ली वरून चार्मोशीकडे जाता येईल?”

“एस मॅडम!”

“चला, पुढच्या गाडीला तशा सूचना द्या.”

“एस मॅडम.”

निर्देशानुसार पुढची व्हॅन चालू लागली. मागची जीप त्यांना फॉलो करत होती. दोन गाड्यांमध्ये बरेच अंतर ठेवून गाड्या निघाल्या. गडचिरोलीवरून दहा किलोमीटर अंतरावर एक पोलीस व्हॅन चार्मोशीच्या रस्त्यावरून जात होती.

“हॅलो चार्ली.”

“बी अलर्ट...क्वीन वर अटॅक होणार आहे. ओव्हर अँड आऊट.”

तडकाफडकी सुमनने निर्णय घेतला.

“त्या व्हॅनला कव्हर द्या.”

ह्यांनी गाड्यांची स्पीड वाढवली. पाच मिनिटात सुमनच्या ताफ्याने पोझिशन घेतली. शंभर नक्सलवादी त्या व्हॅनवर गोळीबार करत होते. सुमन फायरिंग करत पुढे निघाली. तिला बघून सर्वांचा उत्साह द्विगुणित झाला. सुमनने पंधरा-वीस आक्रमणकारी टिपले आणि इतरांनी पंचवीस-तीस. बाकीचे पळाले.सुमनने ते दृश्य सिनेमात बघितलं होतं. पण आज ते दृश्य ती प्रत्यक्षात अनुभवत होती. सुमन त्या व्हॅनकडे गेली.

“तुम्ही कुठे जात होता?”

“चार्मोशीकडे.”

“का...कुणी सांगितलं होतं.”

“सिंग सरांनी तुम्हाला कव्हरेज देण्यासाठी पाठवलं होतं...त्यांना तुमच्यावर अटॅक होणार अशी सूचना मिळाली होती म्हणून आम्ही तुम्हाला शोधत तातडीने निघालो. पण तुमचा पत्ता दिसत नव्हता. शेवटी अॅलर्ट राहून तुमच्याशी कॉन्टॅक्ट करण्याचा प्रयत्न करत होतो. ते आम्हाला शहराच्या बाहेरून फॉलोअप करत होते.”

“वेल...यांना घेऊन जा.”

“एस मॅडम.”

सुमनचा ड्रायव्हर म्हणाला, “मॅडम, आधी मला तुमचा आदेश बरोबर

वाटला नाही. आता समजलं.''

'बरं आहे...होतं कधी कधी.''

सुमनने वायरलेसवर सिंग सरांना सर्व घटक्रमांचा तपशील कळविला. ते खूश होऊन म्हणाले,

'काँग्रॅटस...मी तुमच्या बाबतीत घेऊन खूप वरीड होतो...नाऊ गो अहेड.''

पहिल्याच टप्प्यात सुमनने सर्व कमांडोच्या मनात आदराचे स्थान पटकावले. जंगलाचं परीक्षण करीत ती चार्मोशीत पोहोचली. तिथल्या एस. डी. पी. ओ. नी तिचं स्वागत केलं व तिच्या राहाण्याची व्यवस्था दाखविली. सर्वांनी जेवण करून आराम केला.

दुसऱ्या दिवशी सकाळी सुमन आपल्या कमांडोजबरोबर जंगलात शिरली. ती प्रत्येक झाडांचं निरीक्षण करत होती. कधी बुंध्यापासून तर कधी झाडावर चढून तपास घेत होती. तिला चपळाईने झाडावर चढताना बघून कमांडोजच्या चेहऱ्यावर कुतूहल दिसत होते. जे सुमन शोधत होती ते सुमनला सापडलं नव्हतं.

''तुमी काय ढूंढता (शोधता) मॅडम?''

''सापडलं की सांगेन...''

सुमन तिच्या स्टेशन हाऊसच्या कॉरीडोअरमध्ये डोळे बंद करून पुनः पुनः झाडावरचं दृश्य डोळ्यासमोर आणत होती. जवळपासच्या रस्त्यांचासुद्धा ती आढावा घेत होती. तिला जे पाहिजे ते उत्तर सापडत नव्हते. इकडची गावं फिरताना तिला खूप सारी बंगाली माणसं भेटली. ती लोकांमध्ये अगदी साध्या वेषात मिसळत होती. दुरून तिचे कमांडोज तिच्यावर नेहमी नजर ठेवून असायचे. शुभांकर, मोहती, घोडरे आणि महिला कॉंस्टेबल दुपट्टीवार ह्यांच्याबरोबर सुमनने जवळपासचा सारा जंगली पट्टा पायदळी तुडवून काढला होता. सुमन ऑफिसमध्ये सारे रिपोर्टस् बघत बसली होती.

''मे आय कम इन मॅडम.'' एस. डी. पी. ओ. मानापुरेच्या आवाजाने सुमनने त्यांच्याकडे बघितलं आणि म्हणाली,

''प्लीज कम इन.''

''गुड आफ्टरनून मॅडम.''

''या मानापुरे साहेब, बसा.''

''मॅडम, अहेरीवरून तुमच्यासाठी दसऱ्याचं निमंत्रण आलं आहे.''

''कशाचं निमंत्रण?''

"आदिवासी राजांच्या वाड्यात दसऱ्याचा खूप मोठा उत्सव होत असतो. श्रीमंतापासून तर सर्व आदिवासी दसऱ्याच्या सणाला हजेरी लावण्यासाठी आपलं भाग्य समजतात."

"त्यांना कसं कळलं मी इथे आले आणि माझं नावं कसं माहीत झालं?"

"मॅडम आपल्यापेक्षा त्याचं नेटवर्क स्ट्राँग आहे."

सुमन थोड्या करड्या स्वरात म्हणाली "म्हणजे?"

मानापुरे थोडे बिचकले. त्यांचा चेहरा खर्रकन उतरला. हे सुमनच्या लक्षात आले. आवाजाला किंचित सहज करीत तिने विचारले.

"अहेरी कुठेशी येतं?"

"बस्तरच्या बॉर्डरजवळ. मॅडम आपण जरूर जा. ही चांगली संधी असते सर्वांना एकाच ठिकाणी बसून जवळून अभ्यास करण्याची."

"मला हॅण्डी व्हिडीओ कॅमेरा मिळेल?"

"एस् मॅडम."

"ठीक आहे. पुढे बघू कसं जमतं ते."

"थँक यू मॅडम."

आणि मानापुरे साहेब आपल्या ऑफीसकडे निघाले

अहेरीत सुमन दाखल झाली. मानसन्मानानं तिला स्टेजकडे नेण्यात आलं. राजघराण्यातल्या लोकांशी तिची ओळख करण्यात आली. सुमन स्वच्छंद आणि मनमोकळेपणाने वावरत होती. तिच्या वागण्यात ती पोलीस ऑफीसर आहे हे झळकत होतं. ती आदिवासी नृत्य एन्जॉय करीत होती. एखाद्या टूरिस्टसारखी ती फोटो शूट करीत होती. सिव्हील ड्रेसमध्ये ती नुसती नवीन मुलींसारखी हिंदळत होती. पण तिच्या निळ्या चष्म्यामागचे डोळे आपले टारगेट शूट करीत होते. जे चेहरे वारंवार गडचिरोलीत सिंगसाहेबांच्या ऑफीसमधल्या फिल्ममध्ये तिने हेरले होते. तेच चेहरे इथे सुद्धा वावरताना तिला दिसत होते. ती वारंवार त्याच चेहऱ्यांच्या हालचालींना टिपत होती. रात्री तिच्या राहण्याची विशेष व्यवस्था सर्कीट हाऊसमध्ये करण्यात आली होती. राजघराण्यातल्या मंडळीना तिला भेटून खूप आनंद झाला होता. सुमन लगेच त्यांच्यात मिसळली होती. रात्रीचे मानाचं जेवण संपल्यानंतर राजदरबारातले मान्यवर अधिकारी तिच्या कारपर्यंत सोडायला आले होते. सर्कीट हाऊसला पोहोचल्यावर तिने कमांडोचा ड्रेस घातला व इतर कमांडोजना तयार व्हायला सांगितलं. खरं म्हणजे आधीच्या प्लॅनिंगनुसार त्यांना सर्किट हाऊसमध्येच रात्री मुक्काम करायचा होता.

पण इथे पोहोचल्यावर सुमनने तडकाफडकी आपला निर्णय बदलला. तिची लाल दिव्याची कार तिने तिथेच सोडली. ती जीपमध्ये शिफ्ट झाली व आपल्या सी-६०च्या विशेष ताफ्यासह निघाली. सरासरी तीस किलोमीटर अंतर पार केल्यावर खूप जोराचं वादळ सुरू झालं. त्यांनी त्यांच्या गाड्या जंगलातून जवळच्या मुख्य रस्त्यावर आणल्या. जंगलात सोसाट्याचा वारा सुटला होता. अचानक ढग दाटून आले होते. चंद्र झाकळला गेला होता. झाडांच्या फांद्या खूप हलत होत्या. खोडांना फांद्या सांभाळत नव्हत्या. उंच झाडांचा तुटण्याचा आवाज वाऱ्याबरोबर मिसळत भयाणतेची जाणीव करत होता. विजा कडकडायला लागल्या होत्या. वायरलेस काम करीत नव्हते. जंगलातून काही गाड्यांचे लाईटस् दिसत होते. झाडे एकमेकावर आदळून पडत होती. दहा मिनिटात प्रचंड तांडव झालं आणि सगळं शांत झालं. सुमनने सर्वांना त्यांच्या गाड्या चालू न करता आडोशाला नेण्याची ऑर्डर दिली. जंगलातून आदिवासी भाषेतील संवाद ऐकू येत होते. सुमनच्या ग्रुपमध्ये दोन आदिवासी होते.

ती त्या कमांडोजना म्हणाली, ''त्यांची भाषा कळते का?''

''एस मॅडम.''

''काय म्हणतात ते?''

''मॅडम? त्याना लवकर अहेरीला पोहोचायचं होतं. पण अचानक वादळ आलं आणि झाडं पडलीत म्हणून अडकावं लागलं. ते रस्ता मोकळा करण्यात गुंतले...''

''आता काय म्हणतात?''

''त्यांना रात्री दोनपर्यंत अहेरीच्या सर्कीट हाऊसला पोहोचायचं आहे.''

''का?''

''कारण त्यांना आपल्याला टारगेट करायचं आहे...''

''आता ते एकमेकांवर का ओरडत आहेत?''

''ते म्हणतात की, दुश्मन एकटाच गफलतीत सर्कीट हाऊसमध्ये झोपला आहे. लवकर लवकर लाकडं हलवा.''

ते रस्ता मोकळा करण्यात गुंतले होते. त्यांची स्फूर्ती पाहून सुमन दंग झाली.

''मला हे सांगा, आपण तिथे असल्याची माहिती कोण पुरवतं...माझी कार बघून त्यांचा अंदाज बरोबर आहे. पण हे कसं कळतं - त्यांना?''

''त्यांचे खबरी सतत पोलिसांवर डोळा ठेवून बसलेले असतात.''

सगळे अंधारात डोळे फाडून बघत होते. जीपस् हेडस् लाईटच्या प्रकाशात त्यांचं काम युद्ध पातळीवर सुरू होतं.

''मॅडम, आता फक्त दोन झाडं राहिली आहेत.''

तेव्हा दुसरा कमांडो म्हणाला,

''ती उचलून झाली की रस्ता क्लिअर होईल.''

''ही झाडं त्यांना उचलता येणार नाहीत. ते दोरानी जीपला बांधून ओढायचा प्रयत्न करतील.'' सुमन म्हणाली.

''मॅडम तुमचं बरोबर आहे. तो झाडावर चढत आहे.''

''दोराचं एक टोक त्या खोडावरून खाली सोडतील व ते पडलेल्या झाडाच्या खोडाला बांधतील. झाडावरच्या माणसावर तुम्ही दोघे टारगेट करा आणि दुप्पटीवार व मोहतो मला कव्हर द्या.''

''एस मॅडम.''

''मोहतो व दुपट्टीवार, तुम्ही जीपच्या जवळच्या माणसावर टारगेट करा. मी ड्रायव्हरला टारगेट करते. ओ. के.? मी ड्रायव्हरकडे जाते.''

सुमन सरपटत पुढे सरकत होती...आणि तिने ड्रायव्हरला पटकन उभं होऊन उडवलं. दुसऱ्या कमांडोजने झाडावरचा माणूस टिपला. मोहतो व दुपट्टीवार साडसूड बाकीच्यांवर गोळीबार करत धावत होत्या. झाडावरचा माणूस टिपल्यामुळे लाकडाचा ओंडका जमिनीवर आदळला. नक्सलवादी अचानक पळायला लागले. त्यांना त्यांच्या गाड्या तिथेच सोडाव्या लागल्या. सुमन, मोहतो व दुपट्टीवार त्यांच्यावर फायरिंग करत होत्या. अचानक त्यांनीसुद्धा थांबून बॅक फायर करायला सुरुवात केली. सुमनचे दुसरे कमांडो व शुभंकरने त्यांना दुसरीकडे जाऊन अडवलं. त्यामुळे फक्त दोन नक्सलवादी त्यांच्यापासून बचावले होते. सुमन गाडीतून व्हिडिओ कॅमेरा घेऊन आली, जीपच्या लाईटमध्ये मेलेल्या नक्सलवाद्यांचे फोटो शूट केले. वायरलेस व्हॅनला कनेक्टीवीटी परत मिळाली. त्यामुळे सुमनने मेसेज पाठविला.

''हॅलो...चार्ली...स्वामी कॉलींग टू लायन''

''लायन कनेक्टेड - चार्ली स्पीकींग.''

सुमनने जे घडलं ते कळविलं. ''एक काळजी घ्या. आमचा उल्लेख करू नका. प्लीज अरेंज टू कलेक्ट द बॉडीज. ओव्हर एण्ड आऊट.''

नंतर शुभंकर म्हणाला.''आता आमच्यासाठी एनी ऑर्डर.''

लगेच ती तिच्या जीपच्या ड्रायव्हरकडे वळली.

''एटापल्लीकडे जाता येईल?''

''एस मॅडम.''

पुन्हा सुमन वायरलेसकडे वळली आणि म्हणाली

''कोडमध्ये मेसेज करा, मेसेज असा आहे सी-६० प्रॉबेबली अरेस्टेड बाय नक्सल गँग...''

त्यांनी मेसेज कोडमध्ये ''कड-कट्ट-कटकड...'' फॉरवर्ड केला.

सुमननी आपला मोर्चा एटापल्लीकडे वळवला. त्यांनी गुंडेराजा, कोपेला, सिरांचा, भामरागढ भागात तळ ठोकला होता. तो सगळा भाग आंध्रप्रदेशच्या जवळचा भाग होता. आंध्रातल्या लोकांनी इकडे भरपूर शेती विकत घेतली आहे. लक्ष्मणराव, प्रसादराव, कृष्णराव, व्यंकटराव यासारखी नावं राजकीय क्षेत्रात व बिजनेसमध्ये नावाजलेली आहेत. त्यांची ओळख बडी आसामी या नावाने केली जाते. जसे गांगलवार, नामपल्लीवार, कोंडावार, दुपट्टीवार अशा नावांची प्रतिष्ठित मंडळी गडचिरोलीत होती.

सुमन एटापल्लीच्या आठवडी बाजारात इथल्या आदिवासी स्त्री कमांडोजबरोबर वेषांतर करून गेली. बाजारात फिरत असताना तिचे लक्ष एका कारकडे गेलं. ती कार एका वाड्यासमोर जाऊन थांबली. तिच्यावर आंध्रप्रदेशातला नंबर होता. त्या कारमधून जी व्यक्ती बाहेर निघाली तिला कुठेतरी पाहिल्याचा सुमनला भास होत होता. सुमन आपल्या सोबतच्या कमांडोला म्हणाली,

''आपली माणसं दिसतात जवळपास.''

''एस् मॅडम.''

''त्याना जाऊन सांग ह्या कारला मोटार सायकलने फॉलो करा.''

कमांडोज सर्रकन गर्दीतून निघाली. आता ती सुमनला कमांडोजबरोबर मोटार सायकलवर दिसली. तो कमांडोसुद्धा वेषांतर करून होता. सुमन दूर बाहेर जाणाऱ्या रस्त्याच्या कडेला जी जीप उभी होती त्या जीपच्या आडोशाला राहून त्यांची वाट बघत बसली.

तीन तासानंतर ती कार सुमनच्या जीपजवळून गेली. कमांडोजची मोटार-सायकल बरोबर अंतर ठेवून त्यांच्या मार्गावर होती. कार अचानक जंगलाच्या रस्त्याकडे वळली. तितक्यात जीप घेऊन सुमन मोटार सायकल जवळ पोहोचली. त्यांनी आपल्या गाड्या मुख्य रस्त्याकडे कडेला ठेवल्या. नंतर ते पायी जंगलातल्या रस्त्याने निघाले. त्यांची नजर कारवर होती. तिथे एक जीप जंगल्यातल्या रस्त्यातनं आली...नंतर कारमधून काही बॉक्सेस त्या जीपमध्ये लोडिंग केल्यावर

ती जीप परत बॅक टर्न घेऊन आंध्रप्रदेशाच्या रस्त्याकडे निघाली. सुमन कमांडोजबरोबर त्यांच्या गाड्यांजवळ परत आली.

एटापल्लीत परत त्यांच्या जागी पोहोचले. सुमनने मोहतो व घोडरेला त्या वाड्यावर नजर ठेवायला सांगितलं. मधे मधे शुभंकर पण शोध घेत होता. दोन दिवस झाले. त्या वाड्यात शिरण्याचा उपाय मिळत नव्हता. ती कार वाड्यातून बाहेर येताना दिसत होती. सुमन आपल्या ऑफीसमध्ये काढलेल्या फोटोना कम्प्यूटरमध्ये बघत बसली होती.

"मे आय कम इन मॅडम."

"एस."

सुमनचं लक्ष मोहतोकडे गेलं.

"काय खबर?"

"मॅडम, धोबी दोन दिवसाआड कपडे वाड्यात घेऊन जातो."

"गुड."

"तुम्ही असं करा मिस दुपट्टीवारला त्याची नातलग बनून पाठवा. त्या धोबीला दाट दपट करून शंभरची नोटसुद्धा त्याच्या हातावर ठेवा. त्याला विश्वासात घ्या."

"एस मॅडम."

"मिस दुपट्टीवारच्या कपड्यात कॅमेरा फिक्स करून पाठवा... ओ.के."

मिस दुपट्टीवार त्या धोबीची भाची बनून आली. आत जाताना दारावरचा चौकीदार म्हणाला.

"धोबी दादा ही कोण व्हयं?"

"मायी भाची... आता कधी मंधी एकटीच सायकल वर कपडे घेऊन आली तं येवू देजा."

"तुमी कारजी करू नका."

"मेहेरबानी साहेब."

दुपट्टीवार नी वाड्याच्या आंतले फोटोग्राफ मोठ्या सफाईने घेतले. फोटोग्राफ बघून सुमनला आनंद झाला. तिने दुपट्टीवारला विचारले.

"आता कपडे केव्हा न्यायचे आहेत?"

"परवा!"

"परवा आपण दोघे जाऊ."

"एस मॅडम!"

वेषांतर करून सुमन व मिस दुपट्टीवार सायकल वर धुतलेल्या कपड्यांचे गठ्ठे घेऊन गेले ते दुपट्टीवारला ओळखत होते. त्यामुळे त्यांनी तिला विचारलं.

“ही कोण व्हय?”

“मामाच्या घराजवर राहत्ये. मायी दोस्तीन व्हय.”

“अच्छा!”

सुमन सायकल धरून बाहेर उभी राहिली. सायकल वर दोन गठ्ठे होते. त्यातला एक गठ्ठा घेऊन दुपट्टीवार आंत गेली. सुमन चौकीदाराला आपल्याकडे आकर्षित करण्याचे हावभाव करत होती. तितक्यात वेषांतर करून आलेल्या मोहतोने सुमनचा हात पकडला. ती त्याच्याकडून आपला हात सोडवायचा प्रयत्न करीत रडायला लागली. तिला रडताना बघून चौकीदार तिला सोडवायला आला. तेव्हा लगेच शुभांकरने येवून चौकीदाराच्या डोक्यावर वार केला. तो बेशुद्ध झाल्याबरोबर मोहतोने त्या चौकीदाराला खांद्यावर उचलून भिंतीशी टेकवून ठेवले. दुसऱ्या गठ्ठ्यात हॅंड ग्रेनेडस होते. ते घेऊन सुमन, मोहोत, शुभंकर वाड्यात शिरले. जिथे स्फोटके ठेवली होती. तिकडे यांनी हॅंड ग्रेनेडस फेकले. आतल्या बंदूकधाऱ्यांनी वाड्याच्या दाराकडे धाव घेतली. तोपर्यंत हे तिघेही लपून बसले. दुपट्टीवार व सुमन जिथे जिथे स्फोटक पदार्थ ठेवले होते तिकडे गेल्या. तिथे सुद्धा त्या स्फोट घडवून आणत होत्या. जिथे स्फोटके तयार होत होते तिथून लोकं धावत बाहेर आले. वाड्यातल्या आगीची बातमी पाहता पाहता बाहेर पोहचली. लोकं व बंदूकधारी पाण्याच्या बादल्या घेऊन आग विझवण्याचा प्रयत्न करीत होते. तितक्यात तीच कार वाड्याजवळ येऊन थांबली. फायरमन, पाणी जवळपासच्या घरावर मारीत होते. त्यांना बघून व्यंकटेशराव त्यांच्यावर ओरडला,

“उधर किधर पानी डाल रहे हो?”

“साहेब तिकडे स्फोटाचा आवाज येत आहे.”

पोलीस स्टेशनमधून पोलीस इन्स्पेक्टर आपल्या पोलीस व्हॅनसह तिथे पोहोचले. ते आल्या आल्या बघ्यांच्या गर्दीला दूर करण्याचा प्रयत्न करायला लागले.

इकडे व्यंकटराव फायरमनला पुन्हा म्हणाला,“तुमको समझ में नही आता मैं बचा बोल रहा हूं?”

“साहेब त्या ठिणग्या जवळच्या घरावर पोहोचतील तर गावात आग पसरेल... आम्ही जे करतो ते बरोबर आहे. आम्हाले काम करू द्या.”

"मैं जो बोलता हूं... पहले सुनो नाहीतर तुमची खैर नाही" आणि त्याने त्यांच्यावर आपली पिस्तोल रोखली.

तितक्यात सुमन फायरब्रिगेडच्या जवळ पोहोचली होती. तिने व्यंकेटरावचे शब्द ऐकले आणि तिचा पारा चढला. वाड्यातून आग बाहेर जाणार नव्हती. हे सत्य होते. पण वाड्याच्या आत होणाऱ्या स्फोटामुळे अग्निशामक दलाचे जवान सेफ स्ट्रेटेजी वापरत होते. त्यांना वाड्याची काळजी नव्हती. ती आग इतरत्र पसरू नये ही काळजी होती. सुमनने व्यंकटरावचा हाथ चपळाईने पकडला आणि त्याच्याजवळची पिस्तूल काढून घेतली. नंतर त्याला धमकीच्या सुरात म्हणाली.

"क्या रे वेंकटू... तेरे आंग मे आयी लगता है?"

"ये छोकरी. तेरे जैसे कई लोगों को मैंने सीधा किया है."

"अब देख. तू कैसे आडा होता है."

सुमनने त्याच्यावर झेप घेतली. त्यामुळे तो खाली पडला. सुमनने त्याची कॉलर पकडली व फरफटत वाड्याकडे घेऊन गेली नंतर त्याला आगीत फेकले. सुमनचे सर्व गडी हळूच तिथनं सटकले. स्थानीय पोलीस बाहेरची गर्दी थोपवण्यात गुंतले होते. पंधरा मिनटात सगळं नेस्तनाबूत झालं. तोपर्यंत सुमनची टीम रेस्ट हाऊस सोडून गडचिरोलीकडे निघाली. कोटगुल, कुरखेडा गावाच्या मार्गावरील भीमनखोजी जंगलात नक्षलवाद्यांनी सी. आर. पी. एफ. पथकाचं वाहन उडविण्याचा प्रयत्न केला. पण सुमनच्या चतुराईमुळे त्यांचा हा प्रयत्न यशस्वी झाला नाही.

•••

दिवाळीच्या सुट्या संपल्यामुळे मुंबईवरून माधवची दोन्ही मुले पाचगणीला परत गेली. त्यामुळे माधव व जान्हवीला घरात करमत नव्हते. रोज सकाळी जान्हवी जुडो कराटेच्या क्लासला जायची. समुद्र किनाऱ्यावरून माधव धावून ते त्यांच्या ठरलेल्या जागी भेटायचे. नंतर ते सोबत घरी जात होते. घरी माधव वर्तमानपत्र घेऊन बसला. स्नान झाल्यानंतर जान्हवीने पूजा आटोपली. उदबत्तीचा सुगंध समुद्राच्या वाऱ्याबरोबर घरात दरवळला होता. माणूस कुठल्याही हुद्द्यावर असो, जे जन्मापासूनचे संस्कार असतात ते त्याच्या अंगवळणी पडलेले असतात. ते त्याला ऊर्जा देत असतात. त्यामुळे तो रोज ताजातवाना होत असतो. नकारात्मक ऊर्जा दूर करत सकारात्मक ऊर्जेच्या सहवासात तो सुखावत असतो.

माधव घरातला सुगंध आपल्या श्वासात साठवत असताना फोनची बेल वाजली. कॉलर आयडीवर होम मिनिस्टरच्या पी. ए. चा नंबर आला.

''हॅलो, मी पालेकर बोलतो सर.''

''गुड मॉर्निंग...बोला.''

''साहेबांनी आज दहा वाजता मंत्रालयात बोलावलं आहे.''

''राईट...मी रिपोर्ट करेन.''

फोन ठेवल्यावर माधव जान्हवीला म्हणाला

''जान्हवी, थोडं फास्ट कर. दहाला होममिनिस्टरला रिपोर्ट करायचं आहे.''

''तुम्ही तयार व्हा. तोपर्यंत सगळं तयार असेल.''

•••

माधव बरोबर दहाच्या काट्यावर होम मिनिस्टरच्या केबिनमध्ये दाखल झाला.

''गुड मॉर्निंग सर.''

''व्हेरी गुड मॉर्निंग, या तुमचीच वाट बघत होतो...बसा.'' त्यांनी दारावरच्या लाल दिव्यासाठी बटन दाबले. कुणालाही आत सोडायचं नाही असं त्यांनी त्यांच्या सचिवाना सांगून ठेवलं होतं.

''मि. अधिकारी, इन्टरपोलकडून सूचना मिळाली आहे. या वेळी अतिरेकी नागपूरला टारगेट करणार आहे.''

''म्हणजे नागपूरला बॉम्बस्फोट?''

''एस, कुठे घडवून आणणार आहेत? त्या स्थळाचा शोध घ्यायचा आहे. तुम्ही मूळचे नागपूरचे आणि स्पेशल स्क्वॉडचे चीफ असल्यामुळे लगेच ऑपरेशन नागपूर गाठा आणि जी काय स्ट्रेटेजी ठरवायची ते ठरवा. - ऑल द बेस्ट.''

''थँक यू सर.''

संध्याकाळी डॉक्टर भीमराव आंबेडकर विमान तळावर माधव व जान्हवी उतरले. खरे म्हणजे ऑफीसियली त्याला उद्या सकाळी लँडीग करायचं होतं. एरोड्रमच्या बाहेर त्यांनी ऑटो ठरविला व ते त्यांच्या छत्रपती चौकाजवळच्या सेंट्रल एक्साईज कॉलनीकडे निघाले. घर संदीपच्या ताब्यात होतं. संदीप माधवचा

जुना मित्र होता. संदीपला आधीच कळविल्यामुळे त्याच्या सौ.ने, म्हणजे संतृप्तीने, स्वयंपाक करून ठेवला होता. दारासमोर ऑटो थांबला. घरासमोर ऑटो थांबल्यामुळे संदीप बाहेर आला. माधवला ऑटोतून उतरताना बघून संदीप म्हणाला, "अरे, मला कळवलं असतं, तर मी कार घेऊन आलो असतो. मला वाटलं नेहमीप्रमाणे तुझी गाडी रिसीव्ह करायला आली असेल."

"खूप दिवस झाले, ऑटोत बसलो नव्हतो. चल घरात."

घरात पाय ठेवल्यावर माधव म्हणाला. "इथे आल्यावर खूप रिलॅक्स वाटतं."

"कशी काय अचानक सुटी घेतली?"

तेव्हा जान्हवी म्हणाली, "भाऊजी, ह्यांना सकाळपासून सारखी नागपूरची आठवण येत होती."

आतल्या खोलीतनं संदीपची मुलगी गरिमा ड्रॉईंग रूममध्ये आली. ती माधव व जान्हवीला वाकून नमस्कार करायला लागली.

"यशस्वी हो. किती गोड दिसतेस." जान्हवी म्हणाली.

"संदीप, माझ्या मोटारसायकलमध्ये पेट्रोल आहे?"

"एकदम फूल टँक...रेडी."

"जेवून एक फेरफटका मारून यावं म्हणतो."

"नो प्रॉब्लेम...."

जेवण झाल्यावर माधव संदीपला घेऊन फेरफटका मारून आला.

•••

डिसेंबर महिना सुरू झाला होता. दसरा दिवाळी सरकन निघून गेले. हळूहळू थंडी वाढत होती. पहाटेच्या मॉर्निंग वॉकर्सची रस्त्यावरून ये-जा सुरू होती. तर काही थंडीच्या बचावासाठी उबदार बिछान्यात दडले होते. माधव छत्रपती चौकातून सरळ मानेवाडा चौकाकडे गेला. तिकडनं तुकडोजी पुतळा, रेशमबागच्या रस्त्यानं महाल एरियात गेला. पोलीसांची व्हॅन त्याला बडकस चौकाकडे जाताना दिसली. पुस्तकांच्या दुकानाजवळून तो संघ बिल्डिंगकडे वळला. नटराज टॉकीजकडे जाणाऱ्या रस्त्याजवळच्या व्यायाम शाळेजवळ. तीन मुलं, त्यांचे साधारण वय २० ते २५ च्या दरम्यान होते, ते शेकोटी पेटवून हात शेकत गप्पा करत बसले होते. माधवने त्यांचे जवळ गाडी थांबवली.

तो पण शेकोटी जवळ बसला.

"हां...हाऽऽऽ बहुत ठंड है यार..."

"कहां से आये हो मियाँ..." माधव एकदम सावरला.

त्याने सुद्धा उर्दू लहजात उत्तर दिले, "बस स्टँड से"

"कहां रहते हो?"

"मंगलवारी आजमशाह चौक"

माधवने नंतर एक गुगली टाकली.

"आप लोग इधर के नही लगते मियाँ."

अचानक आलेल्या प्रश्नामुळे ते थोडे बिचकले. त्यापैकी एक जण म्हणाला. "हम इधरच रहते है. बल्की आप बाहरके लगते है."

"इधर के सब लोगों को तो जानता हूं. आपके वालिद का नाम?"

"कायको खाली पीली दिमाग खराब करते हो मामू?"

"उसका क्या है बेटा, मुझे लगा की आप के वालिद मेरे किसी दोस्तों में से तो नही...यदि निकल जाते तो बडी फजल सुकून मिल जाता है."

"तो आप मुसलमान है?"

"क्यों? मुसलमान होना गुनाह है?" माधवने थोड्या चिडक्या स्वरात उत्तर दिलं.

"नही मामू, हम हिंदू है."

"बहोत अच्छा...सभी अल्लाह के बन्दे है।"

"तुम्ही कॉलेजमध्ये जाता?"

"नही. आम्ही सब बेकार है."

माधवच्या मनात त्यांच्या उर्दू लहज्यावरून संशयाची पाल चुकचुकली. त्यांच्या मराठी बोलतानासुद्धा उर्दूचा टोन येत होता. तरी चेहऱ्यावर कुठलेही भाव न दर्शविता तो पुढे म्हणाला,

"वहाँ देर है, अंधेर नही। मिलेंगे. कोशीश करो. भगवान तुम्हाला सुद्धा रोजी मिळवून देईल."

"तुम्ही काय करता?"

"गीतांजलीच्या पास स्कूटर रिपेरिंगची छोटी दुकान है."

"कहां?"

"मोमीनपुरे के पास."

"तुमचे वालिद काय करतात?"

"चलो यार. मामुजान दिमाग चाट रहे है."

ते तिघेही उठले. नंतर 'भोसले वेद' शाळेकडे निघाले.

ते काही अंतर चालत जाताना दिसले. नंतर ते अंधारात गडप झाले. दिवस उजाडायचा होता. माधवचा संशय बळावला. तो पोथी गल्लीतून भारत मुलींच्या शाळेकडे गेला. नंतर अयाचित मंदिरकडून परत बडकस चौकाकडे वळला. बडकस चौकातून तो केळीबाग रोडकडे वळला. त्याने आपली मोटार सायकल कोतवाली पोलीस स्टेशनसमोर थांबवली. कोतवालीत जाण्याचा विचार केला. परंतु परत त्याने मोटारसायकल कल्याणेश्वर मंदिराकडे वळवली. तिकडे दोन रिक्षावाले बिडी फुंकत आपसात बोलण्यात मग्न होते. तो कल्याणेश्वर मंदिराला वळसा घेऊन भुत्या दरवाज्याकडे गेला. तिकडचा संपूर्ण परिसर त्याने पिंजून काढला. तरी गस्त घालणारी पोलीस व्हॅन त्याला कुठेच दिसली नाही. आकाशात तांबडं फाकायला सुरुवात झाली. नंतर तो घराच्या दिशेने निघाला. घरी पोहोचला तेव्हा संतृप्ती झाडांना पाणी देत होती. तिचं लक्ष मोटारसायकलच्या आवाजाकडे गेलं. माधवला बघून ती म्हणाली.

"भाऊजी, सकाळी सकाळी कुठून फिरून आलात?"

"हिंगण्याकडे जाणाऱ्या टी पॉईंटपर्यंत जाऊन आलो. शहरात झपाट्याने बदल दिसत आहे."

"हो, विचारूच नका...चला, फ्रेश व्हा. मी चहा ठेवते."

"ओ. के....?"

असं म्हणत माधव फ्रेश व्हायला गेला. जान्हवीसुद्धा मॉर्निंग वॉक वरून आली. आल्या आल्या तिने संतृप्तीला विचारलं,

"काय गं संतृप्ती, माधव आलेत?"

"हो...!"

नऊ वाजता माधवने कमिशनर देव साहेबांना तो आल्याचं कळवलं. अर्ध्या तासात देवसाहेब माधवकडे स्वत: आले. गाडीचा आवाज ऐकून माधव व जान्हवी त्यांचे स्वागत करायला बाहेर आले.

"या देव साहेब, नमस्कार!"

माधवकडे बघत देव म्हणाले, "आपली भेट ऑफीसला होणारच होती. इथे आल्यामुळे वहिनींचीसुद्धा भेट झाली." चहा व थोड्या गप्पा झाल्याबरोबर माधव व देव साहेब गाडीत जाऊन बसले. तेव्हा ड्रायव्हरने प्रश्न केला.

"कुठे निघायचं सर?"

“आपण पहिले शहराचा दौरा करू या.” माधवने देव साहेबांना विचारलं,

“चालेल.”

तेव्हा माधव म्हणाला, “आधी कोतवाली पोलीस स्टेशन”

“सर”

कोतवाली पोलीस स्टेशनच्या आवारात अचानक कमिशनर साहेबांची गाडी पोहोचल्यामुळे सर्वांचे धाबे दणाणले. माधव गाडीतून उतरला तेव्हा तो सिव्हिल ड्रेसमध्ये होता. देव साहेबांनी सर्वांना माधवची ओळख करून दिली.

माधवने स्टेशन ऑफीसरला लॉग बुक मागितली आणि विचारलं,

“रात्री राऊंडवर कुणाची ड्यूटी होती?”

“सर, फटींग साहेबांची.”

“राऊंडवर कुठली गाडी होती?”

“एम. एच. ३१-५३२५”

“सध्या कुठे आहे?”

“सर, ती जवळपास गेली असेल.”

“जवळपास म्हणजे नेमकी कठे?”

“उमरडेला.”

“कशाला?”

“फटींग साहेबांच्या फॅमिलीला घेऊन गेली.”

“कशासाठी?”

“माहीत नाही सर.”

“तुम्ही नोकरी करायला येता की मजा मारायला येता? तुमच्या वाढलेल्या पोटावरून दिसतं आहे सर्व. तुमच्याचमुळे पोलीस यंत्रणा बदनाम झालेली आहे. फटींगला तातडीने कळवा व उद्या मला कमिशनर ऑफीसला भेटायला सांगा.”

पोलीस कॉन्स्टेबल लॉग बुक घेऊन आला. माधवने पाने चाळली व त्यावर रिमार्क लिहिला. नंतर देव साहेबाबरोबर कोतवालीतून बाहेर पडले. सर्व पोलीस स्टेशनमध्ये माधवच्या भेटीची बातमी वाऱ्यासारखी पसरली. त्यामुळे सर्व पोलीस स्टेशनचे स्टाफ सावध होते. सर्व व्हिजिट करून ते दोघे मुख्यालयात पोहोचले. माधव व देव यांचे मित्रतेचे संबंध होते. त्यामुळे एकांतात ते एकमेकांना एकेरी नावाने बोलायचे.

“माधव, तू नागपूरला केव्हा आलास?”

“काल रात्री...”

"आता कळलं, तुझा महाल एरियाचा फेरफटका पहाटे कसा झाला."

"बरोबर, सकाळी आपल्या मोटार सायकलने संपूर्ण महाल, अयाचित मंदीर, बडकस चौकाजवळचा सबंध परिसर फिरून काढला."

"बरं केलंस...सध्या तुझ्या भीतीने ते सावध राहतील. सेल्फ अ‍ॅलर्टनेस केव्हा येईल...देव जाणे."

"जेव्हा रिसपॉन्सिबिलिटी रिअलाइज करतील तेव्हा आणि सध्याची स्थिती खूप कठीण आहे. ह्या आठवड्यात कुठेतरी घातपात होण्याची शंभर टक्के शक्यता आहे. कन्फर्म इन्फरमेशन आहे. त्यासाठी मला तुझ्या लिस्ट मधले स्पेशल इन्स्पेक्टर, कमांडोज यांची गरज लागणार आहे."

"नो प्रॉब्लेम."

"पण ती त्यांना माझ्या पद्धतीने चेक करणार आहे. मला डे शिफ्ट आणि नाईट शिफ्टचे स्पेशल स्टाफ लागणार आहे."

"समज, दिले."

"कंट्रोल रूम, मोबाईल व्हॅन आणि वायलेस सिस्टीम मी स्वत: तपासणार आहे."

"ते परफेक्ट आहेत."

"तरी आपण शहनिशा करून घेऊ."

माधव आपल्या पद्धतीने प्रत्येक स्थितीवर काटेकोरपणे नजर ठेवून काम करीत होता.

•••

सुमन आपल्या कमांडोज टीम बरोबर गडचिरोलीला पोहोचली. ती अधीक्षक सिंग साहेबाच्या रूममध्ये दाखल झाली.

"सर, मला असं तडकाफडकी का बोलवलं?"

"खरं म्हणजे मी पहिले तुमचं मनापासून अभिनंदन करतो. तुमच्या प्रत्येक मूव्ह कमालीच्या होत्या."

"थँक यू सर."

"इकडे परत बोलवायचं कारण म्हणजे तुमची मुंबईला ट्रान्सफर झाली आहे. आज सर्व रिपोर्ट सबमिट करून उद्या रिलीज ऑर्डर घेऊन निघू शकता!"

"सर, त्या आधी मला एक फेवर हवा."

“बोला.”

“मी माझ्या ग्रुपच्या काही स्टाफची नावे सव्वीस जानेवारीच्या अॅवार्डसाठी प्रपोज करते आहे. ती तुम्ही रिकमेंड करावी ही विनंती.”

“तुम्ही अजिबात चिंता करू नका. आपण त्यांच्या भरवशावरच लढाई फत्ते करतो.”

“थँक यू सर”

सुमन आनंदी मुद्रेत आपल्या ऑफीसकडे वळली.

•••

रात्री जेवणाच्या टेबलवर माधव, जान्हवी, संतृप्ती व संदीप, गरीमा जेवत होते. तेव्हा जान्हवी माधवला उद्देशून म्हणाली.

“मी उद्या अंबाकडे जाऊन येईन म्हणते.”

“ठीक आहे. पण एकटी कशी जाणार?”

तेव्हा संदीप म्हणाला, “कुठे जाणार!”

“पहिल्या पोस्टींगला मी जिथे शिक्षक म्हणून गेलो होतो त्या गावाला. तुम्ही सुद्धा आले होते ना!”

“नो प्रॉब्लेम. मला ऑफ आहे. आपण सर्व निघू.”

“कधी निघावं लागेल?”

संतृप्तीनी विचारलं. तेव्हा जान्हवी म्हणाली, “सकाळी सकाळी सातला निघालं तर?”

“चालेल.”

सर्व एकमताने तयार झाले. लगेच जान्हवीने अंबाला कॉल केला.

“हॅलो अंबा, मी नागपूरवरून जान्हवी बोलत्ये.”

“नमस्कार ताई.”

“उद्या आम्ही सकाळी नऊ वाजेपर्यंत तुझ्याकडे येतो. आम्ही चारजण आहोत. ब्रेकफास्ट आणि जेवण तुझ्याकडेच घेऊ.

“नक्की या. मी वाट पाहीन.”

सकाळी नऊच्या सुमारास सर्व संदीपच्या कारने अंबाच्या गावाजवळ पोहोचले. गावाच्याबाहेर रस्त्यावर अंबा अंजली बरोबर जान्हवीची वाट बघत उभी होती. अंबाला बघून संदीपनी गाडी रस्त्याच्या कडेला लावली. अंबा

जान्हवीला कडकडून भेटली.

"अंजली, ह्या मुंबई पोलीस कमिशनर साहेबांच्या सौ. जान्हवी." अंजलीने त्याना वाकून नमस्कार केला.

"ताई, ही माझ्या लहान भावाची पत्नी."

"आणि मी संदीप, ही संतृप्ती, ही आमची गरिमा.

"तुम्हाला पाहताक्षणीच ओळखलं. पण तेव्हा ही स्वीट गर्ल आली नव्हती."

अंबाने तिला अलगद कडेवर उचलून घेतलं व तिचे लाड केले. तेव्हा संतृप्ती अंबाला म्हणाली -

"काय मेनटेन केलंस तू स्वत:ला? फक्त केसांचा रंग बदलला आणि नऊवारीवरून साडीत छान दिसतेस.'

"ताई आणि तुम्ही गाडीत बसा व आमच्या मागे या."

अंजली व अंबा स्कूटरवर बसल्या. घराजवळ पोहोचल्यावर संदीपला घराचं अंगण बघून जुन्या आठवणीचं चित्र पुन्हा एकदा त्याच्या डोळ्यासमोर तरळले...सर्व फ्रेश झाल्याबरोबर त्यांनी फराळावर ताव मारला. जान्हवी अंबाला म्हणाली, "आता गावात काय करतेस?"

तेव्हा अंजली म्हणाली, "ताई इथे आल्या आणि पाहता पाहता त्यांनी नर्सिंग होम उभे केलं."

"डॉ. जोशीकाकांचं स्वप्न होतं आणि अंजलीची साथ, त्यामुळे शक्य झालं."

"पैसे आणि डॉक्टर कुठून आणलेत?" संदीपनी आश्चर्य व्यक्त करीत विचारलं.

"ही आमची फिनान्स डायरेक्टर...शी इज ए मारव्हलस लेडी."

"इतकं सुंदर इंग्रजी व मराठी कुठे शिकला?"

"इनडीड नाशिकात." अंजली म्हणाली.

"परत इथे येऊन बरं वाटलं." संतृप्ती म्हणाली.

"नेहमी येत चला...आम्हालासुद्धा बरं वाटेल." अंजली म्हणाली.

"तुम्ही पण नागपूरला आले की आमच्याकडे नक्की या. मी पत्ता आणि मोबाईल नंबर देते."

"सुमन कशी आहे?"

"बरी आहे. आज रात्री इथे येणार आहे. तिची मुंबईला ट्रान्सफर झाली."

"चला, हे बरं झालं. माझी तिची भेट आता नक्की, त्यामुळे तुझीसुद्धा."

"ताई, मी इथेच राहीन म्हणत्ये."

"का गं?"

"व्याप खूप मोठा आहे."

"चल, आपण सर्व बघून येऊ तुझं व्हेन्चर."

•••

माधवने एरोड्रम, महाल, टेकडी गणपती मंदिर, रेल्वे स्टेशन, इंदिरा गांधी हॉस्पिटल, मेडीकल कॉलेज या ठिकाणी प्रामुख्याने आपले कमांडोज साध्या वेषात ठेवले होते. संघ बिल्डिंगजवळची गस्त मोबाईल व्हॅनने न करता मोटार सायकलने, परंतु साध्या वेषात करायची सूचना दिली होती. तेव्हा त्यांच्या लक्षात आलं, शेकोटी रोज रात्री तीनच्या सुमारास पेटवली जात होती. कधी कधी तिथं मुलं असायची. माधव आता सगळ्याच बाबींचा खोल विचार करत होता. त्याच्या संशयाची सुई संघ बिल्डिंगजवळ अटकत होती. आता त्याने संशय येणाऱ्या ठिकाणावर इलेक्ट्रीकच्या पोलजवळ कॅमेरे फिक्स केले होते. एम. ई. सी. बी. कडून सर्व पोल्सच्या लाईटस्ची पाहणी करून घेतली होती. संध्याकाळी सर्व गावाहून परत आले होते. माधवला जान्हवीने मोबाईल केला.

"माधव, आम्ही नागपूरला पोहोचलो. कितीपर्यंत घरी येणार!"

"रात्री नऊ पर्यंत."

"आम्ही प्रॉन आणले आहेत."

"अजून काय खबर आहे?"

तू ये म्हणजे सगळं रिपोर्टिंग करते. वेळेवर पोहोच म्हणजे सगळं गरमा-
गरम मिळेल."

"बाय."

•••

माधवला अद्याप अतिरेक्यांचे ठिकाण गवसत नव्हते. तो रात्री एकटाच स्टेशन, एरोड्रमवर फेरफटका मारून यायचा. चोवीस तास त्याच्या सेवेशी कमांडोजची गाडी असायची. आता त्याने संशयिताला हेरून त्यांचे कॉल्स कुठे कुठे जातात व येतात हे सुद्धा तपासायची सूचना दिली होती. दारूच्या अड्ड्यावर, बारस् मध्येसुद्धा त्याने माणसं पेरली होती. संघ बिल्डिंगजवळची ती मुलं दिवसा

मोटारसायकलवर मुलींना घेऊन मोठ्या हॉटेल्समध्ये जाताना आढळली. त्याने एका सब इन्स्पेक्टरला त्यांचा पाठलाग करायला सांगितला. तेव्हा ते कोराडीच्या रस्त्याकडे निघाले होते...

•••

जान्हवी गावावरून आल्यानंतर एक दिवस नागपूरला फिरून ओळखीच्यांना भेटून आली. ती दुसऱ्या दिवशी सकाळी प्लेनने मुंबईसाठी निघाली. जान्हवी व सुमन एकाच प्लेनमध्ये बसले होते. त्या दोघीही एकमेकांना ओळखत नव्हत्या. सुमन आपल्या विचारांच्या वलयात शिरली. सुमन गावी पोहोचली तेव्हा जान्हवीची भेट झाली नाही. जान्हवीने दोन तासाआधी गाव सोडलं होते. घरी आल्यावर सुमनला घरात खूप बदल जाणवला. ती अंबाला म्हणाली,

"बापरे...किती पुस्तकं जमा केलीत. सगळी तत्त्वज्ञानाची, मेडीकल्स, सायकॉलॉजी, चांगला स्टॉक आहे."

"तू नव्हती तेव्हा एकाकी वाटायचे. मन अस्थिर असायचं."

"आता मन झालं स्थिर?"

"ते कधी शांत असते का? त्याला स्थिर ठेवण्यासाठीच हे सारे प्रयत्न. तू कधी वाचत असते?"

"नोकरी लागल्यापासून वर्तमान पत्राशिवाय...सगळं सुटलं."

"नाही. वाचन सुटत नसतं. आता तुझ्या हातात पुस्तके नसतील पण परिस्थितीची कोडी असतात. ती सोडवायची असतात. त्यासाठी घडलेल्या घटनांचं अवलोकन करायचं असतं. तो सुद्धा वाचनाचाच प्रकार असतो, पण शिकण्याची वृत्ती असेल तेव्हा."

"तेव्हा अस्थिरता जाणवली तर?"

"मला सुद्धा तोच प्रश्न पडला होता. जेव्हा मी एकाकी पडले होते."

"मग काय कळलं?"

"जसं सिनेमाचं कथानक...दिग्दर्शक जसं म्हणेल तसं ते कथानक पुढे पुढे सरकत जातं...तसंच प्रत्येकाचं कथानक नियतीने आधीच तयार करून ठेवलेलं असतं. आपलं कार्य एवढंच की जे पात्र आपल्या वाट्याला आलं. ते भरभरून जगायचं. त्यावर चिंतन करायचं. त्याला अधिक कसं सुंदर व प्रामाणिक करता येईल याचा विचार करायचा. नियती दिग्दर्शकासारखी नेहमी खुणावत

असते. आपल्याला ते क्षण टिपायचे असतात. जे त्या क्षणाचा आवाज ऐकून साद देतात ते यशस्वी होतात. पुस्तकं आपल्या इंद्रियांना ताजंतवानं करण्याचं काम करीत असतात.''

मुंबईचं सांताक्रूज विमानतळ आल्याची उद्घोषणा झाली. बाकीच्या प्रवाशांबरोबर जान्हवी एरोड्रमला उतरली. एरोड्रमच्या बाहेर आल्यावर तिने टॅक्सी पकडली. सब इन्स्पेक्टर सक्सेना सुमनला घ्यायला आले होते. जान्हवी शरीराने मुंबईत पोहोचली होती. पण सध्या तरी मनाने ती नागपूरलाच होती. अचानक तिच्या नजरेनं रस्त्यावरचं एक दृश्य टिपलं. हा परिसर बांद्र्याचा होता. एक साधारण अडतीस वर्षाच्या जवळपास असलेला, जाडजूड, उंच बांध्याचा माणूस भर रस्त्यात एका मुलीला फरफटत ओढून नेत होता. बघणारे संवेदनाहीन दिसत होते. तो त्या मुलीला टॅक्सीत कोंबण्याचा प्रयत्न करीत होता. ती मुलगी जिवाच्या आकांताने ओरडत होती.

''बचाव...बचाव.''

''ये भाऊ, टॅक्सी रस्त्याच्या कडेला लाव.''

''काय झालं मॅडम?''

''तो बघ, त्या मुलीला कसा त्या टॅक्सीत कोंबण्याचा प्रयत्न करतो आहे?''

''मॅडम, कशाला या झमेल्यात पडता?''

''तुला ऐकू येत नाही...चल, पटकन टॅक्सी साईडला लाव.''

टॅक्सी साईडला लागल्याबरोबर जान्हवीने धाडकन दार उघडलं व धावत त्या बलदंड माणसाजवळ पोहोचली. त्याची कॉलर पकडून त्याला आपल्याकडे ओढलं. त्याची त्या मुलीवरची पकड सुटली. त्यामुळे ती मुलगी क्षणात बाहेर आली आणि जान्हवीला बघून म्हणाली,

''आंटीजी, मुझे बचाव...ये मुझे बेचने ले जा रहा है।''

हे वाक्य ऐकून जान्हवीचं डोकं तडकलं. तिने त्या इसमाला त्याच्या पोटाच्याखाली आपल्या गुडघ्याने एक जोरदार चोप दिला. तो बेसावध असल्यामुळे धाडकन खाली पडला. येणारे जाणारे तसेच थांबले. तो इसम चवताळून उठला. त्याने चाकू काढून जान्हवीवर वार केला. जान्हवीने जम्प करून तो वार चुकवला. बघ्यांची गर्दी होती. पोलिसांची लाल दिव्याची गाडी तिकडेच येत होती. गाडीत सुमन व सबइन्स्पेक्टर सक्सेना होते. सुमन सक्सेनाला म्हणाली.

''सक्सेनाजी, हे काय बघते मी? ह्या मावशी माझ्याच प्लेनमध्ये होत्या.''

"अरे, ह्या तर आंटीजी आहेत. सिताराम, गाडी त्यांच्याजवळ ने."
बघ्यांची गर्दी वाढली होती. पण कुणीही पुढे येत नव्हता.

"मैं अब भी कहता हूँ मॅडम...अपना काम करो. मेरे साथ पंगा लोगी तो महंगा पडेगा."

"बोल कितने में पडेगा?"

डोळ्याची पापणी लवते ना लवते जान्हवीने झेप घेऊन त्याच्या छातीवर फ्लाईंग किक् दिली. त्यामुळे तो खाली पडला. तितक्यात सुमन पोहोचली. ती साध्या वेषात होती. नकळत तिने गुंडाचा हात धरून त्याला हवेत भिरकावला. तो त्याच स्फूर्तीने पुन्हा उठला. सुमनने जवळ उभ्या असलेल्या टॅक्सीचा आधार घेत त्याच्या थोबाडीत एक जोरदार पंच मारला. जान्हवीने रिटर्न पंच देत त्याला सुमनकडे परतवला. लगेच सब इन्स्पेक्टर सक्सेना पुढे आला. गुंडाचा हात मागून पकडत त्याच्या कमरेत लाथ दिली. गुंड खाली पडला आणि पिस्तूल गुंडावर रोखत म्हणाला,

"अब ज्यादा शानपाती दिखाओगे तो सारी गोलीयाँ भेजे में उतार दूंगा"

त्याने गुंडाच्या हातात बेड्या ठोकल्या.

"थँक यू सक्सेना...आता याला कस्टडीत नेऊन याला जाब विचारा, ही मुलगी कुठून आणली ते?"

जान्हवीने पुन्हा सर्व माहिती सक्सेनाला दिली. आता गुंडाचा ड्रायव्हर घाबरला. तो गाडी (टॅक्सी) स्टार्ट करायला लागला. सुमनने हे हेरलं. त्याची कॉलर पकडून त्याला बाहेर ओढलं. टॅक्सीची चावी काढून आपल्याजवळ ठेवली. किडनॅप झालेली मुलगी जान्हवीच्या पाया पडून तिला बिलगली. तिच्या डोक्यावरून हात फिरवत जान्हवी म्हणाली,

"चलो बेटा, कुछ नही होगा।"

नंतर सुमनकडे बघून म्हणाली, "थँक यू बेटा...तुझ्यासारख्या डेअरींगबाज मुलीला बघून मन प्रसन्न झालं."

नंतर सक्सेनाकडे बघत म्हणाली. "सक्सेना, हा कुठल्यातरी रॅकेटशी जुळला आहे. ह्या मुलीची काळजी घ्या. तिच्या घरी पाठवायची व्यवस्था करा."

"जी आंटीजी."

"आय एम सॉरी. तुझ्याबद्दल विचारायचं राहीलं. तू कुठे असतेस?"

"मावशी, मी मुंबईला ट्रान्सफरवर आले आहे."

"काही अडचण असल्यास सक्सेनाला सांग."

"थँक यू, मावशी."

जान्हवी आपल्या टॅक्सीकडे वळली. तिच्या टॅक्सी ड्रायव्हरने जान्हवीसाठी स्वत:हून दार उघडले.

आपल्या सीटवर बसल्यानंतर टॅक्सी ड्रायव्हरने जान्हवीला विचारलं, "काय लफडं होतं मॅडम?"

"त्या मुलीला किडनॅप करून आणलं होतं. आता विकण्याचा प्लॅन होता."

"अरे बापरे!"

"तुम्ही आम्हाला सुखरूप घरी पोहोचवता म्हणून आम्ही विश्वासाने टॅक्सीत बसतो. पण तुमच्यापैकी काही जण अशा गुडांना पोलिसांच्या ताब्यात देण्याऐवजी थोड्या पैशासाठी त्यांना मदत करतात!"

"आम्ही त्यातले नाही मॅडम."

"पुरे. चल...आता."

•••

सबइन्स्पेक्टर सक्सेनाने मुंबई कमिशनर यांना इथल्या घटनेची माहिती दिली. तेव्हा त्यांनी सुमनला मोबाईल द्यायला सांगितलं.

"गुड मॉर्निंग मिस सुमन...तुम्ही ह्या केसला स्वत: हाताळा. सब इन्स्पेक्टर सक्सेना तुम्हाला मदत करतील."

"थँक यू सर."

कारमध्ये सुमनने त्या मुलीला विचारले, "वो कहां से ले आया आपको?"

"जो सामने होटल दिख रही है, वहींसे."

तितक्यात बांदरा पोलीस स्टेशनवरून एक पोलीस व्हॅन व पोलीस इन्स्पेक्टर जीप घेऊन आले. सब इन्स्पेक्टर सक्सेनांनी त्या गुंडाला व टॅक्सी ड्रायव्हरला बांदरा पोलिसांच्या स्वाधीन केलं. सुमन कारच्या बाहेर आली. तिला बांदरा पोलीस स्टेशनच्या इन्स्पेक्टरने सॅल्यूट दिला.

"इन्स्पेक्टर राठी बांदरा पो. स्टेशन रिपोर्टींग मॅडम."

"इन्स्पेक्टर राठी, या मुलीला त्या हॉटेलवर घेऊन जा आणि आरोपींना आपल्या ताब्यात घ्या. नंतर सर्व डिटेल्स मला कळवा."

"एस मॅडम."

नंतर सुमन त्या मुलीकडे वळली आणि म्हणाली,

“आप गाडीसे बाहर आयेंगे?”

“जी मॅडमजी!”

“आप कहां रहते है?”

“हम धरमपूरके है”

“कानपूरके पास जो है वो?”

“जी मॅडम.”

“यहाँ कैसे आयी?”

“पहले तो हम इटावा आये.”

“फिर आगरा” सुमन म्हणाली

“जी मॅडमजी.”

“घबराओ नही. हम सब इलाका जानत है.”

“आप हमारे तरफ के हो.”

सुमनला तिला विश्वासात घ्यायसाठी खोटं उत्तर दिलं.

“हाँ...अब खुलकर बताओ. यहाँ कैसे आयी.”

“मॅडम एक लडका हमको ब्याह कर इटावा लाया. पर दुसरे दिन जो आदमी है नं...वो हमको बोला तेरे मरद को अरजंट काम आया है. इसलिए तो रात ही को निकल गया। चिंता ना करो. रात को रिझर्व्हेशन नही ना मिलता। इसलिये वो हमे नही ले गया। इसने हमको मुंबई पहुँचाने का भरोसा दिलाया। हमारे पास और कोई चारा नही था। इसलिये हम इनके साथ आ गये। यहां आकर हम देखे क्या? हमारा मरद नही मिला. पर हमने इनको किसीसे मुझे बेचने की बात सुनी. तबही हमने भागने की सोची. तो इसने हमें जबरदस्ती पकड कर खोंचते हुए लाये और टॅक्सी में ढकेल रहा था तो कहां से आंटीजी आयी और हमको बचा लिया.”

त्या मुलीने सर्व घडलेला वृत्तांत सुमनला ऐकवला. सुमनने तिला पुन्हा विचारलं.

“कहां ले जानेकी बात कर रहे थे...? कुछ याद है?”

“सात रस्ता...और किसी पाडा की बात कह रहे थे।”

“अब डरो नही. इन्स्पेक्टर साहब के साथ उस हॉटल में जाओ. डरो मत हम यही बैठे है.”

इन्स्पेक्टर राठी आणि बांदरा पोलीस स्टेशनचे पाच हवालदार त्या मुलीला सोबत घेऊन त्या हॉटेलकडे निघाले. नंतर सुमन सक्सेनाला म्हणाली,

"त्या टॅक्सी ड्रायव्हरला घेऊन या." सुमनने करड्या स्वरात विचारलं, "कुठे जाणार होता?"

टॅक्सी ड्रायव्हरनी काहीच उत्तर दिले नाही. सुमनने त्याच्या गालफाडात एक जोराची हाणली.

तो पोपटासारखा बोलला. "सात रस्ता."

"व्हेरी गुड... आता ह्याला बांदरा पोलीस स्टेशनला न्या. सक्सेना, आधी आपण बांदरा स्टेशनला जाऊ."

"एस मॅडम."

बांदरा पोलीस स्टेशनवर आल्यावर... सुमन सक्सेनाला म्हणाली, "सक्सेना माझा मोबाईल नंबर आपल्याकडे सेव्ह करा."

"एस मॅडम."

"मला सिव्हिल ड्रेस मधला ड्रायव्हर हवा." तिथल्या सब इन्स्पेक्टरने आपल्या ड्रायव्हरला बोलवले.

'सखाराम तुम्ही बाहेर उभी असलेल्या टॅक्सीच्या ड्रायव्हिंग सीटवर जाऊन बसा."

"ह्याच्याकडून बॅच घ्या आणि स्वत: लावा. मी मागे बसते. त्या गुंडाला सखारामजवळ बसवा. त्याच्या बेड्या उघडा आणि इनस्पेक्टर जाधव तुम्ही सक्सेना बरोबर मला कव्हर करायला या. तुम्ही दोघं माझ्या मागे गाडीतून या... तिकडे जवळ कुठलं पोलीस स्टेशन येतं?"

"आगरी पाडा..." सक्सेना म्हणाला.

"त्यांना सात रस्त्याजवळ येऊन या टॅक्सीवर नजर ठेवायला सांगा. टॅक्सीचा नंबर सांगा." इनस्पेक्टर जाधवने त्या गुंडाची कॉलर पकडून त्याला सखारामजवळ बसविले. मागे सुमन बसली. ती त्या गुंडाला म्हणाली,

"ज्यादा शायना बनने की कोशिश की तो सारी गोलियाँ भेजे में उतार दूँगी। बात बराबर समझ ले, वरना पछताएगा।"

सखारामनी टॅक्सी सुरू केली. त्याच्याजवळ वाकी-टॉकी होती. सात रस्ता पोहोचल्यावर सुमनने विचारलं, "अब किधर मुडना है? तेव्हा गुंड म्हणाला, "उस पीली बिल्डिंग के पास।"

सक्सेना आणि इनस्पेक्टर जाधव सुमनच्या टॅक्सीवर नजर ठेवून होते. सक्सेना आणि जाधवनी चौफेर पोलसांची फिल्डींग लावली होती. त्या पिवळ्या बिल्डिंगजवळ टॅक्सी थांबली. तो गुंड टॅक्सीतून बाहेर आला. सुमनसुद्धा त्याच्याबरोबर

बाहेर आली. तो पायऱ्या चढत बिल्डिंगमध्ये शिरला. सुमन त्याला फॉलो करीत होती. तो पहिल्या माळ्यावर गेला. सखारामने वाकी-टॉकीवर सक्सेनाला माहिती दिली. सुमनला खोलीत नेल्याबरोबर तो गुंड बिनधास्त झाला. सुमनला बघून खोलीतली बाई म्हणाली,

"मचमच, क्या बात है? इसबार बढीया कडक माल कैसेहाथ लगा?"

तेव्हा मचमच म्हणाला, "अभी के अभी इसको चार मिनार दिखा दे।" अचानक मागून चार गुंड आले. त्यांनी पटकन् नाकावर रुमाल ठेवला.

सुमनने श्वास रोखून धरला व बेशुद्ध पडल्याचे सोंग घेतले. तिला बाथरूमकडे नेण्यात आले. मचमच पटकन मागच्या दाराकडे पळाला. त्या गुंडानी सुमनला खांद्यावर घेतलं. दुसऱ्यांनी सिलिंग प्लेट हलवली. तोपर्यंत पोलीसांनी चारही बाजूने त्या बिल्डिंगला घेरले. बाजूच्या बिल्डिंगमध्ये जाणारे व बाहेर येणाऱ्या सर्वांना अडविण्यात आले. या बिल्डिंगच्या मागच्या बाजूने मचमच सरकण्याचा प्रयत्नात होता. तेव्हा पोलिसांनी त्याला धरून व्हॅनमध्ये कोंबला.

सक्सेना व जाधव दोन महिला कमांडो घेऊन आत शिरले. तेव्हा ती बाई म्हणाली, "क्यों शरीफो को तंग कर रहे हो?"

"मॅडम, पहले हिला बाहेर काढा."

एक महिला कमांडो तिचा हात पकडायला गेली. म्हणाली, "साहब, वो बाथरूम जनाना है। ओ मॅडम के हात मत लगना, बता देती हूँ।"

महिला कमांडो तिच्या कमरेत लाथ मारत म्हणाली, "क्या बतायेगी, सीधे तरीके से चल, नही तो तुझी तंगडी तोडून रस्त्यावर फेकून देईन."

तिकडे बाथरूममध्ये चारही जण सुमनला उचलून वरच्या माळ्यात सरकवायचा प्रयत्न करीत होते. सुमनचं अर्ध शरीर माळ्यात ढकललं गेलं. सुमनला कुबट वास झोंबला. तिने डोळे उघडून बघितले, अंधारात काहीच दिसत नव्हतं, फक्त तिने ऐकले, "अजून एक बदनसीब वाढली."

लगेच सुमनने पायाची हालचाल केली. ती खाली यायचा प्रयत्न करायला लागली. तितक्यात शिडी सरकल्याचा भास झाला.

"भाई, ठीक से पकडो उसको होश आया लगता."

"नीचे खिचो सालीको, फिरसे सुंगनी देते है।"

सुमनला खाली ओढलं. सुमन त्याना घेऊन खाली पडली. धपकन

आवाज झाला. आवाजाचा कानोसा घेत सक्सेना व जाधव दाराजवळ आले. सुमनने स्वत:ला सांभाळत दोघांना बगलेत धरलं व तिसऱ्याला एक लाथ मारली. सक्सेनानी बाथरूमचं दार तोडलं. पोलिसांना बघून ते चारही गुंड घाबरले. त्यापैकी एकाने पिस्तोल- बाहेर काढली. तितक्यात जाधवने त्याच्या हातावर आपली पिस्तोलची गोळी सोडली. त्यामुळे गुंडाच्या हातून पिस्तोल खाली पडली. आत हे थरार नाट्य सुरू होतं आणि बाहेर ती बाई लोकांना ओरडून सांगत होती.

''अब तो शराफत का जमानाही नही रहा. ये पुलीसवाले देखो, क्या सितम ढा रहे है? मोहल्लेवाले चश्मदीद गवाह है. आज तक हमने कोई गलत काम नही किया. हमारे दुश्मनोंने हमारे खिलाफ ये चाल चली। उपरसे ये पुलीसवालों का कहर, तौबा तौबा.''

मीडिया आणि पत्रकार तिला कव्हर करून शूट करत होते.

तितक्यात पोलीस कमिशनर शर्मा लाल बत्तीच्या गाडीत पोहोचले. त्याना बघून ती बाई त्यांच्याकडे वळली आणि म्हणाली,

''शर्मा साहब, आप के जमाने में ये क्या हो रहा है?''

शर्मा साहेबांना बघून सर्व मीडियावाले आणि प्रेसवाले धावले. सक्सेनाकडे शर्मांची नजर गेली. त्याला खाली उतरताना बघून त्यांचा चेहरा धूसर झाला. मीडीया त्यांना विचारत होती.

''सर, ही बाई म्हणते हे खरं आहे काय?''

''सामान्य जनतेवर पोलीस असंच करेल तर त्यांनी जगावं कसं?''

तितक्यात सुमन खाली उतरली व त्या बाईच्या गालफडात एक जोरात हाणली. नंतर मीडियाकडे म्हणत म्हणाली.

''सामान्य जनता सुरक्षित राहावी म्हणून पोलीसांना हे पाऊल उचलावं लागतं. आणि तुम्हाला टी.आर.पी. मिळवण्यासाठी पाठविलेलं असतं. तुमचं काम आहे सत्य जगापुढे मांडणं. आणि तुम्हाला गरज आहे. आपली दृष्टी तपासून पाहण्याची.''

तेव्हा एक महिला पत्रकार म्हणाली, ''मग तुम्ही सांगा.''

''त्या बघा पंचवीस मुली. त्या कदाचित तुमच्या कुणी लागत नसतील. पण त्या आहेत सामान्य पीडीत जनतेच्या मुली. त्यांना विकून पैसे कमविणारी ही गब्बर बाई;'' आणि तिला सुमन म्हणाली, ''शरम नही आती इन मासूमों का धंदा करते हुए? इनको इनके परिवार से अलग करते हुए. अरे, तुम कलंक हो

औरत जात पर.''

''मॅडम, आम्ही तो स्पॉट पाहू शकतो. जिथे ह्या बाईंनी ह्या मुलीना तिथे डांबून ठेवलं होतं.''

''जाधवसाहेब, दाखवा यांना ते यातनाघर.'' सुमन कमिशनर शर्माकडे वळली.

•••

जान्हवी घरातल्या कम्प्युटरवर फोटो लोड करत बसली होती. अंबाचा फोटो ती झूम करून बसली.

तेवढ्यात दारावरची बेल वाजली. जान्हवी दार उघडायला गेली. दारात सबइनस्पेक्टर व सुमन उभी होती.

''या सक्सेना... त्या मुलीचं काय झालं?''

''आण्टीजी टी.व्ही. ऑन करा.''

जान्हवीने टी.व्ही. ऑन केला. तिथं सुमन दिसत होती. सर्व न्यूज चॅनल्स सुमनला दाखवत होते. तितक्यात सुमनने ड्राईंग रूममकडे एक नजर फिरवली. जान्हवी सुमनचे शॉटस् बघण्यात दंग झाली. न कळत जान्हवीच्या डोळ्यात अश्रू आले. ती सुमनजवळ गेली.

सुमन जान्हवीकडे निर्विकार चेहरा करून क्षणभर बघत राहिली. नंतर, जान्हवीनं हळुवारपणे तिचा हात धरून काम्प्युटरकडे घेऊन गेली.

''हा चेहरा ओळखतेस?''

''आईचा फोटो तुमच्याकडे. म्हणजे मावशी तुम्हीच.''

''हो, मीच तुझ्या माधव सरांची सौ.''

नकळत सुमनने वाकून त्यांना नमस्कार केला. आपल्या नाजूक स्पर्शाने त्यांनी तिला उभं केलं आणि तिच्या कपाळाचं हळूच चुंबन घेतलं.

''थँक यू पोरी. तू तुझं आणि अंबाच्या जीवनाचं चीज केलं.''

नंतर सब-इनस्पेक्टर सक्सेनाकडे वळत जान्हवी म्हणाली, ''थँक यू... सक्सेना. तू माझी पोर मिळवून दिल्याबद्दल.''

''आण्टी, मला कळलं नाही?''

''सक्सेना, मी सुद्धा तुमची आभारी आहे.''

''मॅडम, अजून मला कळलं नाही.''

"सक्सेना, ते जाऊ दे. सर येईपर्यंत मॅडम इथेच राहतील. वन्स अगेन थँक यू. तुम्ही जो तडकाफडकी निर्णय घेतला म्हणून त्या मुलींना वाचवू शकलात."

"खरं म्हणजे, मोटीवेशन मॅडमचं होतं."

"मावशी, आई म्हणते, निर्णय तेव्हाच बरोबर असतो जेव्हा तो वेळेच्या आत घेतला गेला असेल. तेव्हाच पेशंटचा जीव वाचवता येतो."

"अंबाचं अगदी बरोबर आहे."

नंतर सक्सेनाकडे बघत जान्हवी म्हणाली. "सक्सेना बसा. मी चहा करते."

"आण्टी, मी निघतो."

"आज नो फार्मलिटी. चहा घेऊनच जावं लागेल. आण्टी म्हणतोस. आता तुला म्हणजे माझ्या लेकराला उपाशी कसं ठेवणार. सोबत काहीतरी खाऊन जावं लागेल. इटस् माय ऑर्डर."

आणि जान्हवी किचनकडे वळली. ह्यांचं बोलणं सुरू असताना सुमनला सदानंदचा कॉल आला.

"काँग्रॅटस्, तू अख्ख्या इंडियात फेमस झाली."

"थँक यू मामा! तू कुठे आहेस?"

"आता मी तिरुपतीला आहे. माझी अंबरनाथवरून ट्रान्सफर झाली."

"ओ.के., काळजी घे. बाय."

•••

नागपूरमध्ये माधव संध्याकाळी निवडक पोलीस ऑफिसर कमांडोज आणि हवालदार यांच्याबरोबर मीटींग घेत होता. त्याने आपल्या सहकाऱ्यांना विचारलं,

"मित्रांनो, कधी काळी तुमच्यापैकी कुणी नाटकात काम केलं असेल किंवा कुणाला अभिनय करण्याची इच्छा असेल तर त्यांनी हात वर करावे."

तीन कमांडोजचे हात उंचावले होते.

"नाईस... उद्या तुम्हाला प्रत्यक्षात अभिनय करायचा आहे. मेक अप करून तुम्ही पहाटे तीनच्या सुमारास तयार असावे. तुमची भूमिका आणि कॉस्च्यूम मीटिंग संपल्यानंतर सांगतो. स्थळसुद्धा नंतर सांगेन. आता स्थळ व प्रत्येकाची पोझिशन स्क्रीन वर बघा. ह्या जागी, इनस्पेक्टर शिंदे बरोबर मोटारसायकल

वर मी असेन.''

माधव स्क्रीनवर इंडिकेटर लाईटच्याद्वारे प्रत्येकाची जागा दाखवत होता.

''इथे इनस्पेक्टर शिंदे बरोबर मी. तुम्ही दोघे या वेषात या जागी. या रस्त्याने भोसले वेद शाळेकडून याल समजा, इथे कुणी शेकोटी पेटवून बसलेले दिसल्यास, त्यांच्याजवळ जा. अन्यथा मागे वळा. मोक्याच्या जागी कुठलाही आडोसा घेऊन, उभे राहून सावज येण्याची वाट बघा. काही शक?''

''नो सर...''

सर्वांनी एकाच सुरात उत्तर दिले.

''वेल. बसलेल्या माणसांना चारही बाजूंनी वेढा घाला. विनाकारण त्यांच्याशी भांडण करा. लगेच आम्ही इथल्या जीपला संकेत देऊ. जीप भारत महिला विद्यालयाजवळच्या या झाडाजवळ उभी असेल. कुणालाही तुमच्या जवळची गन दिसता कामा नये. लक्षात ठेवा. कुठलाही मोठा अधिकारी रात्री किंवा पहाटे पुढच्या ऑर्डरपर्यंत लाल दिव्याच्या गाडीतून येणार नाही. एनी क्वेश्चन?''

''नो सर...''

''आज मध्यरात्रीपासून ऑपरेशनची तयारी सुरू होईल. ओ.के. आता रिलॅक्स करा.''

•••

रात्री जान्हवीने मोबाईल केला. तेव्हा माधव लगेच तिला म्हणाला.

''काँग्रॅटस्.''

''कशाबद्दल?''

''बांद्र्यात केलेल्या डेअरिंग बद्दल.''

''कुणी कळवलं?''

''इन्स्पेक्टर जहीरनी.''

''तुमची माणसं म्हणजे मुंबईचे चालते बोलते कॅमेरे.''

''बरं केलंस, पत्रकार व मिडियापासून स्वत:ला दूर ठेवलंस.''

''थँक यू. तुला एका नवीन डी.सी.पी.बद्दल माहीत आहे?''

''कोण?''

•••

“आपल्या अंबांची लेक सुमन.”

“व्हेरी गुड. टी.वी. वर बघितलं तिला.”

“तिला मी घरीच ठेवून घेतलं आहे.”

“बरं केलंस.”

“घे. बोल तिच्याशी.”

“सर नमस्कार, मी सुमी.”

“आय एम प्राऊड ऑफ यू बेटा. कुठून आणलास एवढा स्पार्क?”

“तुमच्याकडून.”

“चल, काळजी घे. मुंबईला आल्यावर भेटू.”

“गुड नाईट सर.”

सुमनचा चेहरा आनंदाने फुलला होता.

माधवबद्दलची श्रद्धा सुमनला यशस्वी करण्यात कारणीभूत ठरत होती. माधव तिच्यापासून दूर होता. पण त्याच्या विचारांचे बीज कधी अंकुरित झाले. आणि त्याचे एका सशक्त वृक्षात रूपांतर कसे झाले. हे त्या नियतीलाच माहीत.

•••

रात्र कशी सरकत गेली कळलंच नाही. पहाटेचे चार वाजले. कडाक्याची थंडी होती. सर्व रस्ते सामसूम दिसत होते. माधव व शिंदे मोटार सायकलवर होते. माधव ड्राईविंग सीट वर होते. मोटार सायकल ठरलेल्या जागी बंद स्थितीत उभी होती. भारत महिला शाळेजवळ पोलीस जीप पोथी गल्लीच्या दिशेने उभी होती. जीपमध्ये हवालदार गुरव ड्रायव्हिंग सीटवर होते. बाजूला इनस्पेक्टर वासनिक होते. मागच्या सीटवर होते कमांडोज जगताप व भगत. इन्स्पेक्टर वासनिकनी माधवला कळवले.

“सर, गजानन मंदिराकडून लाल दिव्याची गाडी आमच्या दिशेला येताना दिसत आहे.”

“ओ.के. आर यू रेडी?”

“एस सर.”

“सिलेक्ट द टारगेट अण्ड शूट देम.”

"राईट सर."

"ती गाडी तुमच्या रेंजमध्ये आली?"

"एस.सर."

"बी अलर्ट."

ती लाल दिव्याची पांढरी ॲम्बेसिडर पोथी गल्लीकडे वळली आणि वासनिक जीपच्या खाली उतरले व ॲम्बेसेडर जवळ जाऊन एक सॅल्युट केला.

"सब ठीक चल रहा है?"

"हां सर. ॲज युजुअल."

हवालदार गुरव आपली जीप पुढे घेऊन आले. तेव्हा ॲम्बेसिडरच्या ड्रायव्हरने आपलं तोंड बाहेर काढून विचारलं?,

"ये रस्ता सीधा संघ बिल्डिंग के तरफ जाएगा?"

"हाँ जाएगा।"

तेवढ्यात समोरच्या ॲम्बेसिडरमधून एक चेहरा बाहेर डोकावून म्हणाला. "आप लोग यहीं गस्त के लिये रुको."

"सर." इनस्पेक्टर वासनिक म्हणाले.

ॲम्बेसिडर जेव्हा पुढे सरकलली. तेव्हा पटकन् जगताप व भगत जीपमधून उतरले. आपली पोझिशन घेऊन त्यानी ॲम्बेसिडरच्या टायरवर टारगेट करून गोळी झाडली. वासनिकनेसुद्धा गोळी झाडली. लगेच ॲम्बेसिडर मधून अंधाधुंद गोळ्यांचा वर्षाव झाला. ॲम्बेसिडर गल्लीच्या वळणावर पोहोचली. माधवने समोरून आक्रमण केले. त्याने ड्रायव्हर जवळचा इसम टिपला. शिंदेने जीपच्या समोरच्या टायरवर टारगेट करून गोळी झाडली. एक अतिरेकी गाडीतून मशीनगन घेऊन बाहेर उतरला. त्याने माधवला टारगेट केलं.

पण गोळी शिंदेला जखम करून गेली. तसंच दुसरा अतिरेकी दुसऱ्या बाजूने उतरला व त्याने वासनिकला टारगेट गेलं. वासनिक हाय जंप घेऊन त्याच्यावर तुटून पडला. गोळी वासनिकच्या पायाला लागली म्हणून वासनिक खाली पडले. परंतु कमांडो जगतापने त्या अतिरेक्याला शूट केलं. समोरून माधव व शिंदे, मागून भगत व जगताप ॲम्बेसिडरकडे वळले. फायरिंग बंद झालं होतं. तरी माधव व त्यांची टीम सतर्कतेने ॲम्बेसिडरकडे वळले. अचानक ड्रायव्हरने पिस्तुल जगतापवर रोखली. पण नकळत माधवने ड्रायव्हरला शूट केलं. गाडीतले सर्व अतिरेकी मारले गेले होते. फायरिंगच्या आवाजाने सभोवतालच्या घरचे दिवे पेटले. मोबाईल व्हॅनला बोलावण्यात आलं. माधवने त्यांचे फोटो

आपल्या मोबाईलमध्ये घेतलं. मोबाईल व्हॅनला जोडून त्या ॲम्बेसिडरला कोतवालीत नेण्यात आले. जखमी जवानांना त्याच पोलीस जीपमध्ये घालून मेडिकल कॉलेजला उपचारासाठी नेण्यात आले.. माधवचा संशय खरा होता. पण आक्रमण आजच होईल असं वाटलं नव्हतं. ॲम्बेसिडर मधून डिटोनेटर व बिल्डिंग उडवणारी स्फोटकं होती. जवळच्या सर्व गल्ल्या दोन तासासाठी सील करण्यात आल्या. संघ बिल्डिंगच्या बाहेर पोलीसांचा एक तंबू उभारण्यात आला. माधवच्या सतर्कतेमुळे अतिरेक्यांचा डाव फसला. सगळी व्यवस्था करून, एका डी.सी.पी.च्या चार्जमध्ये चौकशी सुरू झाली. तेव्हा माधव त्याच्याच मोटारसायकलने घरी पोहोचला.

फ्रेश होऊन लगेच ऑफिसला गेला. फ्रेश होईपर्यंत दारात गाडी उभी होती. तो आज घरी कुणाशीही बरोबर बोलला नाही. त्यामुळे संतृप्तीला अवघडल्यासारखं झालं. माधवने चहासुद्धा घेतला नाही. तो पोलीस जीपमध्ये बसून हेड क्वार्टरला गेला. देवसाहेब आनंदाने उठले, त्याला कडाडून मिठी मारली.

"कॉंग्रेटस् माधव."

देव साहेबांच्या आनंदाला उधाण आले होते. नागपूरच्या सर्व पोलीस स्टेशनमधील ताण ओसरला होता. सर्वच ठिकाणी आनंद व्यक्त होत होता. वायरलेसवरून व कंट्रोल रूममधून मेसेज प्रसारित करण्यात आला.

मोठे अधिकारी आता लाल दिव्यांच्या गाडीतून त्यांच्या मोहिमेवर जातील. मुंबईच्या आय.जी. साहेबाना ऑपरेशनच्या सफलतेबद्दल सूचना देव साहेबांनी आधीच दिली होती. माधव व देव त्यांच्या सहकाऱ्यांना बघायला मेडिकल कॉलेजकडे निघाले. टी. व्ही. चॅनेलवाले तिथे पोहोचले होते. माधव व देव त्यांना टाळत मेडिकल कॉलेजमध्ये दाखल झाले. माधव आधी डॉक्टरांना भेटला.

"गुड मॉर्निंग डॉक्टर. एनीथिंग सिरीयस?"

"नो सर... एका कमांडोच्या हातामध्ये गोळी शिरली होती. तसेच इन्स्पेक्टर वासनिकच्या पायात गोळी गेली होती. इनस्पेक्टर शिंदेच्या डाव्या खांद्याला गोळी स्पर्शून गेली होती. बाकी इनज्यूरीज नॉर्मल आहेत."

जगताप व इनस्पेक्टर वासनिकला लागलेल्या गोळ्या काढण्यात आल्या होत्या. त्यांना आय. सी. यू मध्ये ठेवलं होतं. त्यांची फॅमिली जवळ बसली होती. माधवने त्यांच्या डोक्यावरून हात फिरवला. ते दोघेही ॲनेस्थेसियाच्या गुंगीत होते. माधव त्यांच्या फॅमिलीला म्हणाला, "आम्हाला यांचा अभिमान

आहे. हे लवकरच बरे होतील. काळजी करू नका.''

नंतर ते इतरांच्या रूमकडे वळले. इनस्पेक्टर शिंदेला माधव म्हणाला, ''थँक यू, शिंदे साहेब.''

''सर, तुमच्यामुळे खूप दिवसांनंतर चांगलं काही करायची संधी मिळाली.''

''हे आपल्या टीम स्पिरीटमुळे शक्य झाले.''

संपूर्ण वातावरण भावनात्मक होऊन गेलं होतं. सर्वांच्या चेहऱ्यावर समाधान झळकत होतं. देव साहेब मोबाईलवर बोलत होते.

''एस सर... मी मेडीकल कॉलेजमधूनच बोलतो आहे.''

''सर, अधिकारी साहेबसुद्धा आहेत. ते जवानांशी बोलत आहेत. नथिंग टू वरी... थँक यू सर... त्यांना सांगतो सर...''

नंतर देव साहेब सर्वांना उद्देशून म्हणाले,

''होम मिनिस्टर साहेबांचा फोन होता. तुम्हा सर्वांना प्रत्येकी एक लाख रुपयांचे पारितोषिक जाहीर केले आहे. कॉंग्रॅच्युलेशन टू एव्हरीबडी...वेल... विश्राम करा.''

नंतर डॉक्टरकडे वळत म्हणाले, ''डॉक्टर, यांची विशेष काळजी घ्या. हे आमचे जेम्स आहेत.''

''सर, तुम्ही काळजी करू नका!''

बाहेर आल्यावर प्रेस आणि मीडियावाल्यांनी माधव व देव साहेबांना अडवलं. शेवटी देव साहेबांना त्यांच्या प्रश्नांची उत्तरे द्यावी लागली.

कशीबशी आपली सुटका करत माधव व देव निघाले.

''प्लीज, मला घरी सोडा. मला थोडी विश्रांती घ्यायची आहे.''

''बरोबर. बऱ्याच दिवसापासून तू झोपला नसशील. विश्रांती घे.''

देव साहेबांनी माधवला घरी सोडले. त्यांना बघून संतृप्ती म्हणाली, ''तुम्ही चहासुद्धा घेतला नाही.''

''काही खायला मिळेल? भूक लागली आहे.''

''जेवणाचं तयार आहे. चला, जेवून घ्या.''

जेवल्यानंतर माधव त्याच्या खोलीत संध्याकाळपर्यंत झोपला होता. संदीप ऑफीसमधून परत आल्यानंतर त्याने माधवला उठवलं. उठल्यावर माधव त्याला बघून म्हणाला,

''अरे, तू आला सुद्धा!''

''बघ, संध्याकाळ झाली.''

"ओ. के. मी स्नान करून येतो."

तोपर्यंत संदीप टी. व्ही उघडून बातम्या बघायला बसला.

देशातली आजची महत्त्वाची बडी खबर. नागपूरच्या सकाळच्या घटनेबद्दल त्याला आश्चर्याचा धक्का बसला. त्यानं संतृप्तीला मोठ्याने आवाज दिला.

"संतृप्ती--- इकडे ये--- लवकर--- न्यूज बघ."

संतृप्ती लगबगीने आली. तेव्हा टी.व्ही वर तिला देव साहेब मेडिकल कॉलेजच्या परिसरात माधवचे कौतुक करताना दाखविण्यात येत होते.

"म्हणूनच भाऊजी सकाळी वेगळ्याच मूड मध्ये दिसले. आज त्यांनी चहासुद्धा घेतला नाही. एवढा गोळीबार झाला. अतिरेकी मारले. तरी भाऊजी अगदी शांत."

तेव्हा संदीप म्हणाला. "म्हणून रात्री बेरात्री घराच्या बाहेर केव्हा जायचा देव जाणे. याला म्हणतात जिनियस." माधव बाहेर ड्रॉईंग रूम मध्ये आला तेव्हा येताना जिनियस शब्द ऐकला म्हणून तो म्हणला,

"कोण जिनियस?"

"अरे तू जिनियस... अँड काँग्रॅटस... एवढ्या मोठ्या मिशनसाठी इथे आलास आणि आम्हाला सांगतो. असंच आलो. मान गये यार"

जान्हवीचा फोन वाजला. "किती वेळचा फोन ट्राय करती आहे. कुठे होतास?"

"दुपार पासून झोपलो होतो."

"मोबाईल स्वीच ऑफ का होता?"

"झोपायचं होतं म्हणून."

"तेही बरोबर. चल काँग्रॅटस. आय एम प्राऊड ऑफ यू."

"थँक यू."

"कुठे आहेस?"

"घरीच, संदीप बरोबर."

"चल, बाय."

माधवला चहा देत संतृप्ती म्हणाली, "काय हो भाऊजी, घरी सांगायचे नाही?"

"चल, हे नेहमीचचं असतं. संदीप, उद्या संध्याकाळी मुंबईला परत जावं लागेल..."

दुसऱ्या दिवशी रात्री माधव मुंबईला पोहोचला. जान्हवी व सुमन त्याच्या

आगमनाप्रीत्यर्थ खास जेवण तयार करीत होत्या. दार उघडल्यावर जान्हवी म्हणाली,

"वेल कम सर..."

"अरे व्वा, आज घरात मस्त सुगंध दरवळतो आहे. किचनमध्ये अजून कुणी आहे का?"

"एस... सुमन जरा बाहेर ये..."

"ओह सुमन, फंटास्टिक. अगदी आईवर गेलीस. अगदी अंबासारखी. बारा वर्षांच्या आधी अंबा अशीच दिसत होती. सुमी, यशस्वी हो!"

"सर, तुम्हाला माझं लहानपणीच नाव सुद्धा आठवतं!"

"जान्हवी. ही चिमुकली माझ्या खोलीवर आली की माझी फिरकी घ्यायची आणि कमरेवर हात ठेवून मोठ्या रुबाबात म्हणायची,

"काय सर, तुम्हाला साधी चूल सुद्धा पेटवता येत नाही?"

आपली नक्कल करताना बघून सुमन लाजली. पण जान्हवी म्हणाली,

"म्हणजे माधव, तुला स्वयंपाक करता येतो?"

"थोडा फार. एनी वे, सुमन, तू आईचं नाव काढलंस. तिच्या कष्टाचं चीज केलंस. जान्हवी, सुमन मॅडम आता आय. पी. एस. ऑफिसर आहेत आणि तू त्यांना कुकिंग करायला लावतेस!"

"एस, तो माझा हक्क आहे... आहे की नाही सुमन?"

"यू आर राईट मावशी."

"म्हणजे लेकीची कमतरता भरून काढली."

"मग! मेजॉरीटी आमची आहे."

"ओ.के."

"चिंता करू नका. ती तिच्याच घरी राहणार. मी मुद्दाम आज आपल्याकडे बोलवून घेतलं."

"सुमन, मुंबईत काही अडचण असल्यास सांग."

"नाही सर... तुम्ही आणि मावशी असल्यावर काहीच चिंता नाही."

"चला जेवून घेऊ... उशीर झाला." जान्हवी म्हणाली.

• • •

सुमन आपल्या केबिनमध्ये बसली होती. ती माधवच्या ए. टी. एस. ग्रुप

मध्ये जॉईन झाली. फाईल बघता बघता तिने बांदरा पोलीस स्टेशनला फोन केला.

“हॅलो इनस्पेक्टर. मी डी. सी. पी. सुमन.”

“नमस्ते मॅडम.”

“राठीला हॉटेलच्या तपासात काही कळलं?”

“एस मॅडम... ह्या किडनॅपिंगच्या मागचा सूत्रधार लक्ष्मण सिंग नावाचा एक गुंड आहे. तो हॉटेलवाल्यांना धमक्या देऊन पैसे उकळतो आणि असेच धंदे सुद्धा करतो.”

“अजून त्या एरियातली चौकशी केली आणि तिथले कॉल्स चेक केले?”

“एस मॅडम.”

“सरासरी तो कुठल्या ग्रेड मधल्या हॉटेल्स मध्ये थांबतो.”

“सरासरी ‘बी’ ग्रेड हॉटेल मध्ये थांबतो.”

“ह्या व्यतिरिक्त तो मुंबइत कुठेतरी वास्तव्याला असेलच... त्याच्या सानिध्यात कुठली तरी बाई?”

“तपास सुरू आहे मॅडम.”

“त्याचा स्केच काढला?”

“एस मॅडम.”

“स्केच ऑफीसला ईमेल करा.”

“तुम्ही कुठला एरिया तपासात घेतला?”

“खार, बांदरा, सांताक्रुझ, जुहू.”

“तुम्ही तुमच्या खबऱ्यांना फोटोग्राफ दाखवला?”

“एस मॅडम.”

“मला वाटतं. अंधेरीचासुद्धा भाग घ्या. मी आज रात्री तुम्हाला जॉईन होते.”

‘एस मॅडम.”

इन्स्पेक्टर जहीरने तिच्या कॅबीन मध्ये प्रवेश केला.

“गुड मॉर्निंग मॅडम.”

“व्हेरी गुड मॉर्निंग.”

“मी इन्स्पेक्टर जहीर. कमीशनर सरांनी मला तुमच्याशी भेटायला सांगितलं.”

‘वेल... बसा.”

तितक्यात माधव लाईनवर बोलायला आला.

“सर.”

“सुमन, जेवढा विश्वास माझ्यावर ठेवतेस तेवढा तू जहीरवर ठेव. कुठल्याही प्रसंगी तो तुला मदत करेल... नंतर मला येऊन भेट.”

“सर.” नंतर जहीरला म्हणाली.

“हा स्केच आहे. हा इसम बांदरा ते अंधेरी... आणि थोडं दूर म्हणजे ठाणे, डोंबिवली, मुलंड पर्यंत जाऊ शकतो.”

“का?”

“कारण लक्ष्मणसिंग हा पडद्यामागचा सूत्रधार. ह्यांची माणसं जोगेश्वरीच्या भागात असतात. त्यामुळे कदाचित तो सेंट्रलकडे जाऊ शकतो.”

“बरोबर...”

“आज रात्री आपण तिकडे जाऊ.”

“एस मॅडम.”

ती उठली व माधवच्या कॅबीनकडे गेली.

“सुमन, ही फाईल बघ... ह्यांचा फोटो निरखून बघ... ह्याचं नाव मोहम्मद इकबाल अब्दुल शेख. ह्यानं पायलटची ट्रेनींग केली आहे. ह्याचे संबंध अलकायदा ऑर्गनायझेशनशी आहेत. तो ऑगस्ट १९९७ ते सप्टेंबर २००१ च्या काळात अमेरिका, ऑस्ट्रेलिया, युनायटेड किंगडमच्या देशात जाऊन आला. ह्याचे संबंध आय. एस. आय. एजंट जावेद गफ्फूर बरोबर आहे. जावेद नकली पासपोर्ट, विसा, मोबाईलवर सीम्स बनविण्यात तरबेज आहे. तसेच मोहम्मद इकबालची मोठी बहीण फातीमाबी अब्दुल शेख--- वय साधारण पस्तीस वर्ष ही सुंदर व शिकलेल्या मुलींना घेरून आपल्या ग्रुपमध्ये ओढते. ती अगदी साध्या कुटुंबाशी संबंध ठेवते. थोडं सोशल नेटवर्क करते. आधी ती कुठल्याही कुटुंबाची चौकशी करून सावज हेरून ठेवते. पोलिसांच्या चौकशीत ती साधी माणसं नाहक अडकतात. ती त्यांना नोकरीचे आमिष दाखवते. सुंदर सुंदर मोबाईल्स, सेंटच्या बाटल्या, ड्रेसेस गिफ्ट मध्ये देते. महत्त्वाचं म्हणजे तिचा लहान भाऊ मोहम्मद इकबाल. त्याने बी. ई. कॉम्प्युटर सायन्स पुण्यातनं केलं आहे. ह्यांची टोळी मुंबईत ब्लास्ट घडवून आणणार आहेत. सोबत सय्यद व अब्दुल सत्तार ह्यांची सुद्धा बारीकसारीक माहिती यात आहे.”

“ओह माय गॉड... नंतर ते बाहेरच्या देशातसुद्धा जावू शकतात.”

“शक्यता नाकारता येत नाही.”

“सर, एजंट जावेद गफ्फूरचे व आपल्या कडील एखाद्या कस्टम ऑफिसरचे

खूप घनिष्ठ संबध असू शकतात... कारण त्याशिवाय हे शक्य नाही.''

''कदाचित तू बरोबर असशील... आधी तू कस्टम ऑफीसरबद्दलची माहिती जहीरला काढायला सांग.''

''सर, आधीच मी त्यांना दुसरं काम दिलं आहे.''

''मग असं कर, इन्स्पेक्टर राणे ह्यांना जबाबदारी दे.''

''सर.''

''सुमन, इन्स्पेक्टर जहिर, हवालदार पाटील, इन्स्पेक्टर राणे, इन्स्पेक्टर चव्हाण, हवालदार गवई, हवालदार साटम ही मंडळी प्रचंड भरवशाची आणि सर्वच शार्प शूटर आहेत. एक माणूस दहा जणांना भारी आहे.''

''अशा माणसांबरोबर काम करण्यात नक्की आनंद येईल. मी इन्स्पेक्टर राणेला मोहिमेवर पाठविते.''

''खबर अशी आहे, फातिमाबी, लोखंडवाला कॉम्प्लेक्स मध्ये तिच्या लहान भावाबरोबर म्हणजे मोहम्मद इकबाल बरोबर येत असते. कुणाकडे? याचा शोध घ्यावा लागेल.''

''सर, इन्स्पेक्टर जहीर त्याच भागात तपास करणार आहेत त्यांना मी ह्यांच्याबद्दलसुद्धा सांगते. मी ही फाईल बघून पुन्हा तुम्हाला भेटते.''

सुमन आपल्या कॅबीनमध्ये गेली. इन्स्पेक्टर राणे व इन्स्पेक्टर जहीरला चौकशी करण्याचे आदेश दिले. नंतर इन्स्पेक्टर चव्हाण यांना आपल्या कॅबिनमध्ये बोलवलं.

''मि. चव्हाण, तुम्ही सर्व हॉटेल्स, महत्त्वाच्या बिल्डिंगस यांना त्यांच्या सिक्युरिटी सिस्टीमला मध्ये मध्ये मॉक ड्रील घ्यायला सांगा. त्यांच्या फोनवर कॉलर आयडी लावायला सांगा. झाडांच्या कुंड्या, खिडक्यांच्या जवळील ए.सी. आणि स्टार हॉटेल्सना सांगा- त्यांच्या मागच्याही गेटवर, म्हणजे जिथून कचरा नेला जातो, म्हणजे पार्सल गेटच्या सिक्युरिटी गेटवर कॅमेरे लावून काटेकोरपणे चाचणी घ्यायला सांगा. स्टाफ ऑफीसर्स यांना डीझॅस्टर मॅनेजमेंट इन हाऊसला ट्रेनिंग द्यायला सांगा. सर्वांच्या फॅक्स व किंवा ईमेल वर हा मेसेज मेंडेटरी म्हणून पाठवा.

''एस मॅडम.''

•••

रात्री सुमन इन्स्पेक्टर जहीरबरोबर अंधेरीच्या एका बार मध्ये बसली होती. तिथे वेटरने जहीरला स्नॅक्सबरोबर एक चिठ्ठी सरकवली. वेटरने दोघांना त्यासोबत थंड पेय सर्व्ह केलं. स्नॅक खाऊन झाल्यावर दोघेही बाहेर पडले. नंतर कारमध्ये बसून त्यांनी चिठ्ठी वाचली. अंधेरीच्या लक्ष्मी प्लाझा हॉटेलमध्ये लक्ष्मणसिंग जाणार आहे. हे दोघे तिथे पोहोचले. तेव्हा लक्ष्मणसिंग हॉटेल मालकाचा खून करून पळाला होता. इन्स्पेक्टर जहीरने कंट्रोलरूमला खुनाबद्दल कळवलं. तसेच ठाण्याकडे जाणारे व नवी मुंबईकडे जाणाऱ्या चेक नाक्यांना सूचना दिल्या. तितक्यात हॉटेलच्या एका गेस्टने लक्ष्मणसिंगच्या मोटार सायकलचा नंबर दिला. इन्स्पेक्टर जहीरने आता मुलुंडच्या चेक नाक्याला लक्ष्मणसिंगच्या गाडीचा नंबर सांगून त्याला गाडीला अडवायची सूचना दिली. कंट्रोल रूमलासुद्धा हीच माहिती कळविली. सुमन व जहीर मुलुंडच्या चेक नाक्यावर पोहोचले. तेव्हा लक्ष्मणसिंग बाहेर निघायचा मार्ग शोधत होता. इन्स्पेक्टर जहीरने धावून त्याची कॉलर पकडली. तेव्हा त्याने जहीरवर पिस्तूल ताणली. नकळत सुमनने त्याच्यावर झेप घेतली. त्यामुळे तो गांगरला. त्याला हातकड्या घातल्यावर त्याची झडती घेतली. तेव्हा त्याच्याकडे एक लाख पन्नास हजार रुपये मिळाले. जहीर लक्ष्मणसिंगला पोलीस व्हॅन मध्ये टाकून घेऊन गेला. सुमन घराकडे परत गेली.

दुसऱ्या दिवशी सकाळी नऊ वाजता जहीरचा सुमनला फोन आला, ''गुड मॉर्निंग मॅडम, मी जहीर.''

''व्हेरी गुडमॉर्निंग.''

''मॅडम, हा लक्ष्मणसिंग मागच्या बॉंब ब्लास्टचा महत्त्वाचा सूत्रधार आहे. हा अतिरेक्यांसाठी राहण्याची व त्यांच्यासाठी व्हेईकलची व्यवस्था करून देतो; याने लक्ष्मीप्लाझाच्या हॉटेलमालकाकडून कार विकत घेतली. लक्ष्मणसिंग ती कार सय्यदच्या नावावर करायला म्हणत होता. परंतु हॉटेलचा मालक सय्यदला ओळखत नव्हता. त्याने लक्ष्मणसिंगला आपली कार परत करायला सांगितली. पोलिसांना कळवेन असं म्हणाला. तेव्हा लक्ष्मणसिंगने त्याला खलास केला.''

''आता त्याला कुठे ठेवलं आहे?''

''आपल्या लॉकअप मध्ये.''

''मी येते तिकडे.''

सुमन पोहोचली तेव्हा इन्स्पेक्टर त्याची उलट तपासणी घेत होता. सुमनच्या हातात लक्ष्मणसिंगचा मोबाईल होता. सुमनला बघून जहीर थांबला. सुमन लक्ष्मणसिंग जवळ गेली व प्रेमाने म्हणाली,

“अरे, भैय्या आप जोनपूर वाले हो.”

“हां मॅडम?”

“हम एक शर्त पर साहेब के हाथ से बचा सकते है... आम्ही जे विचारू ते ते सांगून मोकळा हो.”

“मॅडम, मी सर्व खरं खरं सांगितलं आहे.”

“तुझ्या मोबाईलवर भाभीचा फोन आला होता. तिने फातिमाचा मॅसेज दिला आहे.”

“मी कुठल्याही फातिमाबीला ओळखत नाही.”

“तिने तुला सय्यदबरोबर मुलुंडच्या ‘निर्मल मॉल’ जवळ भेटायला सांगितलं होतं. तू काल रात्री गेला नाही.’

“कैसे जाता मॅडम?” लक्ष्मणसिंग बोलून तर गेला पण लगेच त्याला त्याची चूक उमगली. सुमन जहीरला खुणावून बाहेर आली व सरळ माधवच्या कॅबीन मध्ये गेली.

“सर, कालच्या फाईल मधला एक दुवा सापडला. तो फातिमाबीला ओळखतो. काल त्याची तिच्याबरोबर मीटींग होती. आम्ही त्याला मुलुंड चेक नाक्याला अडवलं.”

“गुड... कोण आहे तो?”

“त्याचं नाव लक्ष्मणसिंग आहे. मागच्या बॉंब स्फोटामध्येसुद्धा तो इन्व्हॉल्व्ह होता.”

“कॅरी ऑन... इन्स्पेक्टर राणेकडून काही खबर?”

तितक्यात राणे कॅबीनमध्ये झाले. माधव त्याला बघून म्हणाला, “राणे, काही हाती लागलं?”

“एस सर. जावेद गफ्फूर आणि कस्टम ऑफिसर फ्रॉंसीस डिसूजा यांचा संबंध असण्याची दाट शक्यता आहे. कारण फ्रॉंसीस डिसूजा यांचं मुंबईत पॉश एरियात तीन फ्लॅट आहेत. एक पेडर रोडवर, दुसरा नेपीयन सी रोडवर, तिसरा बांद्र्याला. त्याची बायको मर्सडिज बेन्झसारखी कार वापरते व त्याच्याकडे सुद्धा बी. एम. डब्ल्यू. कार आहे. त्याच्या पगारात हे शक्य नसल्यामुळे मी त्याच्यावर फिल्डिंग लावली आहे. त्याचे कॉल्स ट्रेस केल्यावर त्याची बोलणी जावेद गफ्फरशी सुरू असते. ते आज सेन्ट्रल पार्क हॉटेलला भेटणार आहेत.”

“किती वाजता?”

“रात्री नऊला कॅंडल लाईट डिनर घेणार आहेत.”

"त्याचं टेबल बुक आहे?"

"एस सर."

"आपलाही एक टेबल बुक करा. तुम्ही आणि मॅडम सुमन आज तिथे कँडल डिनरला वेषांतर करून जा."

तितक्यात जहीरचा माधवला फोन आला. "सर, लक्ष्मणसिंगने दुसरी एक कार घेतली आहे."

"याचा अर्थ बॉंबस्फोट कारमध्ये घडवून आणायचा असेल? कारचा रंग व नंबर शोधायला सांगा."

"एस सर."

"आता आपल्याला त्यांनी निश्चित केलेली जागा शोधायची आहे."

तितक्यात आय. जी. साहेबांचा फोन आला.

"गुडमॉर्निंग सर" माधव म्हणाला

"गुड मॉर्निंग... तुमच्या जवळ मिस सुमन आहे?"

"एस सर."

"तिला माझ्याकडे पाठवा."

"सर."

त्यांनी फोन ठेवला. सुमनकडे वळून म्हणाले,

"सुमन, तुला आय जी. साहेबांनी त्यांच्या कॅबीनमध्ये बोलावलं आहे."

"एस सर."

आणि ती खुर्चीवरून उठली. नंतर इन्स्पेक्टर राणेला म्हणाली, 'मला येऊन भेटाल? म्हणजे तसं प्लॅनिंग करावं लागेल."

"एस मॅडम."

सुमन आय. जी. साहेबांच्या कॅबीनमध्ये येताना म्हणाली."मे आय कम इन सर."

"एस प्लीज... बसा..."

"मिस सुमन, तुम्ही गडचिरोलीवरून इकडे ट्रान्सफार होऊन आलात. त्यामुळं सिंग साहेबांना तुमची मदत हवी आहे. त्यांनी काही फोटोग्राफ इमेल केले आहेत. एपी कॉप्स मुंबईला येत आहेत. त्यांना तुम्ही सहकार्य करावे अशी त्यांची इच्छा आहे."

"मी नक्की सहकार्य करेन सर."

"हे तुमच्यासाठी अॅडीशनल वर्क होईल."

"आय विल मॅनेज सर."

"थँक यू, आणि हे फोटोग्राफ घ्या."

सुमनने त्यांच्याकडून फोटोग्राफ घेतले व आपल्या कॅबीनकडे गेली.

आपल्या कॅबीनमध्ये गेल्यावर सुमन ते फोटोग्राफ बघत बसली. नंतर आपल्या पेनड्राइव्हमधले गडचिरोलीच्या फोटोग्राफबरोबर ते फोटोग्राफ मॅच करीत बसली. त्यापैकी तीन फोटोग्राफ मॅच झाले. त्यामुळे तिला आश्चर्य वाटले. ह्याचा अर्थ तिला स्पष्ट होताना दिसला. कदाचित ही माणसं पैसा, हत्यारं, डिटोनेटर, स्फोटक पदार्थ बनवत असतील किंवा गडचिरोली भागात सप्लाय करत असतील, म्हणजे नक्की ही माणसं कुठेतरी जुळली असणार. काही क्षण तिनं डोळे मिटले. समोर राणे उभे होते. त्यांच्या आवाजाने ती भानावर आली.

"मॅडम, तुम्हाला संध्याकाळबद्दल काही सांगायचं होतं.

"एस. बसा."

• • •

सुमन आणि राणेनी हॉटेल सेंट्रल पार्कच्या एअरकंडिशन हॉलमध्ये प्रवेश केला. आत शिरल्याबरोबर मन मोहरून टाकणाऱ्या सुगंधामुळे सुमनच्या डोक्यावरचा ताण ओसरायला लागला. दोघांनीही वेषांतर केले होते. ते त्यांच्या रिझर्व्ह करून ठेवलेल्या टेबलवर जाऊन बसले. राणेची नजर समोरच्या एका इसमावर पडली. न कळत तो म्हणाला,

"मॅडम, ते डी. सी. पी. दत्ता साहेब."

"ते इथे कशाला आले असतील?"

"माहीत नाही मॅडम."

"राणे, त्यांच्या समोरचा माणूस--- कोण असेल."

"माहीत नाही मॅडम... कुणीतरी बिजनेसमन दिसतो."

"राणे, तुम्हाला त्या दोघांवर पाळत ठेवावी लागेल."

"एस मॅडम."

माधव, त्यांच्याकडे पाठ करून रिसेप्शनिस्ट बरोबर काहीतरी विचारपूस करीत उभे होते.

"राणे! जावेद व फ्रान्सीस कुठे आहेत?" सुमननी प्रश्न केला.

"तुमच्या लेफ्टला."

"ओ.के."

सुमन उठली व थोड्या मोठ्या आवाजात राणेंना म्हणाली.

"एसक्यूज मी!"

"एस प्लीज."

"मी बाथरूमला जाऊन येते."

आणि उठताना अडखडली व नेमकी जावेदजवळ पडण्याचं सोंग करून स्वत:ला सावरत म्हणाली,

"आय एम सॉरी यंग मॅन."

आणि तिने जावेदकडे आपला हात दिला. जावेदनं आनंदाने तिच्या हातात आपल्या हातात घेतला. तिनं जावेदला हळूच उभं व्हायला भाग पाडलं व त्याला छातीजवळ ओढलं. जावेदने आपलं शरीर हलकं सोडलं होतं. तेव्हा एका हाताने त्याच्या मानेजवळ पिस्तूल लावत म्हणाली,

"चुपचाप बाहर चलो, कोई चालाखी नही."

अचानक फ्रान्सीससुद्धा उठला. लगेच जवळून इन्स्पेक्टर जहीर उठला व त्याने सुद्धा पिस्तूल लावली व फ्रान्सीसला बाहेर घेऊन आला. त्या दोघांना बाहेर आणल्याबरोबर सुमनने जावेदच्या डोक्यावर वार केला. तितक्यात माधवने जावेदला पकडलं. दोघांनाही पोलीस व्हॅनकडे नेण्यात आलं. फ्रान्सीसला दरदरून घाम फुटला होता. नंतर सुमन पुन्हा राणे जवळ येऊन बसली.

"मॅडम, दत्ता साहेबांच्या जवळ बसलेल्या इसमाचा फोटो." त्याने आपल्या मोबाईलवर त्याचा फोटो दाखवला.

"राणे, हा इसम नक्सलवाद्यांशी जुडला आहे. ॲम्युनेशन सप्लायर आहे. तुम्ही त्याला फॉलो करा." त्याचवेळेस वेटर त्यांच्यासाठी डिनर घेऊन झाला... डीनर केल्यानंतर, इन्स्पेक्टर राणे त्या सप्लायरच्या मार्गावर लागला. सुमन डिनर घेऊन हेडक्वार्टरला आली. सुमन माधवच्या कॅबीनमध्ये गेली. माधव, जहीर व जावेदचे संवाद स्क्रीनवर ऐकत होता. तो बनवाबनवीचे उत्तर देत होता. माधवने फ्रॉन्सीसच्या सेलला कम्प्यूटर कनेक्ट केला. तेव्हा फ्रान्सीस सुद्धा पाटील हवालदारास बनवाबनवीचे उत्तर देत होता. अचानक सुमन उठून फ्रान्सीसच्या सेलमध्ये गेली आणि फ्रान्सीसला म्हणाली, "फ्रान्सीस, तू ज्यांना मदत करतोस त्यांनी तुझ्या मुलांना किडनॅप केलं होतं. हे तुझ्या बायकोने आम्हाला कळवलं म्हणून समजलं... काळजी करू नकोस. आम्ही त्यांना सोडवलं आहे."

"थँक यू मॅडम."

"पण तुझी मुलं आमच्याजवळ आहेत. तुला तुझी मुलं सुरक्षित पाहिजे असल्यास सगळं खरं सांग. नाहीतरी तू आता, ना सरकारच्या कामाचा! ना अलकायद्याच्या कामाचा! ऑप्शन, तुझी मुलं सुरक्षित परत हवीत."

"एस मॅडम."

"मग सांग, व्हिसा किती जणांचा आहे?"

"फक्त एकाचा."

"कुणाचा."

"सय्यदचा."

"केव्हापासून."

"उद्यापासून."

"पाटील, चालू द्या."

सुमन तिथनं निघून जावेदच्या सेलमध्ये गेली व जहीरला विचारलं.

"काही सांगितलं?"

"नाही मॅडम."

"राहू दे... नंतर याची चामडी सोलून सगळं काढून घेऊ..."

बाजूला जावेदचा मोबाईल ठेवला होता. मोबाईल वाजल्यामुळे सुमनने तो उचलून बघितला

त्यावर सय्यद कॉलींग होतं.

सुमन मोबाईल घेऊन माधवकडे गेली.

पुन्हा मोबाईल वाजला. त्यावरचा नंबर लिहून माधवने ऑपरेटरला त्या नंबरची लोकेशन शोधायला सांगितली.

मोबाईल वाजत होता. दोघेही मोबाईलकडे बघत होते. तितक्यात ऑपरेटरचा फोन माधवला आला.

"सर, लोकेशन बॅलार्ड पिअर"

"एक्झॅक्ट लोकेशन सांगा. इमीजिएटली मी होल्ड करतो."

काही क्षणानंतर ऑपरेटर म्हणाला, "सर, एक्झॅट लोकेशन. पेट्रोल पंप बॅलार्ड पिअर."

"ओ. के. सुमन सर्वांना तयार व्हायला सांगा. पाच मिनिटात मूव्ह करायचं आहे."

"सर."

इन्स्पेक्टर राणे हेडक्वार्टरला परत आले. सुमनने सर्वांना बोलवायला सांगितलं. पूर्ण टीम वेगवेगळ्या रस्त्यांनी बॅलार्ड पियरकडे निघाली. पाटील व राणे कमाठीपुऱ्यातनं, सुमन व माधव जी. पी. ओ. कडून, दयानंद बस स्टॉप जवळ थांबले. जहीर डॉक यार्ड रस्त्याच्या कॉर्नर वर थांबले. राणे कमाठीपुऱ्यातल्या रस्त्यावरून पुढे जाणाऱ्या कारच्या मागे येत मेन गेटजवळ थांबले. नंतर पाटील व राणे पायी चालत पेट्रोल पंपकडे निघाले. ते तिथल्या भारतीय सेनेच्या एम्बारकेशन ऑफीसरच्या प्रवेशद्वाराजवळ भिंतीच्या आडोशाने थांबले. तिथल्या गार्डनी कडक आवाजात विचारलं?

"कौन हो? पहचान बताओ."

"मेजर, हम पुलीस है."

राणेनी आपलं आय कार्ड दाखविले तेव्हा तीसुद्धा अटेंशनच्या मुद्रेत सज्ज झाली.

सुमनला वायरलेस वरून मेसेज आला.

"मॅडम, सय्यदने गाडीला ब्लॅक पेंट केला आहे. गाडी नंबर एम. एच-१२ बी ३७८६" सुमन कारकडे निघाली. तीच कार असल्यामुळे पलीकडच्या रस्त्यावर असलेल्या माधवला यायची खूण केली. सुमनच्या हातात जावेदचा फोन होता. तिने त्या मोबाईल वरून सय्यदला फोन केला. पलीकडून सय्यद "हॅलो.... हॅलो... करीत होता. त्याच्या जवळ जाऊन सुमनने मोबाईल ऑफ केला. ती सिव्हील शर्ट पँट वर होती. सय्यद जवळ जाऊन त्याला रेटत, त्याच्याकडे मादक नजरेनं बघायला लागली. सय्यदला वाटलं... ही कमाठीपुऱ्यातली चालू पोरगी असणार, म्हणून तो तिला म्हणाला,

"चल, दिमाग मत खराब कर..."

नंतर रागात गाडीमध्ये बसायला जाणार एवढ्यात सुमनने मागून त्याची कॉलर पकडली. लगेच हवालदार पाटील सुमनला कव्हर करायला धावला. अचानक एक गाडी त्यांच्यावर फायर करत पुढे निघाली. राणे गाडीला अडवायला रस्त्यावर आला. त्याच्या अचूक गोळीने ड्रायव्हर टिपला. त्यामुळे गाडी फुटपाथवर आदळली. विरुद्ध दिशेने जहीरची गाडी तिथं पोहोचली. या फायरिंगमध्ये पाटील प्रचंड जखमी झाला. जहीरने व राणेंनी त्या गाड्यातल्या लोकांना खलास केलं. सय्यदला सुमनने पकडून ठेवलं होतं. माधवने सय्यदला आपल्या ताब्यात घेतलं. तितक्यात पोलिसांच्या दोन जीप्स तिथे पोहोचल्या. दहा मिनिटात हे थरारनाट्य संपलं. जहीरनी पाटीलला आपल्या गाडीत टाकलं व कामा हॉस्पिटलला

घेऊन गेला. पाठोपाठ माधव व सुमन सुद्धा पोहोचले. राणे सय्यदला सेलकडे घेऊन गेला. पाटीलचं शरीर रक्ताने माखलं होतं. पाटील शांत होता. त्याला ऑपरेशन थिएटर मध्ये नेण्यात येत होतं. पाटीलचं लग्न होऊन एक वर्षच झालं होतं. पाटीलच्या अंगात बुलेट प्रुफ जाकीट असल्यामुळे गोळ्या त्याच्या मानेजवळ खांद्याला व दंडाला लागल्या होत्या. ऑपरेशन पाचतास चालले. पोलिसांची एक गाडी पाटीलच्या फॅमिलीला घेऊन आली. सुमन त्याच्या पत्नीला आधार देत म्हणाली, ''वहिनी, काहीही होणार नाही. तुम्ही चिंता करू नका.''

''मॅडम, ज्यांनी गोळ्या झाडल्या असतील त्यांना आमचं सरकार जावयासारखं ठेवून त्यांची खातीरदारी करतं. मरण्याचं दु:ख नाही मॅडम. पण असलं मरण आम्हाला गरीबाला शाप देऊन जाते. त्याचं दु:ख लयी घाव देऊन जातात. ह्यांचं बरंवाईट झालं तर म्हातारा म्हातारीला काय सांगू? कसं सांभाळू?'' आणि पाटीलची बायको हुंदके द्यायला लागली. सुमन हे ऐकून सुन्न झाली. सुमनला तिचे जुने दिवस आठवले. किती कठीण होतं जगणं. तिचं डोकं ह्या व्यवस्थेबद्दल आणि अशा माथेफिरूंच्या कृत्यामुळे तडकलं होतं. माधव सर्वांना मोबाईलवरून सूचना देत होता. ऑपरेशन थिएटर मधून पाटीलला बाहेर आणण्यात आलं. आकाशात तांबडं झालं होतं...

माधवनं विचारलं,

''डॉक्टर, आता कसं आहे?''

''सर, अजून अठ्ठेचाळीस तास काही सांगता येत नाही.''

''डॉक्टर, एनी हाऊ तो बरा व्हायलाच हवा.''

''सर, आम्ही काळजी घेऊ.''

''मला नुसती काळजी नको... व्ही. व्ही. आय. पी. सारखी ट्रीटमेंट हवी... अंडरस्टॅंड?''

माधवचा स्वर चढला होता.

''सर....''

सुमन माधवला म्हणाली.

''सर, तुम्ही निघा. तुम्हाला सय्यदकडून माहितीसुद्धा काढायची आहे. मी मिसेस पाटील जवळ थांबते.''

''ओ. के.... टेक केअर.''

''एस सर...''

सुमन डॉक्टरांना पाटीलवर लक्ष द्यायला सांगत होती. सुमनने प्रेमाने

पाटीलच्या डोक्यावरून हात फिरवला. तेव्हा पाटीलच्या शरीरात हालचाल दिसून आली. तेव्हा डॉ. सुमनला म्हणाले

"मॅडम, आता घाबरायचं कारण नाही."

सुमनने मन:पूर्वक डॉ. चे व देवाचे आभार मानले व मिसेस पाटीलला म्हणाली, "वहिनी, तुम्ही असा धीर सोडू नका. त्र्यंबकेश्वर सगळं सांभाळतो."

मिसेस पाटील खूप वेळ सुमनचा हात पकडून पाटीलकडे बघत होत्या.-

माधव हॉस्पिटलमधून पुन्हा बॅलार्ड पिअरच्या पेट्रोल पंपाकडे गेला. बॉम्ब स्क्वॉडचे एक्सपर्ट गाडीचा तपास करण्यात गुंतले होते. त्यांनी डिक्कीच्या खाली असलेला टाईम बाँब निकामी केला होता. जहीर पुढे येऊन माधवला म्हणाला,

"सर, सय्यद इथं आधीपासून गाडी पार्क करणार होता. जागा ठरवायला त्याची टीम रात्री आली होती. सकाळी साडे अकराच्या सुमारास कार एक्सप्लोड होणार होती आणि सय्यद धमाका ऐकून बाराच्या फ्लाईटने दुबईला जाणार होता. तो जावेदला ट्रेस करण्यासाठी तिथेच थांबला होता. जावेद चर्चगेटला त्याच्या फ्लॅटवर नव्हता म्हणून तो इकडे एक राऊंड घ्यायला आला होता."

"बरोबर. त्यांचा प्लॅन फिसकटला... सुमन मॅडमला सुद्धा कळवा आणि रेस्ट घ्या."

"सर."

•••

सुमन सकाळी सातच्या सुमारास घरी गेली. बिछान्यावर पडल्या पडल्या ती केव्हा झोपली हे कळलं सुद्धा नाही. सुमनचा मोबाईल वाजत होता. झोपेतच तिने मोबाईल कानाला लावला.

"हॅलो, सुमन, मी नजमा बोलते आहे..."

"बोल... कशी आहेस?"

"छान... तुला एक गुड न्यूज द्यायची होती."

नजमाच्या आवाजातून आनंद व्यक्त होत होता

"खूप दिवसांनी गुड न्यूज... मग लवकर सांगून टाक."

"सात दिवसांनी माझा निकाह ठरला आहे."

"कॉंग्रॅटस आणि आता सांगते आहेस... इतक्या लवकर येणं कसं शक्य

आहे नजमा!''

"मला काही माहीत नाही... तुला यावंच लागेल... मौसीला मी आधीच कळवलं आहे. ती सुद्धा येणार आहे.''

"काय सांगतेस!''

हे ऐकून सुमन आनंदाने उसळली व उठून बसली.

"हो तुझ्या सावंतमामानी तुमच्या घराची सफाईसुद्धा सुरू केली आहे.''

"तुझा वुड बी काय करतो?''

"काम्प्यूटर इंजीनिअर आहे मुंबईत. मी सगाईचे फोटो इमेल करून पाठविले आहेत.''

"ओ.के.''

"अरे हो, लग्नाची पत्रिका कुठे पाठवू?''

"त्याची गरज नाही. लग्न कुठे आहे अणि दिवस, वेळ एस. एम. एस. करून पाठव.''

"बरं... नक्की येशील?''

लगेच सुमनने अंबाला मोबाईल केला. "कशी आहेस--- आणि नाशिकला कधी येते?''

"पंचवीसला रात्रीच्या सेवाग्रामने निघेन म्हणते.''

"तिकीट झालं?''

"नाही.''

"ओ.के. मी व्यवस्था करते.''

"बरं होईल.''

"तुला माहीत आहे? सावंतमामाने घरची सफाई सुरू केली. मी सुद्धा सव्वीस तारखेला तुला घरीच भेटते... चल, बाय.''

नंतर चहाचा कप घेऊन तिने मेल बघायला आपला लॅपटॉप उघडला. ती नजमाच्या सगाईच्या कार्यक्रमाचे फोटो बघत होती. एका फोटोत मुलाच्या जवळ उभा असलेला मोहम्मद इकबाल. नजमाच्या आईजवळ उभी असलेल्या फातिमाबीकडे नजर थांबली. तिला आश्चर्याचा धक्का बसला. तिने नजमाला कॉल केला.

"हाय... नजमा, आई दि. २६ ला नाशिकला पोहोचते.''

"छान...''

"अगं फोटो बघती आहे. जिजाजी स्मार्ट आहेत. बाय द वे ते मुंबईला कुठे राहतात?''

“वसईला...”

“आणि त्यांच्याबरोबरचा तो हँडसम कोण आहे?”

“माहीत नाही. त्यांचे मित्र आहेत.”

“आणि काकी बरोबर त्या कोण बाई?”

“त्यांच्याकडील त्यांच्या आईची मैत्रीण असेल.”

“नजमा मी एका अटीवर लग्नाला येईन.”

“कुठल्या.”

“माझ्याबद्दल तू किंवा घरच्यानी कुणाला काहीही सांगायचं नाही. मला सुद्धा तुझी मैत्रीण बनून लग्न एन्जॉय करायचं आहे. इव्हन तुझ्या वुड बीला सुद्धा सांगायचं नाही.”

“ओ. के. बाबा.”

“बाय द वे, ते कुठे नोकरी करतात?”

“अंधेरीला कम्प्यूटर कंपनीत... एक्झॅक्ट माहीत नाही.”

“तुझे सासरे काय करतात?”

“वसई रेल्वे स्टेशन समोर--- मेन रोडवर हिंद बेकरी म्हणून प्रसिद्ध आहे.”

“म्हणजे मला पेस्ट्रीज खायला नेहमी तुझ्याकडे येता येईल.”

“स्वागत राहील.”

“चल... ऑल द् बेस्ट... भेटू.”

पेन ड्राईव्हमध्ये तिने ते फोटोग्राफस् घेतले व त्यांना लॅपटॉपमध्ये सेव्ह करून ठेवले. अंघोळ करून व जेवून ती सरळ माधवच्या ऑफिसला गेली. ती आनंदात होती. तिच्या चेहऱ्यावरचे आनंदाचे भाव बघून माधव म्हणाला.

“एनी थिंग स्पेशल?”

“एस सर... मला एक सुगावा हाती लागला.”

“कुठला?”

“मोहम्मद इकबाल आणि फतिमाबीचा.”

संगणकावर तिने माधव सरांना फोटोग्राफस् दाखवायला सुरवात केली. मोहम्मद इकबाल व फतिमाबीला बघून माधवच्या चेहऱ्यावरचा थकवा सरला.

सुमनने नजमाद्वारे दिलेली सर्व माहिती माधवला सांगितली.

“आणि सर, आईसुद्धा नजमाच्या लग्नाला येत्या २६ तारखेला नाशिकला येत आहे.”

"लग्न आटोपल्यावर तिला मुंबईला घेऊन ये."

"एस सर... सर, लग्नाआधी आपल्याला सर्व बारीक-सारीक गोष्टी तपासून बघायला हव्यात."

"तू इन्स्पेक्टर जहीरच्या सोबत वसईला जाऊन ये. जाताना वेषांतर करून जा."

"सर, पाटील आता कसा आहे सर?"

"इम्प्रूव्ह करतो आहे."

"थँक्स गॉड."

"सुमन, आय. जी. साहेबांनी तुला कामं दिलं होतं. कुठंपर्यंत प्रोगेस आहे?"

"सर, तपास सुरू आहे."

"कोण करतो आहे?"

"सर इन्स्पेक्टर राणे तपास करत आहेत."

"ए. पी. कॉप्स तुला भेटतील. बघ त्यांना काय हवं आहे."

"सर."

सुमन आपल्या कॅबिनकडे निघाली. तिथे ए.पी. कॉप्सचे इन्चार्ज बसले होते. सुमनला बघून ते उभे झाले.

"गुड मॉर्निंग मॅडम."

"गुड मॉर्निंग. प्लीज बसा."

"मॅडम, मी प्रसाद, सिंगसाहेब तुमचं खूप कौतुक करतात."

"सिंग सरांचा तो मोठेपणा आहे. एसक्सूज मी. मिस्टर प्रसाद."

तिने इनस्पेक्टर राणेना फोन केला.

"राणेसाहेब. एनी मोर इन्फॉरमेशन?"

"एस मॅडम. त्या माणसाचं नाव असीम चटर्जी आहे."

"वेल. तो काय करतो?"

"त्याची डोंबिवली व नेरूळला इंजिनिअरींग वर्क्स नावाची फॅक्टरी आहे. पण प्रॉडक्टस्चे मार्केटमध्ये कुठेही सप्लाय नाही."

"ओ.के. तुम्ही तिकडेच थांबा. मी जहीर बरोबर येते."

"एस मॅम."

"मिस्टर प्रसाद, तुमच्याकडे काय इन्फरमेशन आहे?"

"मॅडम, असीम चटर्जी नावाचा एक नक्सलवादी मुंबईला ॲम्युनिशन व

हत्यारे तयार करून गडचिरोली, बस्तर आणि इतर भागात त्यांच्या माणसांना पोहोचवतो.''

''वेल... बरोबर. तुमची टीम तयार आहे?''

''एस मॅम.''

''लेट अस मूव्ह.''

जहीर व सुमनने चालत्या गाडीत आपल्या चेहऱ्याचा मेकअप केला. दोघेही सिव्हिल ड्रेसमध्ये होते. जहीर डोंबिवली यायच्या आधी उतरला. दूर राणे एका ट्रकच्या बाजूला साध्या वेशात होते. सुमन उतरल्यावर जहीर तिला येऊन भेटला. दोघेही ट्रकजवळ गेले. प्रसाद त्यांना फॉलो करीत होते. जहीर ट्रकवर चढून ड्रायव्हरच्या सीटवर बसला. दुसऱ्या बाजूने सुमन त्यांच्या सीटजवळ बसली.

जहीर ट्रक घेऊन फॅक्टरीच्या गेटजवळ पोहोचला. तिथला दरवान ड्रायव्हरजवळ आला आणि म्हणाला.

''तुम इतने जल्दी कैसे आये?''

''साहबने ट्रक लाने को कहा. हुकूम हुआ तो आना पडता है ना साब.''

''बराबर. गाडी अंदर लगाओ.''

ट्रक आत शिरताना- पाहून प्रसादने आपली गाडी मागे लावली. दरबान दार उघडून त्याच्या मालकाच्या ऑफिसकडे निघाला. तेव्हा सुमन खाली उतरली व तिने दरवानच्या डोक्यावर हलका प्रहार केला. तो तिथेच बेशुद्ध पडला. तेव्हा त्याला बाजूला सरकवून ठेवलं. पुढे एका दारातून जहीर व प्रसाद आत घुसले व दुसऱ्या भागातून सुमन आत गेली. तिकडे तिला गनस्, डायनामाईट आणि इतर स्फोटकांचे पॅकींग होताना दिसले. तिने तिथल्या गस्त घालणाऱ्यांना तिथेच लोळवलं. प्रसाद व जहीरला भेटून ती असीम चॅटर्जीच्या कॅबिनमध्ये गेली. तेव्हा प्रसाद असीमला म्हणाला.

''मि. असीम चटर्जी, तुमचा खेळ संपला आहे.''

''मिस्टर प्रसाद तुम्हाला मुंबईची कल्पना नाही. एक मिनिट थांबा. मी तुमच्या साहेबांना सांगतो.''

त्याने डी.सी.पी. दत्ताला फोन लावला.

डी.सी.पी. दत्ताला त्याच्या खबऱ्याकडून माहिती मिळाली होती. त्याने असीम चटर्जीच्या कॉलला उत्तर दिले नाही. सुमनने त्याला व त्याच्याबरोबरच्या दिनेश वानखेडेला आपल्या ताब्यात घेतलं. नंतर त्या एरियातल्या पोलीस

स्टेशनला ही फॅक्टरी जप्त करायची ऑर्डर दिली. नंतर त्यानी आपला मोर्चा नेरूळकडे वळवला. तिकडेसुद्धा काही जणाना आपल्या ताब्यात घेतलं. प्रामुख्याने पारो पटेल आणि गावंडे, ह्यांचा सगळा माल पोलिसांच्या हाती लागला. सुमनने ही बातमी आय.जी. साहेबांना कळवली...

•••

दुसऱ्या दिवशी संध्याकाळी चार वाजता जहीर व सुमन वसईच्या हिंद बेकरीत गेले. जहीरने बेकरीत पाय ठेवल्यावर तो पन्नाशीच्या जवळपास असलेल्या इसमाकडे गेला. ते काऊंटर वर बसले होते. जहीर त्यांना म्हणाला,

"अस्सलाम आलेकुम!"

"वालेकुम सलाम!"

"आप ही इस बेकरी के मालिक है?"

"जी हां... मैं अब्दुल शेख."

शेख साहेबांनी त्यांना गाडीतून उतरताना बघितले होते.

"आप मियां असलम के वालिद है?"

"जी... माफ करा. मी तुम्हाला ओळखलं नाही."

"ह्या नाशिकच्या नजमाच्या दोस्त आणि मी जहीर."

सुमननेसुद्धा त्यांना दुआ सलाम केला.

"सुभान अल्लाह... हम घर चल के बात करते है।"

"जी बेहत्तर होगा..." जहीर म्हणाला.

त्यांनी आपल्या लहान मुलाला बोलावलं. "मुन्ना, काऊंटर पहा. हा माझा छोटा बेटा."

दोघांनी ही त्याला हसून सलाम केला.

जहीर व सुमन आपल्या कारमध्ये बसले. पुढे मोटारसायकलवर अब्दुल शेख निघाले. त्यांच्या मागोमाग सुमनची कार होती. आज सुमनने प्रायव्हेट कार किरायाने घेतली होती. मोटारसायकल बस स्टँडच्या पुढे एका घरासमोर थांबली. सुमनच्या ड्रायव्हरने गाडी जवळपास पार्क केली. ड्रायव्हर यांच्या टीमचा एक सदस्य होता. ते शेख साहेबांच्या मागोमाग घरात आले. पाहुण्यांना बघून त्यांची बेगमसुद्धा बाहेर आली. ड्राईंगरूम व्यवस्थित लावलं होतं.

जहीर व सुमनने दुआसलाम केली. जहीर मूळ मुद्द्यावर आला. त्याने

नजमाच्या साखपुड्याच्या फोटो पुढे केला आणि म्हणाला,

"मुआफ करा... आम्हाला ह्या मुलांबद्दल जाणून घ्यायचं आहे."

"हा चांगल्या स्वभावाचा मुलगा आहे... ह्याचंसुद्धा निकाह करायचा आहे!"

"आणि ह्या कोण आहेत?"

"ह्या फातिमा बेगम. नेक दिल बाई आहे."

"तुमची कशी ओळख झाली?"

"ही मोहम्मद इकबालची बहीण आहे. त्यांच्याबरोबर आमच्या घरी येत असते. त्यांना आमचं घर खूप आवडतं. विशेष म्हणजे ते संध्याकाळी आले की वरच्या गच्चीवर जाऊन बसतात. संध्याकाळी समुद्राचा मस्त गार वारा येत असतो. तुमच्याकडे लग्नाची मुलगी आहे?"

"नाही. हे कुठे राहतात?"

तोपर्यंत सुमनने ट्रान्समीटर सोफ्याच्या खाली चिकटवला आणि उत्सुकतेने त्यांच्या बेगमकडे पाहायला लागली. पुन्हा फोटोतल्या फातिमा बेगमबद्दल प्रश्न केला.

"हे कुठे राहायला?"

"ठाण्याला."

"त्यांचा पता माहीत आहे?" जहीरने प्रश्न केला.

"ते आमच्या असलमला माहीत असेल."

"असलम. इकबालला केव्हापासून ओळखतो?"

"कॉलेजपासून, दोघांनीही सोबत इंजिनिअरीग केलं आहे. आज इकबाल, कुठल्या कुठे पोहोचला. तो नेहमी अमेरिका, इंग्लंड, फ्रान्स, कॅनडा, आस्ट्रेलियाला जात असतो. त्याच्या मोठ्या बहिणीची म्हणजे फातिमाबीची कन्सट्रक्शन कंपनी आहे," मध्येच शेख म्हणाले. "बेटे आप इत्मनान से बैठीये... मी दुकानाकडे निघतो. थोड्या वेळात असलमसुद्धा येईल."

"अंकल क्षमा करा. महत्त्वाचं तुमच्या समक्ष बोलायचं आहे..." सुमन म्हणाली.

"नजमाच्या संबंधात!"

"नाही."

"अंकल, इकबाल व फातिमा असलमला विदेशात नोकरीची ऑफर करतो का?"

"हो. नेहमीच त्याचं टुमणं सुरू असतं. पण असलम तयार नाही. आम्ही यातच खूश आहोत. अल्लाहच्या कृपेने सगळं चांगलं आहे."

"बरं वाटलं ऐकून. आता माझ्या डोक्यावरचा ताण कमी झाला. नजमा माझी मैत्रीण नसून माझ्या बहिणीसारखी आहे."

"अरे बेटा, आजकल कई लोग विदेशात नोकरी करतात. यात घाबरण्यासारखं काय!"

"तसं नाही अंकल. इथं मामला खूप गंभीर आहे."

अब्दुल शेख आणि त्यांच्या बेगम ह्यांच्या चेहऱ्यावर भीतीच्या रेषा उमटल्या होत्या.

तरी धीर एकवटून शेख साहेबांनी प्रश्न विचारला. "काय गोष्ट आहे?"

"पहले आम्हाला प्रॉमिस करा आमची तुमच्याशी भेट झाली. हे नजमा व त्यांच्या घरच्याना कळता कामा नये. खूप साधी माणसं आहेत."

"म्हणूनच आम्ही त्यांची मुलगी पसंद केली." त्यांची बेगम म्हणाली,

सुमनने जहीरला डोळ्याच्या हालचालीने इशारा केला. तेव्हा जहीर म्हणाला, "दर असल आम्ही पती-पत्नी नाही. ह्या मॅडम आमच्या बॉस आहेत व मी इन्स्पेक्टर जहीर. खरं म्हणजे मोहम्मद इकबाल व फातिमाबी हे अलकायदाचे हस्तक आहेत."

"या अल्लाह." एकदम शेख व त्यांच्या बेगमच्या मुखातून शब्द उच्चारले गेले.

"त्यांना इकडे मुंबईत बॉम्बस्फोट घडवून आणायचा आहे. विशेष म्हणजे त्यांची नजर असलम वर आहे. ते तुमच्या असलमला लालच दाखवत आहेत. कदाचित् त्याला हनीमूनसाठी टूर गिफ्ट सुद्धा देतील. मग दोघांना तिकडे अडकवून फसवतील. आम्हाला संशय आहे. ते दोघेही वर समुद्राचा वारा घ्यायला येत नसून इलेक्ट्रानिक टॉर्चने माल उतरायसाठी सिग्नल द्यायला येतात."

सुमनने पुन्हा बोलायला सुरुवात केली. "नजमाचे आमचे घरगुती संबंध आहेत. त्यामुळे मला हे फोटोग्राफ बघायला मिळाले. तसे आम्ही इकबाल व फातिमाच्या शोधात होतो. म्हणून समजलं. आता आमची एवढीच विनंती आहे. तुम्ही सर्व फातिमाबी व इकबालशी नेहमीसारखंच वागा पण सावध राहून."

"हा आमचा नंबर... फक्त एवढं कळवा की नाशिकला ते निकाहसाठी कशानं येणार आहेत. तुमच्या सोबत की स्वत:च्या कारनी किंवा फ्लाईटनी."

“जी!”

“तुमच्या जनाना पार्टीला त्यांच्यापासून दूर ठेवा.” जहीरनी सूचना दिली.

घाबरून अब्दुल शेख म्हणाले, “त्या आधी तुम्ही त्याना पकडलं तर बेहतर होईल.”

“जर तुम्ही परफेक्ट माहिती दिली तर पकडता येईल.” तेवढ्यात असलम घरी पोहोचला. शेख साहेबांनी यांची ओळख करून दिली व इकबालबद्दलची सर्व माहिती असलमला सांगितली.

“सर, तुमची गोष्ट खरी आहे. इकबाल मला लंडनला जाण्यायेण्याचं हनीमून पॅकेज गिफ्ट करणार आहे. पण तो मला भेटला नाही. त्याचा फोन स्वीच ऑफ येत होता.”

“विसा साठी तो जावेद किंवा फ्रान्सिसच्या नावाचा उल्लेख करत होता का?”

“एस सर, अगदी बरोबर.”

सुमन म्हणाली, “त्याला पुन्हा फोन करा आणि विचारा, निकाहला येणार आहे की नाही.”

असलमने मोबाईल केला रिंग जात होती.

“हॅलो, असलम बोल रहा हूँ... कैसे हो!”

“थोडा परेशान हूँ... बादमें फोन करता हूँ।”

सर्वांनी हे वाक्य कॉन्फरन्स वर ऐकलं. सुमनने असलमकडून इकबालचा नंबर घेतला आणि माधवला कळवला. नंतर सुमन म्हणाली,

“पुन्हा एक रिक्वेस्ट आहे. आमच्याबद्दल नजमाच्या घरच्यांना सांगू नका. तसंच पोलीस किंवा कुणाजवळ याबद्दल बोलू नका. इमर्जन्सी माहिती द्यायची असल्यास ह्या नंबरवर फोन करा आणि कोडवर्डमध्ये ‘हिंद स्पीकींग’ म्हणा. लगेच आमच्याशी संपर्क होईल. ओ.के?”

जहीरने असलम वा त्यांच्या अबूचे नंबर लिहून घेतले व त्यांना धीर देत म्हणाला.

“तुम्ही निकाहची बिनधास्त तयारी करा.”

“आपण लोग निकाह में होंगे?”

“जी. खुदा हाफिज.”

दोघेही घराच्या बाहेर आले. तेव्हा त्याना इनस्पेक्टर राणे तामतलावाजवळून

येताना दिसले. ते असलमच्या घरून निघाल्यावर डॉक्टर ऑप्टीकल्स्च्या समोर त्यांनी रिकाम्या जागेवर कार पार्क केली. तिथून डॉ. ऑप्टीकल्समध्ये आले. सुमन स्वत:साठी काही गॉगल्स पाहत बसली. समोरच भेळ खाण्याची व्यवस्था होती. ते दोघेही तिथेच खुर्चीवर बसले. त्यांची नजर रस्त्यावर होती. वेटर ऑर्डरसाठी आला. तेव्हा सुमनने वीसची नोट पुढे केली.

''आधी दोन चॉकलेट आण.''

ते दोघेही चॉकलेट चघळत बसले होते. इनस्पेक्टर राणे असलमच्या घराजवळ मोटार सायकलवर उभे होते. त्यांनी सुमनला मोबाईल केला.

''मॅडम, पार्टी आली.''

''ओ.के. आम्ही तिकडेच येतो.''

दोघेही कारकडे धावत गेले. जहीरने रिसीव्हर कानाला लावला. फातिमाबीचा आवाज येत होता.

''झाली तयारी?''

''चल रही है।'' शेख साहेबांच्या बेगम म्हणाल्या.

असलम म्हणाला, ''थोड्या वेळाआधी तू म्हणालास परेशान आहे. एनी प्रॉल्बेम?''

''ट्राफिक पाहून राग आला होता.''

''त्यात एवढं परेशान व्हायचं कशाला?''

''जागा कमी आणि कारची संख्या वाढली. चल यार, वर बसू.''

असलमच्या आईने असलमला डोळे दाखवले. पण लगेच त्याची आई म्हणाली,

''आप लोग आज यही बैठीये... मैं नाश्ता चाय लाती हूँ।''

''आंटी, असू द्या.''

''चहा तर घे... मीसुद्धा आत्ताच आलो. आज मला तुझ्याशी बातचीत करता आली नाही.''

''मीसुद्धा फार बीझी होतो. तू चिंता करू नको. आज जावेदशी कॉन्टॅक्ट झाला नाही.''

हे ऐकून असलमच्या आईला घाम सुटला.

स्वत:ला सावरण्याचा तिने प्रयत्न केला. नंतर ती खुर्चीचा आधार घेत शांत पण अर्थपूर्ण भावनेने उभी होती.

''कसचा व्हिसा घेऊन बसलास. मी इथेच बरा आहे.''

तेव्हा फातिमाबी म्हणाली, ''मला जॉईन हो. हळूहळू तू सुद्धा इक्बालच्या पुढे जाशील.''

''मला हीच नोकरी आवडते. कोई टेन्शन नही है।''

''देखिए ना. महंगाई आसमाँ छू रही है। अब निकाह होगा। घरात कार असायलाच हवी.'' फातिमाबी म्हणाली.

''आमच्या वसईला त्याची गरज भासत नाही.''

''चल, वर बसू यार... तिकडं बसलं की फ्रेश वाटतं.''

''बेटे, आज उपर सब सामान फैला हुआ है।''

''चल, आपण किल्ल्याकडून फिरून येऊ...फातिमाबी, आप यही बैठकर गपशप कीजिये.''

चहा घेऊन ते दोघेही बाहेर निघाले. असलमची आई बीची चौकशी करायला लागली.

''बी... तुम्ही नाशिकला आमच्याबरोबर येणार ना!''

''कदाचित् नाही. म्हणून मी तुम्हाची क्षमा मागायला आले. सगाईला आली होती ना! पण रिसेप्शनला नक्की येईल.''

'आणि इकबाल?''

''त्याला दुबईला जायचं आहे. म्हणूनच तो आधी असलमला हनीमून गिफ्ट द्यायला उतावळा आहे.''

माधवची कार सुमनच्या कार जवळ पोहोचली.

माधवला कव्हर देत सिव्हिल ड्रेस मधली टीम जीपमध्ये मागे-मागे होती. माधवची कारसुद्धा किरायाची कार होती. सगळी टीम सिव्हिल ड्रेसमध्ये होती. इनस्पेक्टर राणे अंतर ठेवून इकबालच्या मार्गावर होता. माधव व जहीर जीपमध्ये शिफ्ट झाले. सुमन असलमच्या दारासमोर उतरली. अचानक इकबालचा मोबाईल वाजला. त्याने मागे वळून बघितले. लगेच खिशातून त्याने पिस्तुल बाहेर काढले. राणेनेसुद्धा त्याच्यावर पिस्तोल रोखली. पण अचानक जहीरची गोळी इकबालच्या हातातून आरपार झाली. तो तसाच धावत सुटला. माधवने त्याच्या पायावर गोळी चालवली. इनस्पेक्टर राणे पटकन् इकबालच्यासमोर मोटारसायकल घेऊन उभा झाला. तो तसाच राणेकडे बघत उभा राहिला. इकबालने आजूबाजूला बघितलं. अचानक एक कार इकबालजवळ समोरच्या फ्लॅटमधून आली व इकबाल जवळ थांबली. ड्रायव्हरने दार उघडले. राणेनी इकबालला लाथ मारून खाली पाडलं. मागून माधवने त्या कारच्या ड्रायव्हरला टारगेट केलं. पण लगेच

कारने स्पीड घेतला व पुढे वळण घेऊन सुसाट्याने निघाली. असलम आधीच बाजूला झाला. जहीरने कंट्रोल रूमला कळवलं. इकबालला जीपमध्ये टाकून जीप पुढे निघाली. गोळीबारामुळे रस्त्यातील लोक भेदरले होते. दुकानदारांनी आपले शटर पाडले. सुमन असलमच्या घरात शिरली होती.

"अस्सलाम आलेकुम, खाला जान."

'वालेकुम सलाम भाभी. बेटा, चाय लोगे?''

"जी."

हळूच लपविलेला ट्रान्समीटर सुमनने काढला.

"बी-ये सामने फ्लॅट में रहती है!" तितक्यात फातिमाबीचा मोबाईल वाजला. ती डोळे फाडून रागात सुमनकडे बघायला लागली आणि पटकन उठली.

"अच्छा, मला लवकर निघावं लागेल. अर्जंट काम आलं."

"मी आले म्हणून तुम्ही निघत असाल तर मीच बाहेर जाते. अरेच्या! मी तुम्हाला आत्ता ओळखलं. असलमच्या सगाईच्या फोटोत तुम्ही अगदी फिल्म स्टारसारख्या दिसता!''

फातिमाबीच्या मनात संशयाची पाल चुकचुकू लागली.

तिने पर्समधून पिस्तुल काढून सुमनवर रोखली. ती कुठलीही हालचाल करायच्या आत सुमनने तिच्या मनगटावर आपल्या पायाचा बॅकशॉट दिला. बीच्या हातून पिस्तूल पडलं. लगेच सुमनने तिच्या मानेवर कराटे चॉप दिला. बी तिथेच बेशुद्ध पडली. तिने पटकन बीला तसंच व्हॅनमध्ये कोंबलं आणि व्हॅन ताम तलावाकडे निघाली. तिथनं ती पुढे ठाण्याकडे निघाली. असलम धावत आला आणि सरळ घरात घुसला. त्याचा श्वास फुलला होता. तो धापा टाकत होता. कमरेला दोन्ही हात धरून तो सोफ्यावर बसला. घरातील अस्ताव्यस्त पडलेल्या वस्तू पाहून तो म्हणाला,

"इथे काय झालं?"

तेव्हा त्याची आई म्हणाली, "इकबाल कुठे आहे?"

"बरं झालं. त्याला गच्चीवर जाऊ दिलं नाही. पोलिसांनी त्याला रस्त्यात गाठलं. नाहीतर आपली किती बेइज्जती झाली असती."

"ते दोघे नजमाच्या ओळख-बिळखीचे नसणार, त्यांना इकबाल बहलची माहिती मिळाली असणार म्हणून ते इथे झाले होते. बरं झालं. तुम्ही खरं खरं सर्व सांगितलं. नाहीतर आपल्यालासुद्धा पोलिसांनी अडकवलं असतं."

“फातिमाबी कुठे गेल्या?”

“तिने चक्क पिस्तुल त्या मुलीवर काढली होती. काय जबरदस्त पोरगी आहे. तिला बेशुद्ध करून उचलून घेऊन गेली. कुणाला कळलंसुद्धा नाही.”

असलमने अब्बाला फोन केला. “अब्बा, घरी लवकर या.”

“काय झालं?”

“घरी सांगतो.”

अब्दुल शेख घरी पोहोचले. असलम व घरची इतर मंडळी घर व्यवस्थित करण्यात गुंतले होते.

त्यांना बघून अब्दुल शेख म्हणाले.

“कुणी येणार आहे का!”

तेव्हा त्यांची बेगम म्हणाली, “आधी तुम्ही शांत बसा.”

असलम स्वत:ला सावरत म्हणाला, “अब्बा, आज मो. इकबाल आणि फातिमाबी आले होते. बरं झालं अम्मीनी त्यांना वर जाण्यास मनाई केली.” नंतरची सर्व घटना क्रमवार त्यांना सांगण्यात आल्या.

“अल्लाहची मर्जी होती म्हणून शहरात आपली इज्जत वाचली. खऱ्या अर्थाने नजमा पाक मुलगी आहे. तिच्यामुळे आपल्यावर येणारी बला टळली.”

“अब्बा, मला नाही वाटत ती मुलगी नजमाची मैत्रीण असेल. ती आय.पी.एस. ऑफिसर होती.”

“पण काहीही म्हणा, आमच्या घराला त्यानी धक्का लागू दिला नाही. न कळत तिने त्या फातिमाला उचलून नेलं. कुणालाही आपल्याबद्दल संशय आला नाही.”

ठाणे रस्त्यावरच्या नर्सिंग होममध्ये इकबालला ठेवून माधव व सुमन त्यांच्या टीमबरोबर पुन्हा किल्ल्यांकडे गेले. अंधार पसरला होता. अंधारातसुद्धा तिथला पूर्ण परिसर त्यांनी पिंजून काढला. किल्ल्याच्या तुटलेल्या भागाजवळ एका कोपऱ्यात शस्त्रे व पंधरा किलो आर.डी.एक्स, हॅंडग्रेनेडस् व काही डिटोनेटर सापडले. वसईच्या पोलीस स्टेशनला त्या वस्तू ताब्यात घेण्याचे निर्देश देण्यात आले.

नंतर पुन्हा ते नर्सिंग होममध्ये पोहोचले. इकबालच्या पायातली व मनगटातली गोळी ऑपरेशन करून काढण्यात आली होती.

“आम्हाला लगेच याला शिफ्ट करायचं आहे.”

“सर, याचं आताच ऑपरेशन झालं... कसं शक्य आहे?”

"डॉ. हा इथे राहिल्यास याच्या जीवाला व हॉस्पिटलला धोका आहे. तुम्ही धोका पत्करायला तयार असाल तर माझी काही हरकत नाही.''

माधवच्या रौबदार आवाजाने डॉक्टर घाबरले.

"तुम्ही नेऊ शकता सर.''

"मग ॲम्ब्युलन्स तयार ठेवा आणि शिफ्टींगची व्यवस्था करा.''

ॲम्ब्युलन्सच्या समोर माधवची गाडी होती. मध्ये ॲम्ब्युलन्स, तिच्या मागे पोलिसांची जीप. सर्वांत मागे सुमन व जहीरची गाडी होती. तितक्यात सुमनचा मोबाईल वाजला.

"हिंद स्पीकींग.''

"एस...''

"मॅडम, घरासमोर इकबालची गाडी तशीच उभी आहे.''

"थँक यू.''

लगेच सुमनने माधवला कळवलं.

"सर इकबालची गाडी तिथेच उभी आहे. मी जहीरबरोबर परत जाते. त्या गाडीसाठी कुणीतरी येतील?

"बरोबर. तुम्ही निघा.''

माधवने टोल नाका पार करून दोन किलोमीटर अंतरावर ॲम्ब्युलन्स थांबवली. नंतर इकबालला तिथनं मागच्या गाडीत शिफ्ट केलं. ॲम्ब्युलन्सच्या ड्रायव्हरला शंभरची नोट दिली. त्याल समोरच्या धाब्यावर एक तास घालवायला सांगून नंतर परत जाण्यास सांगितले.

"सर, त्यांनी विचारलं तर काय सांगू?''

"ठाण्यातल्या कुठल्याही हॉस्पिटलचे नाव सांग.''

"बरोबर-सर''

आता ते मोहम्मद इकबालला अज्ञात स्थळी नेत होते.

सुमन व जहीर शेख साहेबांच्या घरांपासून काही अंतरावर होते. त्यांचं लक्ष इकबालच्या गाडीकडे होतं. जहीरची प्रायव्हेट गाडी असल्यामुळे त्यांच्यावर कुणाचेही लक्ष नव्हते. रात्रीचे दहा वाजले. एक कार अब्दुल शेखच्या घरासमोर थांबली. तिथनं एक जण उतरला व इकबालची गाडी घेऊन निघाला. काही अंतरावरून सुमनची गाडी त्या गाडीचा पाठलाग करत होती. इकबालची गाडी जुहूच्या एका बंगल्यात गेली. सुमनने बंगल्याचं लोकेशन माधवला कळवले.

"सर, बंगल्याचं नाव मंझिल आहे. फिल्म प्रोड्युसरचं घर आहे.''

"ठीक आहे. तुम्ही परत घरी जा."

इकडे वसईच्या हॉस्पिटलमध्ये डी.सी.पी. दत्ता इकबालला बघायला गेला.

"डॉक्टर, ज्याला गोळी लागली होती तो पेशंट कुठे आहे."

"एक मॅडम सोबत घेऊन गेल्या."

तो बाहेर आला. त्याने मोबाईल केला.

"भाई इकबाल यहाँ नही है... एटी.एस. की डी.सी.पी. सुमन अपने साथ ले गयी."

"ठीक है, देखते है।"

"अच्छा भाई."

दत्ताने मोबाईल बंद केला आणि आपल्या कारमध्ये बसून त्याच्या पोलीस स्टेशनकडे गेला.

सुमनला सकाळी सकाळी माधवचा फोन आला.

"गुड मॉर्निंग सर."

"सुमन आज मॉर्निंग गुड नाही."

"काय झालं सर?"

"कालच्या आपल्या मोहिमेमुळे ते लोक डिवचले गेले व त्यांच्या माणसांनी पाटीलला हॉस्पिटलमध्ये जाऊन शूट केलं."

"सर, त्यांना पाटीलला आपण दुसरीकडे शिफ्ट केलं हे कसं कळलं... आणि आपली माणसं असताना हे कसं घडलं?"

"तुझं म्हणणं बरोबर आहे... शोध घ्यावा लागेल."

"फ्युनरल केव्हा होईल?"

"पोस्ट मार्टम नंतर... सन्मानाने करावं लागेल."

"त्यांच्या फॅमिलीच्या नोकरीसाठी काहीतरी करा सर."

"तुझं बरोबर आहे... मी होम मिनिस्टरशी बोलतो."

"त्या तरुण मुलीच्या नशिबी असं अचानक वैधव्य येणं किती दु:खाची गोष्ट आहे. पाटील त्याच्या कुटुंबाचा एकटाच बहादूर जवान होता सर."

"मला तुझ्या भावना कळतात. आफ्टर ऑल आपणसुद्धा त्यांच्याचसारखे... चल, हॉस्पिटलला ये..."

माधव, सुमन, जहीर, राणे व ए.टी.एस.ची संपूर्ण टीम हॉस्पिटलला

जमली होती. पाटीलच्या कलेवराकडे पाहत सुमनच्या डोळ्यातून न कळत अश्रूंच्या धारा वाहायला लागल्या. तिचं हृदय भरून आले. तिच्या डोळ्यात कृतज्ञतेचे भाव होते. पण आतून ती ज्वालाग्राही झाली होती. सुमनला बघून पाटीलची पत्नी हमसाहमशी रडायला लागली. सुमनच्या जीवनातलं पहिलं दृश्य. त्यामुळे ह्या क्षणी ती गलितगात्र झाल्याप्रमाणे उभी होती.

पाटीलचे अंतिम संस्कार आटोपून सुमन घरी आली. स्नान करून पलंगाला टेकून बसली होती. अगदी शांत. हे सगळं केव्हा, कसं घडत गेलं, या सर्व घडलेल्या घटनांचं तिला नीटसं आकलन होत नव्हतं. तिच्या मोबाईलच्या रिंगटोनमुळं तिची तंद्री तुटली. आईचा फोन होता.

"सुमन, मी नाशिकात पोहोचले... सावंतमामा स्टेशनवर घ्यायला आले होते. या घरात आल्यावर आपले जुने दिवस आठवले. तुझी प्रचंड आठवण झाली... तू कधी येतेस?"

"आई मी लग्नाच्या वेळेवर पोहोचेन... तू आल्यामुळे माझं टेन्शन गेलं."

"तू तुझ्या सवडीने ये..."

"आई, गिफ्टसुद्धा तिकडेच घे. जरा चांगलं गिफ्ट घेशील?"

"सावंतमामाला सांगते. घे, मामाशी बोल."

"मामा, कसे आहात तुम्ही?"

"मी बरा आहे. पण तुझ्या आवाजात असा थंडपणा का जाणवतो?"

"माझ्या स्टाफच्या अंतिम संस्कारावरून आल्यामुळे जाणवत असेल कदाचित."

"आय एम सॉरी. काय झालं त्याला?"

"अल्कायद्याच्या थेरड्यांनी हॉस्पिटलमध्ये पाटीलच्या वार्डात शिरून त्याला शूट केलं."

"ह्या फिल्डमध्ये असं घडत राहणार बेटा."

"मामा, आमच्या एका ऑपरेशनमध्ये मला कव्हर देताना पाटीलने आपल्या शरीरावर गोळ्या झेलल्या. ऑपरेशन नंतर तो बरा व्हायला लागलासुद्धा, आणि हे असं घडलं? मला वाईट वाटणारंच न मामा."

"बरोबर आहे बेटा. आपलं जीवन-सद् रक्षणाय खल निग्रहणाय या साठीच लिहिलं असतं.

"बरं मामा... थँक यू..."

दुसऱ्या दिवशी सुमन फातिमाबीच्या सेलकडे गेली. सुमन फातिमाबी जवळ येऊन उभी राहिली.

"मॅडम, कैसी हो?"

फातिमा काही उत्तर न देता जमिनीकडे बघत बसली होती. सुमनने पुन्हा विचारलं.

"भूक लागली?"

एक जळजळीत नजर सुमन वर फेकत ती रागाने म्हणाली, "लडकी देखना... ज्या दिवशी मी बाहेर येईन तुझं जगणं कठीण करून सोडेन."

"मी तुला एक चांगली बातमी देते. तुझा नवरा तुला उडवायच्या चक्करमध्ये आहे. त्याला तू जड झाली आहेस. आता तो फ्रान्सिसच्या बायकोबरोबर, म्हणजे रीटाबरोबर हॉलिडे इन मध्ये मस्त एन्जाय करत आहे. त्यानेच तुला मुद्दाम ह्या कामात फसवलं आहे आणि स्वत: बेदाग बनून मजा करतो आहे."

"साली को मैंने ही मरसडीज बेन्झ गिफ्ट दी. आता तिचे पर निघून आले."

"इकबालसुद्धा तुटला आहे आणि तू कशाला चौकोनी चेहरा करून बसलीस. समजा, इकडनं तू सुटलीस तरी अल्कायदा तुला सोडणार नाही... मी तुला एक ऑफर देते."

"कुठली ऑफर?"

"आधी तुझ्या नवऱ्याचे धंदे सांग. मी त्याला अडवते व तुला तुझ्या आवडीच्या देशात शिफ्ट करते. त्यामुळे अल्कायद्याला वाटेल... पोलिसांच्या हातावर तुरी देऊन तू निसटलीस..."

"मला स्वित्झरलँडला शिफ्ट कराल?"

"डन..."

सुमनने तिची प्रतिक्रिया तपासून घेतली व त्यात यशस्वीसुद्धा झाली. नंतर सुमन म्हणाली, "आता सांग..."

फातिमा बी जे सांगत होती ते माधव दुसऱ्या खोलीत सर्व दृश्य आवाजासहित रेकॉर्ड करीत होता. सुमन तिच्याकडे टक लावून बघत होती. सुमनने तिला अचानक प्रश्न केला.

"तू रीटाला मर्सडीज बेन्झ गिफ्ट का केली?"

"कारण हे काम मी रीटाकडून करवून घेत होते."

"तुम्ही असलमचंच घर का निवडलं?"

"आम्हाला त्या एरियात बसण्याचं एक स्थान होतं आणि तिथे बसून पोलिसांवर नजर ठेवता येत होती."

"पण तू तुझ्या नवऱ्याबद्दल काहीच बोलली नाहीस."

फातिमा काही क्षण शांत बसली. सुमन तिच्यावर आपली भेदक नजर रोखून होती. फातिमाने एक खोल श्वास घेतला व म्हणाली,

"तो पैसा आणतो."

"प्रत्येक नवरा आणतो."

"तो सिनेमा तयार करतो."

"जशी तू कन्सट्रक्शन कंपनी चालवते."

"तो फक्त रंगेल आहे. पण त्याचा ह्या धंद्याशी कुठलाही संबंध नाही."

"मग तुझ्या व इकबालच्या शोधात माणसं कुणी पाठवली?"

"मला माहीत नाही."

"ज्या गाडीत तू आणि इकबाल आले होते ती गाडी कुणी नेली?"

"गाडी चोर असतील."

"तुझी मुलं स्वित्झर्लॅंडमधून चोरी झाल्यास कसं वाटेल?"

सुमनच्या बोलण्यात आत्मविश्वास होता.

फातिमाबी चिडून म्हणाली.

"मला मुलं नाहीत."

"ठीक आहे. आम्ही बघतो त्या मुलांचं काय करायचं ते?" असं म्हणत सुमन बाहेर जाणाऱ्या गेटजवळ गेली. तितक्यात फातिमाबी ओरडली.

"माझ्या लेकरांना काही झालं तर तो कहर करून टाकेल?"

"तो कोण?"

"माझा नवरा."

"तो डरपोक, काय करू शकतो. जास्तीत जास्त आपल्या हातातल्या बांगड्या फोडून रडत बसेल."

"त्याला कमजोर समजू नका मॅडम. वेळ झाल्यास तुमचं अख्खं डिपार्टमेंट विकत घेईल."

"खामोश, आम्ही तुला विकाऊ वाटतो? त्याला आम्ही खलास करून टाकू. तो बायलट काय करू शकतो?"

"आता तुम्ही बघा- अठ्ठावीस तारखेला तो माटुंग्यात कसे दंगे घडवून आणतो ते."

सुमन काही न बोलता तशीच त्या सेलच्या बाहेर निघाली. माधवने रेकार्ड रूममध्ये हे सर्व ऐकलं आणि त्याचं डोकं सुन्न झालं होतं.

●●●

माधवने लगेच माटुंगा पोलीस स्टेशनला सूचना दिली. सर्व पुतळे, धार्मिक स्थळे ह्यांची काळजी घेण्यासाठी ऑर्डर दिली. जुहू पोलीस स्टेशनला फातिमाच्या नवऱ्याची विचारणा केली, तेव्हा कळलं की तो इंडियाच्या बाहेर गेला आहे. माधवचा राग अनावर झाला. तो जहीरकडे गेला. जहीर इकबालची उलट तपासणी करत होता. माधवने विचारले, "काही बोलला?"

"नो. सर."

माधवने इकबालच्या जखमी पायाला हात लावला. जखमेवर हात ठेवून म्हणाला, "जहीर, नमक लाने को बोलो... इकबाल बता दे... नही तो तडपा तडपा के टांग तोड दूंगा."

"मी खरं सांगतो सर... मला काहीही माहीत नाही."

"तू व तुझे साथीदार अमेरिकेला कशासाठी गेले होते. तसे तुम्हाला त्यांनी लाईव्ह बॉम्ब बनवूनच ठरवलं आहे." माधवने त्याच्या जखमेवर जोरात दाब दिला. इकबाल जोराने किंचाळला.

"साहेब, रहम... मी सगळं सांगतो."

"बोल, अठ्ठावीस तारखेला काय प्लान आहे?"

"घाटकोपरवरून भाड्याची माणसं आणून दंगल घडवून आणायची आहे."

"अजून."

'जो पुतळा दिसेल त्याला काळं लावायचं किंवा मसजिदीसमोर सुअर कापून टाकायचा.'

"बॉम्ब स्फोट कुठे करणार?"

"तो तुम्ही होऊ दिला नाही."

"माल कुठे उतरणार आहे?"

"रीटा मॅडमला शकीलभाई सांगतील."

"हा शकीलभाई कौन आहे."

"आमचे बॉस."

"फातिमाबी त्याची काय लागते?"

"बेगम."

"त्याला किती बेगम आहेत?"

"फक्त एक फतिमाबी."

"रीटा मॅडम?"

"फातिमाबी साठी काम करते."

"असलम?"

"माझा कॉलेजचा मित्र."

"त्याची मोहीम?"

"अद्याप तो आमच्या जाळ्यात अडकला नाही. जास्त पैश्यात त्याला इंटरेस्ट नाही."

नंतर माधव जहीरला म्हणाला, "अजून काय काय सांगतो ते बघा" जहीर त्याच्याकडे वळत म्हणाला. "तुमच्यासारख्या गद्दारांमुळे सच्चा मुसलमान संशयाच्या घेऱ्यात आला आहे. अरे कमीनो, अल्लाह से डरो."

•••

सुमनने माटुंगा, घाटकोपरमध्ये आपली माणसं पेरून ठेवली. धारावी, घाटकोपर, माटुंगा, माहिमकडील सर्व रस्ते सील करून ठेवले. सर्व पुतळे, मंदिरं, मस्जीद, दरगाहच्या सभोताल पोलिसांचा बंदोबस्त करून ठेवला. तिच्या सोबतीला इन्स्पेक्टर जहीर व सब इन्स्पेक्टर सक्सेना होते. माधव इन्स्पेक्टर राणे आणि इतर सदस्यांना घेऊन आज उतरणाऱ्या कन्साइनमेंटला हस्तगत करण्यासाठी सज्ज होता. जातीय दंग्याना आळा घालण्याचं काम पहिल्यांदाच सुमनवर आलं होतं. भडकवणाऱ्या गुंडाना आधीच अटकाव सुरू झाला होता. पेट्रोल पंपाजवळ पेट्रोलचे टँकर दूर करण्यात आले होते. पेट्रोल पंप बंद करण्यात आले होते. एका रिकाम्या ट्रकमध्ये रस्त्यावरची चालणारी माणसं पटापट चढली. जहीरने त्या ट्रकचा पाठलाग करून तिथल्या ट्रक ड्रायव्हरला अडवून ट्रक दूर नेला व दुसऱ्या मोबाईल व्हॅनमध्ये त्या माणसांना चढवण्यात आलं. त्यांना अटक करणं सुरू होतं. संध्याकाळ झाली. पूर्ण दिवस सर्व शांत ठेवण्यात सुमन यशस्वी झाली. सुमन कमिशनर शर्मा साहेबांबरोबर वायरलेसवर बोलत होती. ती गाडीजवळ उभी राहून बोलताना सगळं न्याहाळत होती. सब

इनस्पेक्टर सक्सेना त्यांच्या गाडीत बसून वायरलेसवर बोलत होते. अचानक एक कार सुमनजवळ येऊन थांबली. सुमनला आश्चर्य वाटले कारण तिने रस्ता बंद ठेवला होता. सुमन लगेच सावध झाली. तिने रिसिव्हर सोडला. कारमधून एक जण उतरला. त्याने सुमनवर चाकू फेकला, सुमनने तो वार चुकवला. लगेच सुमनकडे एक गोळी आली. सुमनने हुलकावणी दिली व त्या चाकूवाल्या माणसाकडे झेप घेतली. गोळीच्या आवाजाने सब इनस्पेक्टर सक्सेनाचं सुमनकडे लक्ष गेलं. त्याने कार वर टारगेट केलं. कार तिथून भर्रकन निघाली. सुमन त्या माणसाच्या मागे धावत होती. अचानक सुमनच्या दोन्ही बाजूने दोन मोटार सायकल आल्या. त्यानी सुमनवर फास टाकला. सुमन त्यात अडकली. ते सुमनला फरफटत नेत होते. सक्सेनाने फायरिंग सुरू केली. त्यामुळे त्यांनी सुमनला रस्त्यात सोडले व पसार झाले. सुमन रक्तबंबाळ झाली होती. डोक्याला जबर मार बसला होता. तिची शुद्ध हरपली होती. सब इन्स्पेक्टर सक्सेनाने सुमनच्या गळ्यातला फास सैल करून काढला. जीपच्या ड्रायव्हरबरोबर सुमनला उचललं. सुमनला जीपमध्ये घेऊन ते हॉस्पिटलला निघाले. सक्सेनाने जान्हवीला मोबाईल केला.

"हॅलो आण्टी मी सबइन्स्पेक्टर सक्सेना बोलतो. सुमन मॅडम प्रचंड जखमी झाल्या आहेत. त्यांची शुद्ध हरवली आहे. मी त्यांना जे-जे हॉस्पिटलला नेत आहे. प्लीज तुम्ही तिथे लवकर या..."

"मी लगेच निघते. न्यूज मीडिया यांना कळवू नका."

"एस मॅडम."

सक्सेनाने इन्स्पेक्टर जहीरला मोबाईलवर सगळी परिस्थिती सांगितली.

"ओके. मी बघतो सगळं. तुम्ही चिंता करू नका." असं जहीर बोलला. हॉस्पिटलच्या गेटजवळ हवालदार माने उभा होता. सक्सेना त्याला बघून जोराने म्हणाला.

"माने! लवकर स्ट्रेचरची व्यवस्था करा."

"एस सर."

लगेच त्यानी सुमनला ॲडमिट केलं. सुमनला आय.सी.यू.मध्ये ठेवण्यात आलं. पाच मिनिटात जान्हवी तिथं पोहोचली.

"आण्टी, मी बंदोबस्तासाठी निघतो. तुम्ही इकडे बघा." नंतर सक्सेना मानेला म्हणाला, "माने, डी.सी.पी. मॅडमची काळजी घ्या. डोळ्यात तेल घालून ड्युटी करा."

“एस सर.”

जान्हवीने मानेला त्याचा नंबर विचारून त्याला मिस कॉल दिला आणि म्हणाली, “मानेसाहेब... डी.सी.पी. मॅडम बद्दल कुणी काही विचारलं तर मला माहीत नाही एवढं सांगा. नंतर या आण्टीला कळवा.”

“आण्टी, मी निघू?”

“एक मिनिट!”

जान्हवीने सक्सेनाला थांबवलं आणि म्हणाली, “सक्सेना, जहीरला कळवलं?”

“एस मॅडम... ते सर्व बघणार आहेत.”

“तोपर्यंत तुम्ही एक काम करा. माझ्याबरोबर इकडे या.” सक्सेना जवळ आल्याबरोबर जान्हवी त्याला म्हणाली.

“सक्सेना सुमनच्या रूमचा कॅमेरा वर्कींगमध्ये आहे का ते बघा किंवा सुरू करायला सांगा आणि कॅमेरासुद्धा कुणालाही सहज दिसणार नाही अशी व्यवस्था करा.”

“एस मॅडम, मी व्यवस्था करतो.”

“पण हे आपल्या दोघांशिवाय कुणालाही कळता कामा नये.”

“एस मॅडम.” व ते धावत..व्यवस्था बघायला गेले. जान्हवी मानेजवळ आली व म्हणाली, “मानेसाहेब, तुम्ही इथेच थांबा. मी लगेच येते.”

“एस मॅडम.”

जान्हवीने इन्स्पेक्टर सावंतला नाशिकला फोन केला.

“हॅलो इन्स्पेक्टर सावंत हिअर.”

“सावंतसाहेब. मी मुंबईवरून ॲडव्होकेट जान्हवी बोलते.”

“नमस्कार मॅडम.”

“अंबा नाशिकात आली आहे ना?”

“एस मॅडम.”

“तुम्ही तिला घेऊन ताबडतोब मुंबईला जे.जे. हॉस्पिटलमध्ये पोहोचा. वहिनींनासुद्धा घेऊन या.”

“एस मॅडम. पण काय झालं?

“सुमन प्रचंड जखम झाली आहे. शुद्धीवर नाही. बंदोबस्त करताना गुंडांनी तिच्यावर हल्ला केला.”

“आम्ही येतो मॅडम.” सक्सेना येताना बघून जान्हवीने विचारलं.

"काय झालं?"

"सगळी व्यवस्था करून झाली आहे. सिस्टीम सुरू आहे."

"सक्सेना, टेक केअर."

"थँक यू मॅडम."

जान्हवी आय.सी.यू. जवळ गेली. कॉन्स्टेबल मानेला म्हणाली.

"तुम्ही मेन गेटकडे जा. कुणीही संशयास्पद दिसून आल्यास मला कॉल करा."

"एस मॅडम."

जान्हवी सुमनच्या रूममध्ये गेली. डॉक्टर सुमनला इन्जेक्शन देत होते. तिला ड्रीप लावण्यात आली होती.

चेहऱ्यावर ऑक्सिजन मास्क लावला होता. सुमनचा मोबाईल वाजायला लागला. जान्हवीने तिच्या पॉकेटमधून मोबाईल काढला.

"हॅलो माधव."

"जान्हवी तू?"

"हो मी. सुमन जे. जे. च्या आय.सी.यू.मध्ये आहे. प्रकृती गंभीर आहे."

"ओ.के. मी येतो."

जान्हवी कॉरीडोअरमध्ये येरझाऱ्या घालू लागली.

सुमनवर झालेल्या हल्ल्यामुळे बंदोबस्त अजून कडक झाला होता. अचानक डी.सी.पी. दत्ताने सुमनची जागा घेतली. रहदारी थोड्या वेळात सुरू झाली. डी.सी.पी. दत्ताच्या चेहऱ्यावर आनंद झळकत होता. तो सब इन्स्पेक्टर सक्सेनाला म्हणाला.

"सक्सेना, थँक यू. वेल कोऑपरेशन. आता रिलॅक्स करा. नथींग टू वरी. त्या इन्स्पेक्टर जहीरलासुद्धा घरी जायला सांगा."

"सर..."

रात्रीचे नऊ वाजले. अंबा व सावंत मुंबईला पोहोचल्यावर सरळ हॉस्पिटलला पोहोचले. माधव कॉरीडोअरमध्ये जान्हवीबरोबर बोलत उभा होता. माधवने अंबाला पाहिलं. अंबाचे डोळे सुमनला शोधत होते.

माधवच्या डोळ्यासमोर ते दृश्य पुन्हा उभे झाले. माधव जेव्हा अंबाच्या गावात मोहीमेवर गेला होता. तेव्हा सुमनला खानच्या मोटारसायकलचा जबर मार लागला होता. त्यानेच सुमनला उचलून डॉक्टर जोशींच्या हॉस्पिटलमध्ये नेलं होतं. तेव्हा अंबा वादळासारखी आली होती. पावसानं भिजलेली, ओली

चिंब. तिला तिच्या शरीराचं भान नव्हतं. तिची तळमळ आजही तशीच दिसत होती. पण आज ते संपूर्ण वादळ हृदयात साठवून स्वत:ला सांभाळण्याचा प्रयत्न करीत होती. अंबा धापा टाकत जान्हवीजवळ आली. जान्हवी तिला सुमनच्या बेडजवळ घेऊन गेली. अंबाने मॉनिटरकडे बघितलं. नंतर सुमनकडे. तिची स्थिती बघून अंबाला रडणं आवरत नव्हतं. तरी तिने आपल्या पदराने अश्रू पुसून स्वत:ला सावरण्याचा प्रयत्न केला. जान्हवी तिचं सांत्वन करीत होती. अंबा स्वत:ला सावरत माधवकडे वळून म्हणाली,

"सर, माझी एक रिक्वेस्ट आहे."

"बोल."

"डॉक्टरांना सांगा, आज रात्री मी सुमनची काळजी घेईन."

"तू आता विश्रांती घे."

"सर. फक्त आजच्या रात्री... प्लीज सर. आजची रात्र मला तिच्यासोबत काढू द्या... डॉक्टर जे इन्स्ट्रक्शन देतील ते सर्व मी पाळेन. त्यांच्या नर्सला विथ ड्रा करायला सांगा."

"का...?"

"मला अनामिक भीति वाटते सर?"

"कोणती?"

"मला इन्स्ट्यूशन होतंय... पुन्हा तिच्यावर हल्ला होऊ शकतो."

तिच्या आग्रही स्वर जान्हवीला स्पर्शून गेला.

ती माधवला तिचं म्हणणं रेटून धरत म्हणाली.

"ती म्हणती आहे तर राहू दे तिला सुमाजवळ."

जान्हवीचीसुद्धा कळकळ बघून माधव म्हणाला.

"ठीक आहे... आपण डॉक्टरांशी बोलू."

माधव अंबाला डॉक्टरांकडे घेऊन गेले. इन्स्पेक्टर राणे, इन्स्पेक्टर जहीर कॉरीडोअरमध्ये इन्स्पेक्टर सावंतशी बोलत उभे होते. तितक्यात सब-इन्स्पेक्टर सक्सेना तिथे आले. तेव्हा इन्स्पेक्टर सावंत सब-इन्स्पेक्टर सक्सेनाकडे वळले.

"सक्सेना साहेब, मी तुमचा खूप आभारी आहे. सुमनला इथे आणल्याबद्दल."

"सर, ही तर माझी ड्यूटी होती आणि अश्या जिगरबाज जवानाला वाचवणं... मी माझ्यासाठी पुण्यांचं कार्य समजतो. शेवटी मी तुमचा विद्यार्थी."

"खऱ्या अर्थाने मला माझी गुरुदक्षिणा दिली तुम्ही."

सावंतने सक्सेनाचे दोन्ही हात हळूच दाबून आपले आभार व्यक्त केले.

माधव अंबाला घेऊन बाहेर आले. अंबा ड्रेसिंग रूममध्ये जाऊन नर्सचे कपडे घालून आली. डॉक्टर बरोबर आय.सी.यू.मध्ये जाऊन तिथल्या नर्सकडून चार्ज घेतला. अंबाने जान्हवीच्या साह्याने सुमनचा कमरेचा बेल्ट काढला. ड्रेस काढला. पण बुलेट प्रूफ जॅकेट तसंच ठेवलं.

"अंबा जॅकेटसुद्धा काढ. तिला श्वास घ्यायला त्रास होईल."

"ताई! निदान आज तरी राहू द्या. त्यामुळे ती सुरक्षित राहील."

"अंबा तू निर्धास्त रहा. इथे असं काही होणार नाही."

"ताई, एक रिक्वेस्ट आहे?"

"बोल."

"तुम्हीसुद्धा आजच्या रात्री इथे माझ्याबरोबर थांबावं."

"तू काळजी करू नको. आम्ही दोघेही थांबू."

"सरांना विश्राम करू द्या."

"मी माधवबरोबर घरी जाऊन लगेच येते."

तिथे नाईट ड्युटीचे इन्स्पेक्टर चव्हाण एटी.एस.ची टीम घेऊन हजर झाले. माधवने प्रत्येक कमांडोजना ठरावीक पॉईंट वर तैनात केलं. त्यानंतर इन्स्पेक्टर जहीर, सब-इन्स्पेक्टर सक्सेना घरांकडे निघाले. हॉस्पिटलच्या परिसरात कमालीची शांतता पसरली होती. दुरून कुत्र्याचा रडण्याचा आवाज कॉरीडोअरमध्ये येत होता. इन्स्पेक्टर सावंत सिव्हील ड्रेसमध्ये रिसेप्शन काऊंटरवर बसले होते. अंबा एकटीच सुमनबरोबर होती.

नाशिकात सुमनचा केवढा आधार होता. त्या दोघी गोदामाईकडे बघत बसल्या होत्या. तेव्हा मौन तोडत सुमन म्हणाली होती,

"पाण्याची पातळी कमी झाली असं नाही वाटत तुला?"

"अगं, आता जानेवारी संपत आला. मागच्या वेळेस आलो होतो तेव्हा पावसाचे दिवस होते."

"कसं बदलतं गं नदीचं रूप..."

"सृष्टीचंसुद्धा तसंच असतं... आणि जसा पाण्याचा प्रवाह वाहत जातो. तसा जीवनाचासुद्धा असतो."

तेव्हा सुमन आत्मविश्वासाने म्हणाली होती,

"जीवनाच्या प्रवाहाला आपल्या इच्छेनुसार रस्ता निवडता येतो. व्हेन देअर इज अ विल, देअर इज अ वे."

तेव्हा अंबा म्हणाल होती, "पण पाण्याच्या प्रवाहात वाहून जाणाऱ्याला

त्याच्या विल नुसार जाता येत नाही.''

''पण बाबांना तसं करता आलं नाही.''

''त्यावेळेस तुझ्या बाबांची इच्छा व क्षमता ह्याचा ताळमेळ साधला गेला नसावा कदाचित.''

– आणि आज सुमनला त्या प्रसंगात तिच्या इच्छेचा व क्षमतेचा ताळमेळ साधता आला नसावा कदाचित.

•••

हॉस्पिटलच्या प्रवेशद्वारात डी.सी.पी. दत्ताने प्रवेश केला. वातावरणात भयाण शांतता पसरली होती. सगळी पोलीस यंत्रणा डोळ्यात तेल घालून तैनात होती. दत्तासाहेबांची चौकसदृष्टी प्रत्येक वस्तूवरून निरीक्षण करीत होती. प्रत्येक वस्तू तपासत ते आय.सी.यू.जवळ पोहोचले. आय.सी.यू. च्या दाराजवळ इनस्पेक्टर चव्हाण व दोन कमांडोज सज्ज होते. डी.सी.पी. दत्ताला पाहून त्यांनी अभिवादन केले. तेव्हा चव्हाणला म्हणाले ''इन्स्पेक्टर, हे दोन कमांडोज घेऊन माझ्याबरोबर या. तुमच्या कुठल्याही कॉंस्टेबलला पाच मिनिटासाठी इथे बोलवा?'' इन्स्पेक्टर चव्हाणनी आवाज दिला.

''गुलाब...''

कॉरीडोअरमध्ये पांघरून झोपलेल्यापैकी एक जण पटकन उठला आणि क्षणात धावत आला. हे बघून दत्ता म्हणाले.

''गुड फिल्डिंग... ह्यांना तिथेच राहू द्या.''

''राईट सर.''

दत्ता, इन्स्पेक्टर चव्हाण व दोन्ही कमांडोजना घेऊन खाली आले आणि एका उघड्या दाराकडे खूण करून म्हणाले.

''ते बघा... तिकडची सगळी व्यवस्था पुन्हा एक राऊंड घेऊन चेक करा. वाटल्यास यापैकी एकाला तिकडेच पोस्ट करा. तुम्ही वर येईपर्यंत मी मॅडमची काळजी घेतो.''

''एस सर.''

अंबाला थकवा जाणवत होता. तिचे डोळे वजनी झाले. न कळत तिचा डोळा लागला. दत्ता सुमनच्या रूममध्ये आले. त्यांचे लक्ष नर्सकडे गेलं. अंबा चक्क घोरत होती. दत्ताच्या चेहऱ्यावर आनंदाच्या रेषा उमटल्या. हळुवारपणे ते

सुमनजवळ गेले. त्यानी सलाईनचा फ्लो नॉब बंद केला. सुमनच्या चेहऱ्यावरचा मास्क काढला आणि रुमालाने आपले फिंगर प्रिन्टस् पुसले. हातात पिस्तुल घेऊन ते सुमनकडे टक लावून बघत उभे राहिले. सगळीकडे सामसूम होती. पण अचानक मॉनिटरवरील ग्राफच्या रेषा तीव्रतेने खालीवर व्हायला लागल्या. पीऽपीऽ असा आवाज मॉनिटरवरून यायला सुरुवात झाला. दत्ताने हळूच नर्सकडे वळून बघितलं. अंबा घोरत होती. त्यांच्या चेहऱ्यावर क्रूर हास्याची लहर पसरली होती. औषधांचा दर्प तीव्रतेने जाणवायला लागला. सुमन आचके द्यायला लागली. दत्ता सुमनवर पिस्तुल ताणून उभे होते. अचानक अंबाचे डोळे उघडले गेले. समोर पिस्तूल घेऊन उभा असलेल्या दत्ताकडे नजर जाताच अंबाला धसकन् झाले. त्यांची पाठ अंबाकडे होती. अंबाने आपल्या हाताची हालचाल करून बघितली. तिला जवळच्या बेंचवरचा ॲडजेस्टेबल लागला तो लोखंडाचा पाना. ऑक्सिजन सिलेंडरचा नॉब उघडायच्या कामात येत होता. तिने हळूच तो ॲडजेस्टेबल आपल्या हातात घेतला. नंतर पूर्ण ताकद एकवटून दत्ताच्या डोक्यावर मागच्या भागात मारला. दत्ता तसाच खाली कोसळला. दत्ताने शेवटचा आचका दिला आणि लगेच थंड पडला. तिने बेंच वर ॲडजेस्टेबल ठेवला व धावत सुमनजवळ पोहोचली.

जान्हवी घरून पुन्हा हॉस्पिटलला परत आली. तेव्हा आय.सी.यू.जवळ एकही पोलीस दिसला नाही. त्यामुळे तिच्या मनात धसकन झालं. कुणालाही काही न विचारता ती लगबगीने सुमनच्या रूममध्ये आली. अंबाने सुमनच्या चेहऱ्यावर मास्क पुन्हा चढवला. ड्रीप फ्लो पुन्हा सुरू केला. नंतर सुमनचा हात हातात घेतला. इकडे जान्हवी दत्ताला रक्ताच्या थारोळ्यात बघून सुन्न झाली होती. अंबा महामृत्युंजय मंत्र पुटपुटत होती.

"त्र्यंबक यजामह सुगंधी पुष्टीवधर्नम - उर्वासरूक मिव बंधनात..."

अंबा मधे मधे मॉनिटरकडे बघत होती. मॉनिटरचा ग्राफ लहरी स्थिरावत होत्या. जान्हवी तशाच पावलाने बाहेर गेली.

तिने माधवला मोबाईल केला.

"हॅलो, माधव पटकन हॉस्पिटलला ये."

"एनीथिंग इज सीरियस?"

"एस. प्लीज लवकर ये."

जान्हवीला समोरून इन्स्पेक्टर चव्हाण येताना दिसले.

जान्हवीच्या मुखातून आवाज निघत नव्हता. जान्हवीने स्वत:ला सांभाळायचा प्रयत्न केला. पण चेहऱ्यावर कमालीची भीती जाणवत होती. चव्हाणने जान्हवीच्या चेहरा वाचला आणि चौकशीच्या सुरात विचारलं,

"काय झालं मॅडम?"

जान्हवीने काही व बोलता सुमनच्या रूमकडे इशारा केला. चव्हाण लगबगीने रूमच्या आत गेले. इन्स्पेक्टर सावंतसुद्धा रिसेप्शन काऊंटरवरून धावत आले. इन्स्पेक्टर सावंत व जान्हवी दोघेही सुमनच्या रूममध्ये आले. इन्स्पेक्टर चव्हाण दत्ताच्या शरीराकडे बघत होते. तरी ते डॉक्टराना बोलवण्यासाठी गेले. अंबा सुमनची नाडी तपासत होती. डॉक्टर आल्यावर त्यानी डी.सी.पी. दत्ताच्या नाडीचे परीक्षण केले आणि म्हणाले.

"सॉरी... ही इज नो मोर."

सावंत व जान्हवी यांच्या मनात विलक्षण खळबळ माजली होती. इन्स्पेक्टर चव्हाणनी अंबाला विचारलं.

"सिस्टर, काय घडलं?"

"ज्याची भीती वाटत होती तेच घडलं. तुम्ही मला अरेस्ट करू शकता!"

अंबाने दोन्ही हात पुढे केले.

माधव तिथे पोहोचला. त्याने अंबाकडे बघितलं. अंबाच्या चेहऱ्यावर एक वेगळीच आभा दिसत होती. त्याला आठवलं. 'सुमनच्या जीवनाशी खेळणाऱ्याला अंबा क्षमा करीत नाही. मग तो कुणीही असो.' पण इथे असं काय घडलं असेल? अशा प्रश्नांचे काहूर डोक्यात थैमान घालू लागलं. तेव्हा त्याने ते सगळं सहज घेतलं. कडक आवाजात त्याने ऑर्डर सोडली.

"आधी फोटोग्राफर, फिंगर एक्सपर्ट यांना बोलवा. नंतर लगेच दत्ता साहेबांना इथून हलवा. त्यांची चिल्ड रुममध्ये न्यायची व्यवस्था करा. कुणीही आडवे-तिडवे प्रश्न केल्यास उत्तर असंच द्या. आम्ही तपास करतो आहे. इज दॅट क्लिअर?"

"एस सर."

डॉक्टरकडे वळून माधव म्हणाले,

"डॉक्टर, सुमनची स्थिती कशी आहे?"

"क्रिटिकल लेव्हल वाढली आहे. असं काय झालं? कमिशनर साहेब. तुमची नर्स ट्रेंड होती ना?"

"प्रश्नच नाही. सध्या तुम्ही दुसऱ्या नर्सची व्यवस्था करा. पेशंटला इथून

हलवता येईल?''

''आता ह्या स्टेजमध्ये जरा कठीण आहे. सकाळी नक्की हलवतो.''

''तुमच्या स्टाफला सांगा. प्लीज हॅंडग्लोज घालून कुठल्याही वस्तूला हात लावा. शक्यतोवर कुठलीही वस्तू डिस्टर्ब करू नका.''

''राईट सर.''

माधव अंबाकडे वळून म्हणाले. ''आय एम सॉरी. नाईलाजास्तव तुला अरेस्ट करावं लागेल?''

''सर, मी अरेस्ट व्हायला तयार आहे. सर, सुमनवर पुन्हा हल्ला होऊ शकतो? प्लीज, तुम्ही जातीने लक्ष द्या!''

''ओ.के. मी पर्सनली काळजी घेईन.''

माधव इन्स्पेक्टर सावंतला म्हणाले. ''इन्स्पेक्टर सावंत ह्यांना आमच्या कस्टडीत घेऊन जा आणि मानेसाहेब तुम्हीसुद्धा इन्स्पेक्टर सावंत बरोबर जा. इन्स्पेक्टर जहीरला तिकडेच पाठवतो.''

''एस. सर.''

माधवच्या समोर या क्षणी फक्त इन्स्पेक्टर सावंतला अंबाबरोबर पाठवणं योग्य वाटलं. इन्स्पेक्टर सावंत अंबाला म्हणाला,

''चला मॅडम.''

या क्षणी तो पोलिस ऑफिसर होता. त्यामुळे ह्या स्थितीत तो अंबाशी असलेलं नातं विसरला होता. जान्हवी कॉरीडोअरमध्ये ठेवलेल्या बेंचवर बसून हे दृश्य डोळ्यांनी टिपत होती. आपल्यातलं बळ एकवटून जान्हवी उभी झाली. नंतर अंबाजवळ गेल्यावर म्हणाली.

''अंबा, सुमनची जबाबदारी आता पूर्णपणे माझी आहे. तू काळजी करू नको. सगळं बरोबर होईल.''

''ताई, तुम्ही सुमनची काळजी घ्याल ना?''

''हो, आधी तू स्वत:ला सावर.''

इन्स्पेक्टर सावंत अंबाला म्हणाला, ''चला मॅडम.''

अंबा इन्स्पेक्टर सावंत व कान्स्टेबल माने ह्यांच्याबरोबर निघाली.

जान्हवीने संपूर्ण रात्र जागून काढली. सकाळ झाल्याबरोबर तिने सक्सेनाला मोबाईल केला.

''नमस्ते आँटी!''

''सक्सेना, प्लीज! हॉस्पिटलला लवकर येता का!''

"जी-"

सक्सेना आल्यावर ती त्याला एका कोपऱ्यात घेऊन गेली आणि म्हणाली.

"चला माझ्याबरोबर."

ते दोघे कॉम्प्युटर रूममध्ये गेले. तिथे त्यांनी रात्रीच्या घटना सविस्तर बघितल्या. जान्हवीने एक एक दृश्य झूम करून बघितले. जान्हवीने सर्व फूटेज आपल्या पेन ड्राईव्हमध्ये कॉपी केले.

सब इनस्पेक्टर सक्सेना न राहवून म्हणाला,

"आण्टी, आम्ही सर्व मॉब बरोबर कन्ट्रोल केला होता. चेकिंगसुद्धा कसून केली होती. डी.सी.पी. दत्ता साहेबांनी आपल्या सिनीयरीटीचा दुरुपयोग केला. मारेकरी त्यांच्या इशाऱ्यावर घुसले. धिस इज प्लान्ड मर्डर. त्यांच्याचमुळे सुमन मॅडमची ही अवस्था झाली. तो प्लान फसल्यामुळे दत्ता साहेब पुन्हा सुमन मॅडमला मारायला आले होते. काल रात्री ह्या सिस्टर नसत्या तर दत्ता साहेबांनी सुमन मॅडमचा गेम खलास केला असता व संपूर्ण दोष सिस्टरवर. त्या सिस्टरमुळे एक देशद्रोही मारला गेला. आय सॅल्यूट हर."

"ती सिस्टर कोण आहे हे कळलं तर तुम्हाला धक्काच बसेल. एका पोलीस पाटलाची विधवा आणि तुमच्या डी.सी.पी. मॅडमच्या आई."

"आता कळलं. डी.सी.पी मॅडममध्ये एवढा कॉन्फिडन्स कुठून आला."

"थँक यू."

जान्हवीच्या हातात मोबाईल होता व अगदी छोटासा तीन सेंटीमीटरचा चमकणारा पेन ड्राईव्ह आपल्या आठ जीबीच्या तोऱ्यात मधल्या बोटातून बाहेर डोकावत होता. जान्हवी सुमनच्या रूममध्ये गेली. तेव्हा सुमनला दुसऱ्या रूममध्ये शिफ्ट करण्यात येत होतं. सावंताहिनी सुमनच्या रूममध्ये आल्या होत्या. जान्हवी नवीन रूममध्ये नर्सला मदत करायला लागली. सगळं व्यवस्थित करताना जान्हवीने मोबाईल व पेन ड्राईव्ह सुमनच्या बेडवर ठेवला होता. सुशीला वहिनींनी जान्हवीला विचारलं.

"ताई, कुठे होत्या?"

आपला मोबाईल उचलताना जान्हवी म्हणाली,

"हे सक्सेना साहेब तुम्हाला सगळं सांगतील. सक्सेना, ह्या श्रीमती सुशीला सावंत."

सक्सेनाने त्याना आदरपूर्वक नमस्कार केला.

"वहिनी, आता सुमनजवळ तुम्ही थांबा. आम्ही निघतो."

जान्हवी माधवकडे वळली आणि म्हणाली, ''निघायचं?''

दोघेही घरी पोहोचले. तेव्हा वर्तमानपत्रात माधवचा फोटो होता. टी.वी. सुरू केल्यावरसुद्धा सुमन व डी.सी.पी. दत्ताच्या हत्येची बातमी होती. अंबाला रात्रीचं सेलकडे नेल्यामुळं त्यांना अंबाचे फोटो मिळाले नाही. अंबा व सुमनचे नाते पत्रकारांना व मीडियावाल्याना माहीत नव्हतं. फोन वाजला. कॉलर आय.डी.वर होम मिनिस्टरचा नंबर होता. ''हॅलो सर,'' डी. सी. पी. ला सुधीर दत्ताला कुणी मारलं असेल?''

''सर, तपास सुरू आहे.''

''आणि डी.सी.पी. सुमन कशी आहे?''

''सर क्रिटिकल अवस्थेत आहे.''

''तुमच्या कालच्या ऑपरेशनचं काय झालं?''

''सर, बाहेरून उतरलेला आर.डी.एक्स. आणि इतर एक्सप्लोझिव, रायफल्स, ग्रेनेडस् आपल्या ताब्यात घेतले. त्यांची दहा माणसं चकमकीत मारली गेली. डी.सी.पी. सुमनमुळे दंगलीचा डाव उधळला गेला. त्यामुळे त्यांनी तिला टारगेट केलं.''

''तुम्ही नऊ वाजता मला भेटा.''

''यस सर.''

खोल श्वास घेत माधव सोफ्यावर बसला. जान्हवी पाणी घेऊन आली. पाणी प्याल्यावर माधवने जान्हवीला विचारलं.

''जान्हवी! खरंच अंबाने सुधीर दत्ताला मारलं असेल का?''

''हो!''

''तू हे कशावरून सांगते?''

''मी बघितलं...''

''म्हणजे तुझ्या डोळ्यादेखत घडलं हे सारं.''

''नाही.''

''मग?''

''थांब. मी काम्प्युटरवर दाखवते.''

जान्हवी टेबलकडे वळली. मोबाईलजवळ ती काहीतरी शोधू लागली.

''काय शोधते आहेस?''

प्राण गेल्यासारखी डोकं धरून ती सोफ्यावर धपकन् बसली.

''अरे, पेन-ड्राइव्ह शोधते आहे. त्यात मी हॉस्पिटलच्या सी.सी.टी.वी.चे

फूटेज लोड केले होते. दत्ता हॉस्पिटलला सुमनला मारायच्या उद्देशाने आला होता.''

''त्याचा ह्या मागील मोटीव्ह काय असेल?''

''दत्ता अंबामुळे कुठेतरी डिवचला गेला असेल किंवा त्याच्या गैरव्यवहारात ही अडसर असेल.''

''कशावरून?''

''सक्सेनाच्या सांगण्यावरून हा अंदाज घेतला. तरी तू तुझ्या टीमकडून सत्य शोध म्हणजे खरा मोटीव्ह कळेल.''

''एक्झॅटली तू सी.सी.टी.व्ही. कॅमेऱ्याचे फूटेजमध्ये काय शोधलं?''

''डी.सी.पी. दत्ताने आधी तू लावलेली फिल्डिंग डिस्टर्ब केली. इन्स्पेक्टर चव्हाणला आणि त्याच्या कमांडोजला खाली पाठवलं. मग तो सुमनच्या रूममध्ये गेला. अंबा तेव्हा चक्क घोरत होती. त्याच्या हातात पिस्तूल होते. अंबाला झोपलेलं पाहून त्याने पिस्तुल पँटच्या खिशात ठेवले. मग सलाईन फ्लो बंद केला. नंतर ऑक्सिजन मास्क काढला. मग रुमालाने आपले फिंगर प्रिंटस् मिटवले. नंतर पुन्हा खिशातून पिस्तूल काढलं व अंबाकडे वळून बघितलं. अंबा घोरत होती. तो अस्वस्थ झाला. पण सुमन आचके द्यायला लागली तेव्हा अंबाने डोळे उघडले. समोर दत्ताला पाहून तिने हाताची हालचाल केली. हातात लोखंडाचा एडजेस्टेबल लागला व पूर्ण ताकदीनिशी दत्ताच्या डोक्यावर वार केला.''

''म्हणजे अंबाचं इन्ट्यूशन काम करत होतं. तूर्त सुमन वाचली. पण तिच्यावर पुन्हा वार होऊ शकतो. मी लगेच फ्रेश होऊन येतो. तोपर्यंत तू चहा कर.''

चहा करता-करता जान्हवीने सक्सेनाला फोन करून तिचा पेन-ड्राईव्ह शोधायच्या कामात लावलं. माधव फ्रेश होऊन आला. चहा तयार होता. दोघेही चहा पीत असताना जान्हवी माधवला म्हणाली.

''एक्सक्यूज मी! मी माझ्या असिस्टंटला अंबाच्या जामीनासाठी अर्ज तयार करून ठेवायला सांगते.''

''जान्हवी, तिला रेग्युलर बेल मिळणार नाही.''

''बरोबर, सरकारी वकील अडथळा आणू शकतो.''

''तू कण्डीशन बेल अण्डर सेल्फ डिफेन्समध्ये घेऊ शकते.''

''बरोबर,... चल, सगळं लवकर करायचं आहे. वकालतनाम्यावर अंबाच्या सह्यासुद्धा घ्यायच्या आहेत.''

•••

अंबाला कोर्टात नेताना, पत्रकार, मीडिया अंबाला प्रश्न विचारत होते. सर्व चॅनेल्स वर हीच सर्वात मोठी खबर होती. अंबा कोण आहे? ती जे.जे.ची. नर्स नव्हती तर कुठून आली होती? तिला डी.सी.पी. सुमनला मारायची कुणी सुपारी दिली होती? डी.सी.पी. सुमनला वाचवायच्या प्रयत्नात इतक्या मोठ्या हुद्यावरच्या पोलीस अधिकाऱ्याचा खून होतो. म्हणजे अंबा अंडरवर्ल्डची सराईत गुन्हेगार तर नाही? अशी वेगळे वेगळे मते मीडियावाले प्रस्तुत करत होते. पण अंबा शांत. कुणाशी काही न बोलता कोर्टाकडे जात होती. माधव लाल दिव्याच्या गाडीतून उतरला. मीडियावाले प्रश्नांचा भडिमार मरायला त्याच्याकडे धावले.

"सर! तुम्हाला ह्या केसबद्दल काय वाटतं?"

"प्लीज! नो क्वेश्चन."

माधव त्यांना टाळत कोर्टाकडे गेला. कोर्टाच्या व्हरांड्यात अंबा महिला पोलीस कॉन्स्टेबलबरोबर बेंचवर बसली होती. बाहेर जोरजोराने मीडियावाले सांगत होते.

"ही घटना माणुसकीला काळिमा फासणारी घटना आहे. लोकांच्या रक्षणार्थ सेवेशी एक व्यक्ती व दुसरी जीवदान देण्याऐवजी पोलीस ऑफीसर डी.सी.पी. सुधीर दत्ता यांची निर्घृण हत्या करते. याला विकृती म्हटलं तर योग्य होईल. अशा विकृत स्त्रीला नर्सच्या जागेवर ठेवण्यात यायच्या आधी त्यांची सायको टेस्ट का करू नये? एक एक नवीन प्रश्न पुढे येत आहेत. आता दोन मिनिटांची विश्रांती. चोवीस तास ताज्या बातम्या पाहात राहा. आम्ही लगेच हाजिर होऊ, नवीन माहिती सोबत. कुठेही जाऊ नका."

असे वेगळे वेगळे मतप्रदर्शन मीडिया आपल्या माध्यमातून करत होती.

कोर्टात बघ्यांची दाट गर्दी जमली होती. ॲडव्होकेट जान्हवी तिच्या असिस्टंट बरोबर कोर्टात आधीच पोहोचली होती. तिच्या चेहऱ्यावर रात्रीच्या घटनेमुळे आणि जागरणामुळे थकवा जाणवत होता. सरकारी वकील आशुतोष पोद्दार नावाजलेले वकील म्हणून त्यांची ख्याती होती. त्यांचे भेदक डोळे व कडक आवाजात बोलण्याची लकब गुन्हेगारांवर विलक्षण परिणाम सोडत असल्यामुळे पोलीस इन्स्पेक्टरसुद्धा त्यांना वचकून होते. न्यायाधीश संजय कुमार चन्ने यांचा प्रवेश झाला. त्यांनी कोर्टरूममध्ये जमलेल्या लोकांकडे नजर फिरवली. सर्व उपस्थित उभे झाले. सर्वांनी मान वाकवून त्यांना अभिवादन केले. न्यायाधीश संजयकुमार चन्ने आपल्या खुर्चीवर बसले. शिरस्तेदारांच्या आदेशावरून व्हरांड्यातल्या आरोपीला आणायला चपराशी गेला आणि काही क्षणात अंबा महिला कॉस्टेबलबरोबर

कोर्टरूममध्ये दाखल झाली. ती नर्सच्या वेषात होती. ती कठड्यात येऊन उभी राहिली. घोषणा झाली. 'आजची केस अर्जदार मुंबई पोलीस विरुद्ध गैरअर्जदार श्रीमती अंबा कोळी यांच्यात आहे.' न्यायाधीश महोदयांनी आशुतोष पोद्दार यांच्याकडे बघितले व म्हणाले,

''सुरू करू या.''

सरकारी वकील ॲडव्होकेट आशुतोष पोद्दार उभे झाले आणि न्यायाधीश महोदयाकडं वळले. त्यांना अभिवादन करीत म्हणाले.

''युवर ऑनर! आपल्या सर्वांना सर्वच माध्यमातून जगजाहीर झाले आहे की गैर अर्जदार श्रीमती अंबा कोळी, दिसायला भोळी, पण कृत्य हिरण्यकश्याच्या बहिणीसारखी होळी.''

कोर्टरूममध्ये खसखस सुरू झाली.

''सायलेन्स सायलेन्स.''

''युवर ऑनर डी.सी.पी. दत्ता ह्यांचा लोखंडी एडजेस्टेबल द्वारे डोक्यावर घाव करून निर्घृण खून केला. ते कसं व का केलं, त्या मागचा मोटिव्ह काय हे मी स्पष्ट करून सांगणार आहे. त्यासाठी ह्यांना जबरदस्त शिक्षा करावी ही प्रार्थना. थँक यु यूवर ऑनर.''

इतकं बोलून झाल्यावर ॲडव्होकेट आशुतोष पोद्दार आपल्या जागेवर जाऊन बसले.

''डिफेन्स, तुम्हाला सुरवातीला काही सांगायचं आहे?'' आदरणीय न्यायाधीश महोदयांनी ॲडव्होकेट जान्हवी यांना विचारले. जान्हवी काळ्या कोटात रुबाबदार दिसत होती. तिच्या चेहऱ्यावरचा ताण व थकवा आता दिसत नव्हता. ॲडव्होकेट जान्हवी उभी झाली. न्यायाधीशांना आदराने अभिवादन करून म्हणाली,

''एस, युवर ऑनर... कोर्टाच्या ह्या प्रक्रियेत मी सिद्ध करू शकेन, श्रीमती अंबा या निर्दोष आहेत. विनाकारण पोलिसांनी त्याना संशयित आरोपी म्हणून आपल्यासमोर उपस्थित केले आहे. त्यांच्यावर संशयित असा आरोप आहे. पण त्या दोषी नाहीत. म्हणून मी श्रीमती अंबा कोळी यांना कंडीशनल जामीन मिळावा म्हणून अर्ज केला आहे. तरी माझी कोर्टाला प्रामाणिक विनंती आहे. युवर ऑनर, आपण तूर्त अंबाला कंडीशनल जामीन देण्यात यावा. कोर्टाच्या ज्या काही अटी असतील त्या मला मान्य राहतील. तसेच त्यांना निर्दोष सिद्ध करायला मला पंधरा दिवसाचा कालावधी हवा.''

''आय स्ट्राँगली आब्जेक्ट, युवर ऑनर.''

''ऑब्जेक्शन सस्टेन्ड.''

''युवर ऑनर, खून तर झाला आहे. आणि मला सांगायचं आहे. ज्या आय.पी.एस. अधिकाऱ्याचा खून झाला आहे. त्याला न्याय मिळाला पाहिजे आणि श्रीमत अंबा कोळीवर आय.पी.सी. ३०२लागली आहे.''

''युवर ऑनर, मी माझे मित्र ॲडव्होकेट आशुतोष पोद्दार यांच्याशी सहमत आहे. की आय.पी.एस. अधिकारी दत्ता यांना न्याय मिळालाच पाहिजे. परंतु जो पर्यंत खरा गुन्हेगार पोलिसांना सापडत नाही तोपर्यंत ह्यांना कोठडीत डांबून ठेवण्यापेक्षा त्याना जामीनावर सोडण्याची प्रार्थना करते. तेही कायद्यानुसार कंडीशनल जामीन मागते आहे.'' ॲड. पोद्दार आतून डिवचले गेले. त्यामुळे ते संपूर्ण ताकदीनिशी ॲडव्होकेट जान्हवीवर उलटले.

''युवर ऑनर, मी न्यायासनाला सांगू इच्छितो. ह्या केसचे मुख्य तपास अधिकारी श्री माधव अधिकारी आहेत व ॲडव्होकेट जान्हवी त्यांच्या धर्मपत्नी आहेत. म्हणून मी कोर्टाला विनंती करतो. सत्य उघडकीस आणण्यासाठी त्यांच्या ऐवजी दुसऱ्या अधिकाऱ्याची नेमणूक करावी. त्यासाठी न्यायाधीश महोदयांनी तशी ऑर्डर द्यावी.''

अचानक जान्हवी उभी झाली.

''युवर ऑनर, याचा अर्थ श्री माधव अधिकारी यांनी माझ्या आशिलावर जे आरोप ठेवले आहेत. ते खुद्द त्यांच्याच वकिलांना मान्य नाहीत. ह्याचा हा अर्थ निघतो. पोलिसांच्या वतीने श्री माधव अधिकारी ह्यांनी श्रीमती अंबावर ज्या ३०२ कलमाखाली अटक केली ती बरोबर नाही. तो आरोप बिनबुडाचा आहे. ती निर्दोष आहे.''

कोर्टरूममध्ये हशा पिकला.

''सायलेन्स, सायलेन्स.''

''युवर ऑनर, माझा तसा अर्थ नव्हता. मुंबई पोलीस कमिशनर माधव प्रामाणिक व हुशार आहेत. यात वादच नाही. त्यांनीच मुंबई पोलीस कमिशनरच्या अधिकाराखाली श्रीमती अंबा कोळी याना कलम ३०२ च्या अंतर्गत ताब्यात घेऊन ही केस आपल्या समोर आणली. पण कुणाच्याही मनात पोलिसांविषयी दुराग्रह बनू नये म्हणून ही विनंती आहे युवर ऑनर. ॲडव्होकेट मिसेस जान्हवी अधिकारी एनी- क्वेश्चन?''

ॲडव्होकेट आशुतोष पोद्दारांचा टोमणा जान्हवीला कळला.

न्यायाधीश महोदयांनी दोन्ही पक्षाचे म्हणणं ऐकून घेतल्यावर ते म्हणाले.

“कोर्ट श्री माधव अधिकारी ह्यांच्या ऐवजी दुसऱ्या पोलीस कमिशनरची ह्या तपासासाठी नेमणूक करण्याची परवानगी देते. आणि ॲडव्होकेट जान्हवी यांच्या विनंतीला ग्राह्य मानून श्रीमती अंबा कोळी याना कंडीशनल बेल वर सोडण्यात येते.

आजची कारवाई संपली. पंधरा दिवसानंतर पुन्हा कारवाई सुरू करण्यात येईल.”

•••

आय.जी. साहेबांनी माधवला आपल्या चेम्बरमध्ये बोलवलं. तो त्यांच्या चेम्बरच्या दाराजवळ पोहोचला तेव्हा आशुतोषचा सामना झाला. ॲडव्होकेट पोद्दाराच्या चेहऱ्यावर छद्‌मी हास्य पसरलं होतं. माधवला बघून तो म्हणाला,

“हॅलो.”

आणि मगरूरपणे निघाला. माधवचा आजपर्यंत असा अपमान झाला नव्हता. पण परिस्थिती अशीच होती. तरी स्वत:ला सावरत आय.जी. साहेबांच्या चेम्बरमध्ये नेहमीप्रमाणे गेला.

“या मिस्टर अधिकारी. कोर्टाच्या आदेशानुसार तुम्हाला अंबा कोळीच्या केसमधून काढण्यात आलं व ॲडव्होकेट आशुतोष पोद्दारनी कमिशनर शर्मांची शिफारस केली आहे.”

“नो प्रॉब्लेम, सर.”

“आणि प्लीज कमिशनर शर्मांना त्यांच्या पद्धतीने ही केस हाताळू द्या.”

“ओ.के. सर.”

“थँक यू.”

“सर. एक रिक्वेस्ट आहे.”

“एस.”

“डी.सी.पी. सुमनला तिच्या आईला भेटता यावं. ह्याची परवानगी हवी सर.”

“मग अडचण काय आहे.”

“तसं शर्मा साहेबांना सांगितलं तर योग्य होईल.”

“सांगतो.”

“सर, आरोपी अंबा कोळी डी.सी.पी. सुमनची आई आहेत.”

“ओह! आय.सी.”

“कदाचित् अंबामुळेच सुमन वाचली, सर.”

“म्हणजे अंबाने डिफेन्सिव्ह ॲक्ट केली हे म्हणायचं आहे तुम्हाला? परंतु डी.सी.पी. दत्ता असं आब्जेक्शनल कृत्य का करेल?”

“सर, खरं कारण शोधावं लागेल.”

“तुमची मिसेस काय म्हणते?”

“जान्हवीला विश्वास आहे. दत्ताने सुमनला मारायचा प्रयत्न केला असणार म्हणून श्रीमती अंबाची केस घेतली. पण ॲडव्होकेट पोद्दारने इश्यू केला आहे.”

“इश्यू करण्यामागचा हेतू काय असू शकतो?”

“कारण ॲडव्होकेट पोद्दार मिसेस दत्ताचा भाऊ आहे. जर डी.सी.पी. दत्ताचा एखादा स्कॅम उघडकीस आला तर त्यांच्या कुटुंबाची बदनामी होईल आणि आफ्टर द डेथच्या बेनिफिटपासून मुकावं लागेल.”

“आय.सी.”

•••

अंबाला जमानत मिळाल्यावर ॲडव्होकेट जान्हवी व अंबा आधी घरी गेले. जान्हवी अंबाला म्हणाली,

“अंबा, आधी तू फ्रेश हो. तोपर्यंत खायला काही तरी करते.”

“ताई खायचं राहू द्या. आपण लवकर सुमनला बघायला जाऊ या.”

“ओ.के. आधी फ्रेश होऊन ये. नंतर बघू काय करायचं ते.”

जान्हवीने इनस्पेक्टर सावंतला मोबाईल केला, “सावंतसाहेब, सुमनचा काय प्रोग्रेस आहे?”

“प्रोग्रेस असं काही सांगता येत नाही.”

“बरं, मी बघते.”

“मॅडम, ताईला जामीन मिळेल का हो?”

“जामीन मिळाला आहे.”

“चला, त्र्यंबकेश्वर पावले म्हणावे.”

जान्हवीने फोन बंद केला. तितक्यात माधव घरी आला. त्याचा चेहरा पडलेला होता. जान्हवीने विचारले,

“काय झालं?”

"ही केस शर्माला दिली आहे."

"डोन्ट वरी. बरं झालं. मला या संदर्भात कोर्टात तुला प्रश्न विचारता येणार नाही. चल, जाऊ दे. आधी कुठल्यातरी स्पेशालिस्टला सुमनला सेकंड ओपीनियनसाठी न्यावं लागेल."

"बरोबर आहे. मी डॉक्टर प्रधानांना विचारतो."

माधवने डॉक्टर प्रधानांना फोन करून त्यांची अपॉईंटमेंट घेतली.

"काय झालं?"

"ते तासाभरात पोहोचतील."

जान्हवीने नाश्ता व चहा केला. अंबासुद्धा फ्रेश होऊन आली. तिला माधव म्हणाला,

"तू काळजी करू नकोस... आधी नाश्ता कर. सगळं व्यवस्थित होईल. आधी तू मला सांग, रात्री नेमकं काय झालं?"

अंबाने तपशीलवार सगळं सांगितलं. तेव्हा जान्हवी म्हणाली,

"मी जेव्हा दारात पोहोचले, तेव्हा अंबा सुमनचा मास्क चढवत होती. आता तुला माझे व अंबाचे स्टेटमेंटस् मॅच करणारे वाटले असतील."

"ओ.के. आपण सुमनने मुंबईत पाय ठेवल्यापासून प्रत्येक गोष्ट पुन: विचारपूर्वक तपासून पाहू. काही गोष्टी तिने तुझ्याशी शेअर केल्या असतील. खरोखर सुधीर दत्ता सुमनमुळे डिवचला गेला होता, की तो कुणाचा तरी मोहरा होता? त्याला कोण खेळवत होता. याचा तपास करायला हवा."

"माधव, सक्सेना म्हणाला होता. त्याने त्या मारेकऱ्यांना रस्ता मोकळा करून दिला."

"म्हणजे दत्ताची मारेकऱ्यांशी हातमिळवणी होती."

"पण दत्तामागे कोण सुप्रीमो आहे?"

"मी याचा तपास करतो."

"पण आधी डॉक्टर प्रधानांचं विसरू नको."

"तुम्ही निघा. मी त्यांना घेऊन येतो."

•••

त्या दोघी हॉस्पिटलमध्ये पोहोचल्या होत्या. ड्युटीवर फक्त कॉन्स्टेबल माने दिसत होता. कमिशनर शर्मांनी इतर पोलीसाना विड्रॉ केले होते. ह्याची

कल्पना माधवला होती. म्हणून त्याने आपली माणसं वेषांतर करून ठेवली होती. जान्हवी सुमनकडे बघत होती. अंबासुद्धा तिथे होती. अंबाला गलबलून आलं. ती रूमच्या बाहेर आली आणि सुशीलावहिनीजवळ बसून रडायला लागली.

"ताई, धीर धरा. असं रडून सुमन बरी होणार नाही"

अंबाने तिच्याकडे बघितलं. आणि पदराने डोळे पुसले. माधव डॉक्टर प्रधानांना घेऊन डॉक्टरच्या चेंबरमधे गेले. जान्हवीसुद्धा बाहेर आली. इन्चार्ज डॉक्टरांना घेऊन माधव व डॉक्टर प्रधानांनी सुमनला तपासलं. त्यानी लाईन ऑफ ट्रिटमेंट वाचली. पेशंटला हे असं का झालं? असं विचारलं, तेव्हा माधवने तपशीलवार संपूर्ण घटनाक्रम सांगितला. नंतर डॉक्टर प्रधानांनी तिच्या गळ्याजवळून हळूच बोट फिरवले. त्याना तिथे इन्ज्युरी जाणवली. मागच्या स्पाइनल कॉर्डसुद्धा तपासून बघितले. बॉडी स्कॅन केलेला एक्स-रे ते बारकाईने तपासत होते. ब्रेनच्या प्रत्येक भागावर त्यांनी आपले लक्ष केंद्रित केले. नंतर सुमनचे डोळे उघडून बघितले. नंतर डॉक्टर म्हणाले, "रक्त भरपूर गेलं आहे. पण एक गोष्ट चांगली आहे. ॲड्रिनिलीन सिक्रेशन अंडर कंट्रोल आहे. शॉक अब्झॉरवर कपॅसिटी चांगली आहे."

"सर, पण पेशंट रिस्पॉन्स देत नाही आहे."

"बघू, मी काही औषधं बदलवून देतो."

"सर, पेशन्ट कोमामध्ये जाऊ शकतो?"

"या ट्रीटमेंटला पेशंट रिस्पाँड करत नाही. म्हणजे कोमात जाण्याची शक्यता टाळता येत नाही. मी प्रयत्न करतो. बघू, परमेश्वराची काय मर्जी ती."

डॉक्टर प्रधानांनी औषधं बदलली आणि सगळं प्रत्यक्ष पाहिल्यापासून आपल्या निगराणीत औषधं द्यायला सुरुवात केली. तेव्हा माधवने इन्चार्ज डॉक्टरांना विनंती केली.

"डॉक्टर, तुम्ही आम्हाला एक फेवर करा."

"सर."

"तुम्ही रात्रीचा प्रकार पाहिलाच आहे. म्हणून कुणालाही सुमनची खरी परिस्थिती सांगू नका. इव्हन डॉक्टर प्रधानांचंसुद्धा कुणालाही सांगू नका. इतरांना वाटायला हवं. ते इथलेच डॉक्टर आहेत. समजा, इतर पोलीस ऑफिसर किंवा तुमच्या टीमलासुद्धा सांगा. पेशंटचे कोमात जाण्याचे चान्स आहेत. कारण आम्हाला खरा मारेकरी शोधायचा आहे. कदाचित तो पुन्हा प्रयत्न करू शकतो."

“आय अंडरस्टँड, सर.”

डॉक्टर प्रधान स्वत: सुमनची काळजी घेत होते. डॉक्टर प्रधान जगविख्यात मेडिकल तज्ज्ञ असून त्यांच्या प्रामाणिकपणाचा नावलौकिक होता.

•••

दुसऱ्या दिवशी कमिशनर शर्मांच्या चेंबरमध्ये ॲडव्होकेट आशुतोष पोद्दार बसले होते. ॲडव्होकेट पोद्दार म्हणाले. “सर, मला हॉस्पिटलमधून एक माहिती हवी आहे.”

“कशाप्रकारची?”

“सी.सी.टी.व्ही.च्या फूटेजबद्दल.”

कमिशनर शर्मांने लगेच हॉस्पिटलच्या डीनला फोन केला.

“गुड मॉर्निंग डॉक्टर... मी कमिशनर शर्मा बोलतो.”

“व्हेरी गुड मॉर्निंग सर.”

“मला डी.सी.पी. सुमनच्या प्रकृतीबद्दल विचारायचं होतं.”

“सर, विशेष इम्प्रूव्हमेंट नाही. आम्ही प्रयत्न करतो आहे. पण सॉरी सर... त्या कोमात जाऊ शकतात. एखादं मिरॅकल घडलं तरच त्या इन्प्रूव्ह होऊ शकतील.”

हे ऐकून कमिशनर शर्मांच्या चेहऱ्यावर आनंदाच्या छटा पसरल्या. पण तरी ते म्हणाले,

“डॉक्टर, त्यांची आमच्या डिपार्टमेंटला गरज आहे. त्यांची व्यवस्थित काळजी घ्या आणि मला एक फेवर करा.”

“सर...”

“ज्या दिवशी आमच्या डी.सी.पी. सुमनला ॲडमिट केलं होतं आणि त्या रात्रीची सी.सी.टीव्ही. कॅमेराची फूटेज माझ्या ऑफिसकडे पाठवायची व्यवस्था करा आणि हो कुणालाही माझ्या परवानगी शिवाय त्या फुटेजबद्दल काहीही सांगू नका.”

“सर.”

“कुणीही विचारलं तर सांगा, त्यादिवशी सिस्टीममध्ये अचानक प्रॉब्लेम झाला होता.”

“राईट सर.”

“आणि तुमच्या विश्‍वासू माणसाबरोबर ते फूटेज लवकर पाठवून द्या.”

“सर.”

त्यांनी फोन ठेवला. मग आशुतोषकडे वळत म्हणाले.

“फुटेजचं काम झालं. जरी ॲडव्होकेट जान्हवी मॅडमनी कोर्टातूनही परवानगी आणली तरी त्यांच्या हातात काही मिळणार नाही.”

“सर, फुटेज आणून देणाऱ्याची व्यवस्था करावी लागेल.”

“ठीक आहे. तुम्हाला त्याची अधिक काळजी आहे तर करू शकता!”

“सर, ॲडव्होकेट जान्हवीला ह्या केसमध्ये इंटरेस्ट का?”

“गुड क्वेश्चन.”

“कदाचित त्यांचा कमिशनर माधववर विश्‍वास नसेल.”

“त्यांना कुणावर संशय आहे?” आशुतोषने प्रश्‍न केला.

“मलाही वाटतं. कुणीतरी हे कारस्थान केलं असावं आणि चुकून नर्सवर आरोप आला.”

“पण मला विश्‍वास आहे. नर्समुळेच सुधीर दत्ता गेला.”

“सर, मला एक खटकतं?”

“काय?”

“तुम्ही सीनिअर कमिशनर आणि होम मिनिस्टर माधव अधिकारीना भाव देतात.”

“जाऊ द्या. शेवटी त्यांना माझ्याच हाताखाली राहावं लागेल. तशी माधवची जागा तुम्ही कोर्टात दाखवून दिली.

दोघेही हसायला लागले.

•••

जान्हवी हॉस्पिटलच्या डीनकडे गेली. त्यांनी उत्साहाने जान्हवीचं स्वागत केलं.

“नमस्कार सर! मी ॲडव्होकेट जान्हवी अधिकारी.”

“मी ओळखतो तुम्हाला. महाराष्ट्राच्या हिरकणी अवार्डच्या विजेत्या. सध्या वर्तमानपत्र आणि टी.व्ही. वर तुम्ही झळकत आहात.”

“ते सध्या महत्त्वाचं नाहीए सर. माझी एक रिक्वेस्ट आहे.”

“मी तुमच्यासाठी काय करू शकतो?”

"सर, मला डी.सी.पी. सुमनच्या आय.सी.यू. रूमचा व कॉरोडोअरचे सी.सी.टी.व्ही कॅमेरा फूटेज हवे होते."

"बरे... मी कन्सर्न इन्चार्ज राकेश सिंग यांना बोलवतो."

त्यांनी फोन करून कॉन्फरन्सवर ठेवला.

"हॅलो, मी डीन बोलतो."

"गुडमॉर्निंग सर."

"तिकडे राकेश सिंग असतील. त्याना माझ्या चेंबरमध्ये पाठवा."

"सर... ही इज नो मोर."

"काय सांगता?"

"सर त्यांचा एक्सिडेंट झाला."

"कधी..."

"आजच... मला आत्ताच कळलं."

"आय.एम. सॉरी नेक्स्ट इन्चार्ज कोण आहे?"

"मी आहे. सर."

"तुम्ही असं करा. मला दोन दिवसाआधीचे आय.सी.यू. वॉर्डचे फूटेज हवे."

"सॉरी सर..."

"व्हाय सॉरी."

"सर, तेच सगळं कसं डिलिट झालं कळत नाही. राकेश सिंग असते तर कळलं असतं!"

डीननी फोन ठेवला. जान्हवीने सर्व संभाषण ऐकलं होतं... त्यामुळे डीन साहेबांना पुन्हा फूटेजबद्दल विचारायची गरज उरली नव्हती. खोल श्वास घेत जान्हवी उठली व डीन साहेबांना म्हणाली.

"थँक यू सर."

"सॉरी मॅडम... ह्या बाबतीत मी काहीच मदत करू शकलो नाही."

"थँक यू सर."

दु:खी मनाने जान्हवी चेंबरच्या बाहेर आली. जान्हवी बाहेर गेल्याबरोबर डीन साहेबांनी लगेच कमिशनर शर्माला फोन केला.

"सर, मी जे.जे. तून बोलतो. सर, माझा माणूस तुमच्याकडे आला होता?"

"अद्याप पोहोचला नाही? काय झालं?"

"सर, त्याचा एक्सीडेंट झाला. ही इज नो मोर. जाताना तो सगळं फूटेज डिलिट करून गेला होता. आता मी पुन्हा ते फूटेज देऊ शकत नाही."

"नो प्रॉब्लेम."

कमिशनर शर्माने ॲडव्होकेट पोद्दारकडे हसत बघून फोन ठेवला.

• • •

जान्हवी तिच्या ओळखीच्या टी.व्ही. चॅनेलच्या ऑफिसात गेली. त्यांनीच तिला हिरकणीचा पुरस्कार घोषित केला होता. ज्या दिवशी सुमनने मुंबईत पाय ठेवला होता. त्या दिवशी सुमनने मुंबईत त्या मुलीना पकडून दिलं. जान्हवी ते फुटेज बघत बसली होती. तिने एका दृश्याला झूम केलं. तेव्हा तिला ते दृश्य खटकलं. तिने माधवला फोन केला. माधव लगेच तिथे पोहोचला.

"काय सापडलं?"

"हे बघ...ही चकलेवालीबाई काय म्हणते?"

"शर्मासाहब, आप के जमाने में ये क्या हो रहा है?" आणि हा कमिशनर शर्माचा चेहरा बघ... चेहऱ्यावर बारा वाजले आहेत. अरे, कुणीही सामान्य बाई... कमिशनरला त्याच्या नावाने असं कसं बोलू शकते? समथिंग इज राँग."

"पण जान्हवी, ह्याचा अंबाच्या केसशी काय संबंध?"

"पण सुमनशी आहे. सुमन असं काही करेल हे त्याला खटकलं."

"त्यांनीच सुमनला ह्या गोष्टीचा तपास करायला सांगितला होता."

"त्यानी सुमनला अंडर एस्टीमेट केलं होतं. पण ती बाई शर्माला नक्कीच ओळखत होती. आणि शर्मासुद्धा तिला ओळखत असणार."

"जान्हवी, हा आपला व्ह्यू आहे. पण आपण कोर्टात काही सिद्ध करू शकणार नाही."

"करेक्ट... पण या दिशेने विचार तर करता येतो. ॲडव्होकेट आशुतोष पोद्दारनी पहिले तुला का केसमधून काढलं? कारण तू सत्य शोधलं तर रॅकेट उघडण्याची शक्यता होती. कदाचित् आशुतोषसुद्धा यांच्याशी जुडला आहे. आता तू शोध, तुला उत्तर सापडेल. आशुतोष पोद्दार काही सरळ माणूस नाही."

"बरोबर. मी कामाला लागतो."

माधवने लगेच त्यांच्या टीमच्या मुख्य सदस्यांना भेटायला सांगितले.

त्यांच्या ठरावीक जागी इन्स्पेक्टर जहीर, इन्स्पेक्टर राणे, तिथे पोहोचले.

"जहीर, नवीन काही सापडलं?"

"सर, शर्मासर येऊन गेलेत. त्यांनी त्या दिवशीच्या डॉक्टर गुप्तांची उलट तपासणी घेतली. श्रीमती अंबाला त्यांनी स्टाफ नर्स नसतानादेखील कसं ठेवलं होतं. तेव्हा त्यानी तुमचं नाव सांगितलं."

"ओ.के. पुढे?"

"ह्यानंतर ते ह्या केसचे इन्चार्ज आहेत. म्हणून काही बदल झाल्यास त्यांना आधी कळवावे. हे सांगितलं."

"ओ.के."

नंतर इन्स्पेक्टर राणेला म्हणाले.

"राणे, सुमनबरोबर असताना तुम्हाला कधी एनीथिंग ॲबनार्मल जाणवलं होतं का?

"मी समजलो नाही सर."

"म्हणजे दत्ता साहेबांशी वाद वगैरे."

"नो सर... पण सेन्ट्रल पार्कच्या डायनिंग हॉलमध्ये दत्ता साहेबांना मी त्या डोंबिवलीच्या ॲम्युनेशन इंडस्ट्रीजच्या चटर्जीबरोबर ड्रिंक घेताना बघितलं होतं. सर, मी दोघांचा फोटो आपल्या मोबाईलमध्ये सेव्ह करून ठेवला आहे. हा बघा, मी दाखतो."

"राईट. म्हणजे तुम्ही त्या चटर्जीला अरेस्ट करून प्रसाद बरोबर गडचिरोलीला पाठवलं. आता समजलं."

"हा बघा सर, फोटोग्राफ."

"राईट. तुम्ही तो माझ्या मोबाईलवर ई-मेल करा. इन्स्पेक्टर चव्हाण, तुम्ही रात्री जागा सोडून बाहेर का गेले होते?"

"सर, दत्ता साहेबांच्या आदेशानुसार."

"मग डी.सी.पी. सुमनजवळ कोण होतं?"

"दाराजवळ कुणी नाही."

"मग त्यावेळेस दुसरा कुणी आला होता का?"

"नाही सर."

"कशावरून?"

"माझा एक कमान्डो पब्लिकमध्ये सोंग घेऊन झोपला होता. त्याच्याकडून मी कन्फर्म केलं आहे सर."

"इन्स्पेक्टर, कॉन्स्टेबल पाटीलच्या वेळेस तुम्ही तेव्हा कुठे गेले होते?"

"सर, बरोबर. तिथे सुद्धा शर्मासाहेबांनी आम्हाला विड्रॉ केलं होतं."

"म्हणजे पाटीलला आमच्याच माणसांकडून दगा झाला. कदाचित् त्याला सूत्रधार कळला असेल. ओह, मायगॉड. म्हणजे शर्मासाहेब कुठेतरी अडकले आहेत."

"सर, आता ते सुमन मॅडमला टारगेट करतील."

"आता आपल्याला खूप सावध राहून पुढचं पाऊल उचलावं लागेल."

"राणे, तुम्ही शकीलच्या मार्गावर रहा. तो शर्मासाहेबांच्या कॉन्टॅक्टमध्ये आहे का ते बघा. जहीर सक्सेनाला विचारा. शर्मा साहेबांची इतक्यात कुणा कुणाशी भेट होणार आहे ते?"

"राईट सर. पण सक्सेना तर हॉस्पिटलच्या ड्युटीवर आहेत."

"आजपासून पाठक साहेब त्यांच्या जागी जाणार आहेत."

तेव्हा इन्स्पेक्टर चव्हाण म्हणाले,

"इकबाल, फातिमाच्या सेलमध्ये ट्रान्समिटर ठेवायला पाहिजे. ते स्वत: तिकडे जाणार नाहीत. कारण त्यांना माहीत आहे. आपण कॅमेरे पेरले आहेत.

"राईट सर."

"सध्या सुमनवर डोळ्यात तेल घालून नजर ठेवावी लागेल. जहीर, इकबालचा कॉम्प्युटर आणि लॅपटॉप कुठे ठेवला आहे?"

"माझ्या कस्टडीत आहे."

"राईट... अजून एक गोष्ट ध्यानात ठेवा. अॅडव्होकेट आशुतोष पोद्दार कुणाकुणाशी भेटतो ह्याबद्दल माहिती काढा."

"सर."

●●●

डॉक्टर प्रधान सकाळपासून सुमनची काळजी घेत होते. अंबासुद्धा सुमनच्या रूममध्ये होती. संध्याकाळी सुमनला शुद्ध आली तेव्हा काही क्षणासाठी डॉक्टर प्रधान हाऊस इन्चार्जच्या रूममध्ये गेले होते. ड्युटी सिस्टर डॉक्टर प्रधानांना सांगायला गेली. तेव्हा अंबा सुमनजवळ लगबगीने गेली. त्यामुळे तिच्या पायाला बेड पॅन लागला. अंबा तो बेडपॅन सरळ करायला गेली. तेव्हा पेन ड्राईव्हबाहेर पडलेला दिसला. तिने तो आपल्या एका हातात ठेवला व दुसऱ्या हाताने

सुमनच्या हाताला स्पर्श केला. सुमनने हळूच डोळे उघडले. ती बोलायच्या प्रयत्नात होती. पण अंबाने इशारा करून बोलण्यास मनाई केली. सुमनच्या चेहऱ्यावर समाधान दिसत होतं. अंबाचा हात पकडून तिने पुन्हा डोळे मिटले. अंबाच्या डोळ्याच्या कडा पाणावल्या. मागे डॉक्टर प्रधानांनी हे दृश्य टिपले. त्यानी अंबाच्या डोक्यावर हात ठेवले. अंबाने वळून डॉक्टर प्रधानांकडे बघितले. तिच्या डोळ्यात कृतज्ञतेचे भाव स्पष्ट झळकत होते. डोळ्यातनं आसवे गळायला लागली. हळूच अंबाने सुमनचा हात सोडवला. तिने डॉक्टर प्रधानांना वाकून नमस्कार केला. तेव्हा डॉक्टर म्हणाले,

"आपण माध्यम असतो. सगळा कर्ता करविता तोच... त्यांना डोकं टेकवा."

अंबा काही न बोलता व्हरांड्यातल्या गणपतीजवळ गेली. डोकं टेकवून त्याचे आभार व्यक्त करीत ती हात जोडून उभी होती. मागून अंबाला हाताचा स्पर्श झाला. ती अंजली होती. गावाहून अंजली व डॉक्टर स्मिता आली होती. अंबाने वळून अंजलीकडे बघितलं. तिला बघून अंबाच्या डोळ्यातील अश्रू घळघळून वाहू लागले. डॉक्टर स्मिताला पहिल्यांदाच अंबाचं आईचं रूप पाहून गलबलायला आलं. डॉक्टर स्मिता व अंजली सुमनला बघायला गेले. डॉक्टर स्मिता डॉक्टर प्रधानांना म्हणाली.

"सर, मी डॉक्टर स्मिता, पेशंटची बहीण." डॉक्टर प्रधानांनी डॉक्टर स्मिताला सगळं सांगितलं. तिच्या प्रकृतीत कशी सुधारणा झाली हे ऐकून डॉक्टर स्मिताला बरं वाटलं. डॉक्टर स्मिताने डॉक्टर प्रधानांबद्दल खूप ऐकलं होतं. पण आज त्यांची प्रत्यक्ष भेट झाल्यावर तिने त्यांना वाकून नमस्कार केला. डॉक्टरांनी सुद्धा तिला भरभरून आशीर्वाद दिला. अंजली व डॉक्टर स्मिता इन्स्पेक्टर सावंत व सुशीलावहिनींनासुद्धा भेटल्या. आज इनस्पेक्टर सावंत महादेवला घेऊन आला होता. महादेवला बघून अंबा त्याच्या कुशीत जाऊन रडली. सुशीलावहिनीनी अंजलीला विचारलं.

"अंजली, तुम्हाला कसं कळलं?"

"पोलीस इन्स्पेक्टर घरी सांगायला आले होते. पेपर व टी.व्ही.मध्ये ताईचा, सुमनचा व ॲडव्होकेट जान्हवी ताईचा फोटो बघितला होता." जान्हवी व माधव आले तेव्हा अंबा जान्हवीकडे वळली.

"ताई, सुमनला शुद्ध आली."

हे ऐकून माधव सरळ डॉक्टरकडे गेले.

"डॉक्टरसाहेब, कुणालाही सुमनच्या रिकव्हरीबद्दल सांगू नका. जर कुणालाही कळलं तर तिच्या सोबत सर्वांना धोका होऊ शकतो." जान्हवीनेसुद्धा सर्वांना हेच सांगितलं.

•••

आजपासून खटल्याची सुनावणी पुन्हा सुरू होणार होती. सरकारी वकील ॲडव्होकेट आशुतोष पोद्दारांच्या चेहऱ्यावर आनंद झळकत होता. न्यायालयात सर्व न्यायाधीश महादेय येण्याची वाट पाहत होते.

अकराचा टोला होताच सत्र न्यायाधीश संजयकुमार चन्ने आले व आपल्या जागेवर विराजमान झाले. अंबा कठड्यात उभी होती. न्यायाधीश महोदयांनी केस फाइलवरून एक नजर फिरवली. नंतर त्यानी सरकारी वकिलाकडे बघितले. सरकारी वकील डायसजवळ आले व अभिवादन करीत म्हणाले. "युवर ऑनर, मला आरोपी अंबाला काही प्रश्न विचारायचे आहे."

"परवानगी आहे."

अंबा आता बरीच सावरली होती. आज ती ॲडव्होकेट आशुतोष पोद्दार यांच्या तोफेतून निघणाऱ्या विस्फोटकांचा सामना करायला सज्ज होती. ॲडव्होकेट आशुतोष पोद्दार तिच्यावर नजर रोखून थोडे चालत आले आणि बरसले. त्यांचा एकएक शब्द घायाळ करणारा होता.

"श्रीमती अंबा कोळी. तुम्हाला कसं काही वाटत नाही?"

"कशाबद्दल!"

"तुम्ही नर्स आहात. पेशंटचा जीव वाचवायच्याऐवजी जीव घेण्यासाखं घृणास्पद कार्य करता?"

अंबा न डगमगता आत्मविश्वासाने म्हणाली.

"वकीलसाहेब, तुम्ही अगदी बरोबर प्रश्न केला. मी नर्स आहे. पेशंटचा जीव वाचवायसाठीच मला हे सत्कृत्य करावं लागलं."

सगळीकडे हशा पिकला.

"ऑर्डर, ऑर्डर."

सरकारी वकीलाला हे अपमानास्पद वाटले. आमच्या मनातली चडफड आटोक्यात करीत ते म्हणाले,

"हे बघा, जेवढं विचारलं तेवढंच उत्तर द्या."

''युवर ऑनर, जे सत्य आहे तेच उत्तर देत आहे आणि मी शपथ घेतली आहे. जे काही सांगेन, खरं सांगेन.''

''युवर ऑनर. मी आता कोर्टासमोर हे सिद्ध करणार आहे की ह्या डी.सी.पी. सुमनला संपवायसाठी नर्सच्या भूमिकेत आल्या. पण ते शक्य झालं नाही म्हणून डी.सी.पी. दत्ता यांनाच संपवलं. म्हणून विटनेस बॉक्समध्ये फिंगर प्रिंट एक्सपर्ट श्री. डी.एन. खनगन ह्याची साक्ष घेण्याची परवानगी द्यावी.''

''परवानगी आहे.''

पाच फूट आठ इंच उंचीचे, डोक्यावर मध्यभागी टक्कल पडलेले, साधारण शरीरयष्टीचे श्री. खनगन कठड्यात येऊन उभे झाले. आशुतोष पोद्दारांनी त्यांना विचारलं.

''तुमचं पूर्ण नाव?''

''दत्तात्रय नामदेव खनगन.''

''तुम्ही काय करता?''

''मी फिंगर प्रिंट डिपार्टमेंटचा मुख्य इन्चार्ज आहे.''

''किती वर्षापासून.''

''वीस वर्षापासून.''

''आतापर्यंत किती फिंगर प्रिंटस् तुम्ही तपासलेत.''

''तीन हजार पाचशे सत्तावीस.''

''ह्या केसमध्ये तुम्हाला काय दिसलं?''

''डॉक्टर रवि, नर्स मिस वर्मा व श्रीमती अंबाचे फिंगर प्रिंटस् दाट दिसतात.''

''मिस्टर खनगन, हे फिंगर प्रिंटस् त्या एडजेस्टेबलच्या फिंगर प्रिंटस्शी जुळतात काय?

''होय.''

''कुणाशी?''

''अंबाच्या फिंगर प्रिंटशी.''

''युवर ऑनर, याचा अर्थ स्पष्ट होतो की ह्या कारस्थानाची सूत्रधार श्रीमती अंबा कोळीच आहे. दॅटस् ऑल, युवर ऑनर.''

नंतर ॲडव्होकेट जान्हवी अधिकारीकडे बघून म्हणाले.

''मिसेस अधिकारी...''

जान्हवी उठून खनगनकडे आल्या. नंतर श्री. खनगनच्या डोळ्यात बघून

म्हणाल्या, ''श्री. खनगन साहेब तुम्हाला चश्मा लागला आहे. मग घातला का नाही?''

''तो जवळचा आहे.''

''त्याने बरोबर दिसतं? मला विश्वास आहे. तुम्ही काहीतरी चुकत आहात?''

''आय आब्जेक्ट, युवर ऑनर. श्रीमती जान्हवी अधिकारी मिस्टर खनगन यांच्या आत्मविश्वासावर आघात करीत आहेत.''

तितक्याच आत्मविश्वासाने ॲडव्होकेट जान्हवी म्हणाली,

''युवर ऑनर, मला मी खनगनकडून फिंगर प्रिंटस्‌ची खरी माहिती हवी आहे.''

नंतर खनगनच्याजवळ गेली व त्यांच्या डोळ्यात बघत म्हणाली.

''मिस्टर खनगन, मी जे विचारेन त्याचं उत्तर हो किंवा नाहीमध्ये द्या.''

''एस मॅडम.''

''डॉक्टर रवि आणि नर्स मिस वर्माचे फिंगर प्रिंटस् पुसल्यासारखे दिसतात की पुसण्याचा प्रयत्न केल्यासारखे दिसतात.''

''पुसण्याचा प्रयत्न केल्यासारखं दिसतात.''

''कशानी पुसण्याचा प्रयत्न झाला असेल.''

''मॅडम, रुमालानी.''

''दॅटस् ऑल युवर ऑनर.''

नंतर जान्हवी आपल्या जागेवर जाऊन बसली. चिडून ॲडव्होकेट आशुतोष पोद्दार उठले व म्हणाले,

''युवर ऑनर मला श्रीमती अंबाला काही विचारायचे आहे.''

''परमिशन ग्रँटेड.''

''श्रीमती अंबा, मला सांगा, तुम्ही त्या रात्री काय बघितलं?''

''युवर ऑनर, मी दाराजवळ बसले होते. मॅडम सुमनच्या चेहेऱ्यावर ऑक्सिजन मास्क लावला होता. तिला ड्रीप लावलेली होती. सलाईन फ्लो बरोबर जात होता. मी हे पाहत होते. हे पाहत असतानाच माझा डोळा लागला. पण जेव्हा सुमन मॅडम आचके द्यायला लागली त्या वेळेस मला अचानक जाग आली, तेव्हा मला सुमन मॅडमच्या चेहऱ्यावरचा मास्क वर सरकवलेला दिसला. सुमन मॅडमचं आचके देणं सुरू होतं. तिच्या शरीरात जाणारा सलाईन फ्लो बंद होता. एक इसम आपल्या उजव्या हातात पिस्तूल घेऊन उभा होता. पिस्तूल

सुमन मॅडमच्यावर रोखले होते. मी बसल्या-बसल्या आपला हात हलवून बघितला. तेव्हा माझ्या हातात लोखंडाचा एडजेस्टेबल पाना लागला. तो मी उचलला आणि त्या इसमाला मारला. त्यामुळे तो इसम जमिनीवर कोसळला. लगेच पुढे होऊन आधी सुमन मॅडमच्या चेहऱ्यावर मास्क चढवला. नंतर सलाईन फ्लो चालू केला. मग तेवढ्यात इन्स्पेक्टर चव्हाणसाहेब डॉक्टरांना घेऊन आले. माझं लक्ष त्यांच्याकडे गेलं. मी अरेस्ट झाले.''

''युवर ऑनर, म्हणजे श्रीमती अंबाच्या हाताने डी.सी.पी. दत्ताचा निर्घृण खून झाला.''

तेव्हा ॲडव्होकेट जान्हवी ॲडव्होकेट आशुतोषचा मुद्दा खोडत म्हणाली,

''युवर ऑनर, पण खून का झाला? हे प्रश्न अजून सुटले नाहीत म्हणून युवर ऑनर मला अंबाला काही प्रश्न विचारायचे आहेत.''

''परमिशन ग्रँटेड.''

''श्रीमती अंबा, जेव्हा तो अतिरेकी सुमनच्या रूममध्ये आला तेव्हा तो कुठल्या कपड्यात होता?''

''आय स्ट्राँगली ऑब्जेक्ट युवर ऑनर. एका आय.पी.एस. अधिकाऱ्याला ॲडव्होकेट जान्हवी अतिरेकी म्हणते?''

''युवर ऑनर, आय.पी.एस. अधिकाऱ्यांना शासनाने ड्रेस कोड दिला आहे. जर तो अधिकारी कुठल्याही कपड्यात येऊन जखमी ऑफीसर वर पिस्तूल ताणून उभा असतो. तर कुणीही प्रामाणिक जिगरबाज व्यक्ती काय करेल? त्या अतिरेक्यापासून आपल्या पेशंटचा बचाव करेल. जर दत्ताचा उद्देश स्वच्छ होता तर सुमन आचके देताना त्यांनी नर्सला किंवा डॉक्टरला सांगितलं का नाही? त्याचाच अर्थ पेशंटने डी.सी.पी. सुमनच्या बचावासाठी व स्वरक्षणार्थ अंबाचं उचललेलं पाऊल होतं. तिला काय माहिती की ती सिव्हील ड्रेसमधली व्यक्ती डी.सी.पी. दत्ता होते? त्यावेळी जे दृष्य दिसत होते ही त्यावेळची टाईम डिमांड कुठल्याही सद्विवेक बुद्धी असलेल्या माणसाला हे कृत्य करण्यास बाध्य करते. हे कृत्य अंबाने केलं नसतं, तर आज जिगरबाज अधिकारी सुमन या जगात नसती. ज्या समाज कंटकांनी बंड पुकारले होते त्या बंडाला हाणून पाडण्यात सुमन यशस्वी ठरली. म्हणून तो अतिरेकी चिडून पुन्हा तिथे आला होता. कमिशनर माधव अधिकारी यांनी नेमलेल्या अधिकाऱ्यांना त्या जागेतून हलवून हे दुष्कृत्य करायचा प्लान होता. तो प्लान श्रीमती अंबाने हाणून पाडला. म्हणून मी न्यायासनाला सांगू इच्छिते, श्रीमती अंबा कोळी दोषी नाहीत. दॅटस् ऑल,

युवर ऑनर.''

ॲडव्होकेट जान्हवीला धाप लागली होती. ती आपल्या जागेवर येऊन बसली. तेवढ्याच ताकदीने ॲडव्होकेट आशुतोष पोद्दार म्हणाले.

''युवर ऑनर... ॲडव्होकेट जान्हवी अधिकारी ह्यांनी आपला अंदाज व्यक्त केला, पण सत्य वेगळेच आहे.''

घड्याळ्याच्या टोल्यांनी आजच्या कारवाईला विराम घ्यायला भाग पाडले होते. कोर्टाची वेळ संपली होती. न्यायाधीश महोदय म्हणाले,

''कोर्टाची कारवाई उद्या पुन्हा सुरू होईल.''

वर्तमानपत्र व टी.व्ही. चॅनल्सवर ॲडव्होकेट जान्हवीची खूप स्तुती करण्यात आली. जी तीक्ष्ण प्रतिक्रिया अंबाबद्दल होती, त्याची सुई ॲडव्होकेट जान्हवीने डी.सी.पी. दत्ताकडे फिरवली होती. जनता अंबाच्या बाजूने विचार करायला लागली होती.

कोर्टातून निघाल्यावर अंबा व जान्हवी सरळ हॉस्पिटलमध्ये गेल्या. सुमनच्या प्रकृतीत सुधारणा जाणवत होती. माधव वेषांतर करून सुमनचा काका बनून आला होता. आधी जान्हवी व अंबाने त्याला ओळखलं नाही. त्याने सुद्धा आपली ओळख दाखवली नाही. कमिशनर शर्माने सब इन्स्पेक्टर सक्सेनाला हलवून त्यांच्याऐवजी सिनिअर पोलीस इनस्पेक्टर पाठक ह्यांना ठेवलं होतं. नजमा व तिचा नवरा असलम सुमनला बघायला आले होते. अंबाला पाहून नजमा म्हणाली,

''मौसी, किती तमन्ना होती सुमनची. तिची अशी हालत नसती तर नक्की ती माझ्या निकाहसाठी आली असती.'' आणि अंबाला बिलगून ओक्सा-बोक्शी रडायला लागली.

''प्लीज, तुम्ही सर्व बाहेर जा.'' तिथली ड्युटी नर्स म्हणाली. माधवसुद्धा बाहेर आला. नंतर जान्हवीला मोबाईलवर म्हणाला,

''मी जरा बाहेरून येतो.''

तेव्हा कुठे जान्हवीला माधवबद्दल कळले. माधवने जहीरला फोन केला व असलमला हॉस्पिटलमध्ये येऊन गाठायला सांगितलं. पुन्हा जान्हवीला फोन करून नजमाच्या नवऱ्याला खाली घेऊन यायला सांगितलं. तेव्हा जान्हवी असलमल म्हणाली.

''असलम बेटा. नजमा को उसके मौसीजवळ बसू दे. माझ्याबरोबर प्लीज थोडं खाली येतो का?''

“जी आण्टी!”

खाली उतरल्यावर त्याना जहीर भेटला. तो असलमला म्हणाला.

“असलम भाई, शादी मुबारक हो.”

“थँक यू...”

“अभी मॅडम कैसी है?”

“नाजूक दौर से गुजर रही है। असलमभाई तुमची थोडी मदत पहिजे.”

“तुमची मदत करता आली तर मी स्वत:ला खुशनशीब समजेन.”

“तुम्ही इकबालच्या कॉम्प्युटर व लॅपटॉप डी कोड करू शकता?”

“जी! प्रयत्न करेन.”

“चलीये मेरे साथ. आण्टी, तुमच्या कारची चाबी द्या. आम्ही लगेच येतो.”

•••

एका तासानंतर जान्हवी, अंबा, नजमा व अंजली खाली आले. डॉक्टर स्मिता सुमनजवळ होती. कमिशनर माधवमुळे तिची डॉक्टर प्रधानांची चांगली ओळख झाली. नकळत डॉक्टर स्मिताला शिकायला मिळालं होतं.

अंबा हॉस्पिटलच्या बाहेर आल्याबरोबर एका चॅनेलवाल्यानी अंबाला गाठलं.

“मॅडम, तुम्हाला काय वाटतं? तुम्ही गुन्हा केला आहे?”

अंबाने त्या मीडियावाल्याला उलट प्रश्न केला.

“जर माझ्या जागी तुम्ही असते आणि पेशंट तुमची आई, बहीण, भाऊ असते तर अशा परिस्थितीत तुम्ही काय केलं असतं?”

मीडियावाले काही उत्तर देऊ शकले नाहीत. तेव्हा अंजली म्हणाली,

“बोला, उत्तर देता येत नाही तर बांगड्या घाला. मी त्या जागी असते तर अंबा ताईने जे केलं तेच केले असते. नुसत्या टी.आर.पी. साठी गहाण ठेवलेली बुद्धी वापरू नका. सद्‌सद्‌विवेक बुद्धी वापरून प्रश्न विचारा.”

“तुम्ही कोण?”

“मी कॉमन मॉबची एक कॉमन वुमन. व्हाईस ऑफ इंडिया.”

जान्हवी कौतुकाने अंजलीकडे बघत होती.

•••

ॲडव्होकेट आशुतोष पोद्दार उभे होऊन म्हणाले कोर्टरूम पत्रकार, मीडिया आणि इतर दर्शकांनी खचाखच भरले होते.

"परमिशन ग्रँटेड"

"युवर ऑनर, मला श्रीमती कोळी यांना काही प्रश्न विचारायचे आहेत."

"श्रीमती अंबा तुम्ही काय करता?"

"म्हणजे?"

"तुम्ही नर्स आहात?"

"हो!"

"म्हणजे तुम्ही जे.जे. मध्ये काम करता?"

"नाही!"

"मग त्या रात्री तुम्ही तिथे कशा पोहोचलात? तुम्ही जे.जे.त काम करीत नाही. ह्याचा अर्थ असाही होऊ शकतो तुम्हाला लेडी अतिरेकी का म्हणू नये?"

"आय स्ट्राँगली ऑब्जेस्ट युवर ऑनर. श्रीमती अंबाची सिक्युरिटीच्या दृष्टिकोनातून मुंबई कमिशनर श्री माधव अधिकारी यांनी डॉक्टरांना रिक्वेस्ट करून नियुक्ती केली होती."

"म्हणजे डी.सी.पी. दत्ता यांचा काटा काढण्यासाठी?"

"आय स्ट्राँगली, आब्जेक्ट युवर ऑनर."

"आब्जेक्शन सस्टेन्ड आणि ॲडव्होकेट पोद्दार पुराव्याअभावी असे वक्तव्य करू नका. नेक्स्ट."

"युवर ऑनर, मला पोलीस इन्स्पेक्टर चव्हाण याची साक्ष घ्यायची आहे."

न्यायाधीश महोदयांनी परवानगी दिली.

"इन्स्पेक्टर चव्हाण, जेव्हा तुम्ही. डी.सी.पी. सुमनच्या वार्डात गेले. तेव्हा काय बघितलं?"

"युवर ऑनर, ह्या मॅडम आमच्या डी.सी.पी. सुमन मॅडमच्या पल्स बघत होत्या आणि डी.सी.पी. दत्ता साहेब रक्ताच्या थारोळ्यात जमिनीवर पडले होते."

"बघितलं युवर ऑनर, इकडे मुडदा पाडायचा व तिकडे पल्स बघण्याचं नाटक करायचं."

"युवर ऑनर, मी खरंच सुमन मॅडमच्या पल्स बघत होते. कारण कारडिॲक मॉनिटरवरची मूव्हमेंट मास्क काढल्यामुळे इरॅटीक दाखवत होती.

म्हणून त्या क्षणी मला त्यांची पल्स बघणं गरजेचं होतं.''

''पल्स पाहून काय केलं असतं?''

''त्यावेळेला जे योग्य वाटलं असतं?''

''नेमकं काय केलं असतं?''

''जर स्थिती माझ्या आटोक्याच्या बाहेर असती, तर इमर्जन्सी बेल वाजवली असती.''

''पण परिस्थिती वाईट होती. तरी तुम्ही बेल वाजवली नाही. पॉईंट टू बी नोटेड युवर ऑनर.''

''तसं नाही युवर ऑनर.''

''मग कसं आहे श्रीमती अंबा कोळी?''

नंतर लगेच ते इन्स्पेक्टर चव्हाणकडे वळले.

''इन्स्पेक्टर चव्हाण साहेब, मग पुढे काय झालं?''

''तेव्हा मी यांना विचारलं, सिस्टर, इथे काय घडलं? त्यांनी काहीही उत्तर दिलं नाही. मी बेड्या काढल्या. श्रीमती अंबांनी आपले दोन्ही हात पुढे केले. नंतर मी त्यांच्या हातात बेड्या ठोकल्या.''

''इन्स्पेक्टर चव्हाण, तुम्ही जाऊ शकता?''

नंतर सरकारी वकील ॲडव्होकेट आशुतोष पोद्दार न्यायाधीश महोदयांकडे वळून म्हणाले.

''युवर ऑनर, जेव्हा अंबा कोळी आपला गुन्हा स्वत:हून कबूल करत आहे, तेव्हा आरोपीचे वकील हट्ट करून नाहक वेळ घालवित आहेत.''

''आय स्ट्राँगली ऑब्जेक्ट युवर ऑनर.''

न्यायाधीश महोदयांनी सरकारी वकिलांना समज दिली. ॲडव्होकेट जान्हवी उभ्या राहिल्या.

''युवर ऑनर, या न्यायसदनात सर्वांना आपली बाजू मांडण्याचा नियमानुसार हक्क आहे. आणि सरकारी वकील स्वत: कोर्टाची दिशाभूल करीत आहेत. माझ्या आशिलाने हात पुढे केले ह्याचा अर्थ गुन्हा केला हे कबूल केलं नाही. उलट माझ्या आशिलाने त्यांना सहकार्य केले.

कोर्टात खुसपूस सुरू झाली.

''ऑर्डर, ऑर्डर.''

कोर्टरूममध्ये शांतता पसरल्यावर ॲडव्होकेट जान्हवी म्हणाल्या,

''युवर ऑनर, मला इन्स्पेक्टर चव्हाणसाहेबांना काही प्रश्न विचारायचं

आहेत.''

''परमिशन ग्रँटेड.''

इन्स्पेक्टर चव्हाणांपुढे जाऊन जान्हवी त्यांच्या डोळ्यात नजर भिडवत म्हणाली,

''इन्स्पेक्टर चव्हाण, बी कर्म्फटेबल.''

''थँक यू, मॅडम.''

''मला सांगा, तुमची ड्युटी कुठे होती?

''डी.सी.पी. सुमनच्या वार्डाजवळ.''

''गुड. तुमच्यासारखा असा ॲक्टीव पोलीस ऑफिसर ड्युटीवर असताना तुमच्यासमोर डी.सी.पी. दत्ता कसे मारले गेले? ते सिविल ड्रेसमध्ये होते. तुम्ही त्यांच्याबरोबर सुमनच्या रूममध्ये असायला हवे होते. म्हणजे श्रीमती अंबा कोळी यांना दत्ता बाहेरील व्यक्ती आहेत हे वाटलं नसतं. पण मला असं वाटतं, इन्स्पेक्टर चव्हाण, हे कृत्य तुम्ही तर केले नाही आणि दोष श्रीमती अंबावर टाकून मोकळे झालात?''

इन्स्पेक्टर चव्हाणचा चेहरा रडकुंडीस आला होता. चेहऱ्यावर घाम आला होता. चेहऱ्यावरचा घाम पुसत इन्स्पेक्टर चव्हाण म्हणाले.

''तुम्ही हे काय म्हणता मॅडम?''

''इन्स्पेक्टर चव्हाणसाहेब, तुम्ही गुन्हेगार नाहीत तर एवढं घाबरायचं काय कारण?''

''मॅडम, मी कबूल करतो माझी ड्युटी डी.सी.पी. सुमन मॅडमच्या वार्डाजवळ होती. पण त्यावेळेस मी तिथे नव्हतो. वाटल्यास हवालदार गुलाब यांना विचारा.''

''म्हणजे तुम्ही दोघेही ड्युटी स्पॉट सोडून दुसरीकडे मौज-मस्ती करायला गेले होते.''

''नो मॅडम.''

''मग कुठे होता?''

ॲडव्होकेट जान्हवीचा आवाज चढला होता. कोर्टरूममध्ये प्रचंड शांतता पसरली होती. सर्वांच्या नजरा इन्स्पेक्टर चव्हाणवर लागल्या होत्या. इन्स्पेक्टर चव्हाण म्हणाले.

''मी खाली ग्राऊंड फ्लोअरवर होतो व हवालदार गुलाब डी.सी.पी. सुमनच्या वार्डापासून वीस फूट अंतरावर...''

''तुम्ही ग्राऊंड फ्लोअरवर का गेला होतात?''

"मॅडम, डी.सी.पी. दत्ता साहेबांनी मला व माझ्या दोन्ही कमांडोजना ग्राऊंड फ्लोअरवर घेऊन गेले."

"का?"

"ते म्हणाले, तुमची जागा वर वार्ड जवळ नाही. खाली आहे."

"वार्डाजवळ ड्युटी करण्याची ऑर्डर कुणी दिली होती."

"पोलीस कमिशनर माधव सरांनी."

"खाली ड्युटी लागल्यावर तुम्ही माधवसरांना कळविलं होतं?"

"मॅडम, हा प्रश्न मी डी.सी.पी. दत्ता साहेबांना विचारला होता. पण ते म्हणाले होते. मी माधव सरांना नंतर कळवेन."

"पॉईंट टु बी नोटेड युवर ऑनर."

"मग तुम्ही खालच्या भागात गेले. तेव्हा सुमन मॅडमच्या वार्डाबाहेर कुणी होतं?"

"नाही मॅडम."

"ह्याचाच अर्थ असा होतो युवर ऑनर डी.सी.पी. दत्तांचा उद्देश बरोबर नव्हता."

"युवर ऑनर, कदाचित त्यावेळेस दत्ता साहेबांना परिस्थिती बरोबर वाटली असेल म्हणून इन्स्पेक्टर चव्हाण याना खाली नेले. पण ह्याचा अर्थ असा होत नाही युवर ऑनर, की दत्ता साहेबांचा उद्देश चूक होता."

कोर्टरूममध्ये खुसपूस सुरू झाली आणि ॲडव्होकेट आशुतोष विजयी मुद्रेने दर्शकांकडे बघायला लागले.

"ऑर्डर... ऑर्डर."

"युवर ऑनर, माझी साक्षीदार हवालदार श्रीमती वैद्य यांना तपासणीसाठी परवानगी द्यावी.

"परवानगी दिली."

"तुमचं नाव?"

"मी कान्स्टेबल रेखा वैद्य."

"कुठल्या पोलीसस्टेशनमध्ये काय करता?"

"सराफा पोलीस स्टेशनमध्ये नाशिकात."

"तू या मॅडमला ओळखते?"

"मी हिला राजाबहाद्दर हॉस्पिटलमधून चोरीच्या आरोपाखाली अरेस्ट करून घेऊन गेले होते."

“दॅटस् ऑल, युवर ऑनर.”

नंतर जान्हवीकडे हसत म्हणाले. “ॲडव्होकेट जान्हवी?”

“एस युवर ऑनर.” मग कॉन्स्टेबल वैद्यला म्हणाली.

“तुम्ही वैद्य कान्स्टेबल?”

“व्हय मॅडम.”

“तुम्ही साळुंके साहेबांना ओळखता?”

“एस मॅडम.”

“कसं ओळखता त्यांना?”

“आमच्या ठाण्यात इन्स्पेक्टर होते.”

“आता कोणत्या ठाण्यात त्यांची ट्रान्स्फर आली आहे.”

“साहेब लोकांचं काय, मॅडम त्यांची कुठेबी बदली होते.”

“तुमची तिकडे बदली झाली तर जाणार?”

“आय आब्जेक्ट युवर ऑनर, लेडी कॉन्स्टेबल वैद्य यांच्या ट्रान्स्फर ह्या केसशी काय संबंध?

“आहे, युवर ऑनर. अंबाच्या विरुद्ध त्या कशा आहेत हे सांगायला माझ्या मित्रांनी नाशिकातनं साक्षीदार आणला आहे. तर मला सुद्धा साक्षीदाराच्या उलट तपासणीचा अधिकार आहे.”

“प्रोसीड.”

“तर मॅडम रेखा वैद्य, तुमचीसुद्धा तिकडे बदली झाली तर?”

“मला तिकडे बदली नको मॅडम.”

“कां गं!”

“पण मी काय केलं मॅडम?”

“काही केल्यानंच बदली होते का वैद्य?”

“हो मॅडम.”

“साळुंके साहेबानी दहा हजार घेतले होते. आणि तुम्ही पाच हजार... मग तुमची बदली नको का व्हायला?”

“पण ते तर स्वर्गात गेले.”

“तू ह्याला बदलीबद्दल म्हणत असशील तर तुझी बदली पाच हजाराच्या हिशोबाने व्हायला हवी. खरं खरं सांग. नाही तर तुझी बदली काय, खोटी साक्ष दिल्याबद्दल नोकरीतून जावं लागेल. बोल, खरं बोलतेस की नाही.”

“एस मॅडम, इन्स्पेक्टर साळुंके फ्रॉड केस बनविण्यात माहीर होते.

आम्हाला बी त्यांच्या सोबत ड्युटी करायची तर समदं करावं लागत होतं.''

''म्हणजे तुम्ही दोघांनी ह्या मॅडमला फसवायसाठी एकूण पंधरा हजार घेतले होते.''

''एस मॅडम...''

''इकडे खोटी साथ द्यायसाठी तुमच्याकडे कोण आले होते?''

''मुंबईवरून मोठ्या ऑफिसरांचा फोन आला होता.''

''नाव माहीत आहे?''

''नाही मॅडम.''

कोर्ट रूममध्ये खसखस सुरू झाली.

''दॅटस ऑल, युवर ऑनर.''

ॲडव्हाकेट आशुतोष पोद्दार मनातून चरफडले होते. ते पुन्हा अंबाकड वळले.

''मला एक सांगा श्रीमती अंबा कोळी, तुम्हीच का म्हणून डी.सी.पी. सुमनची नर्स बनून तयार झालात?''

''बरोबर... कारण डी.सी.पी. सुमन माझी मुलगी आहे. तिच्या रक्षणार्थ मी काहीही करू शकते?''

''पॉईंट टू बी नोटेड युवर ऑनर.'' ॲडव्होकेट आशुतोष पोद्दार म्हणाले.

दर्शकातून एक तरुण बाई अचानक उभी झाली आणि जोराने ओरडली. त्यामुळे सर्व तिच्याकडे आश्चर्याने बघू लागले.

''सर, ह्या अंबामाई गुन्हेगार नाहीत. मला काही सांगायचं आहे, युवर ऑनर.''

कोर्टरुममध्ये दर्शकांची कुजबुज सुरू झाली.

''ऑर्डर ऑर्डर. त्यांना जे काही सांगायचं असेल त्यानी विटनेस बॉक्समध्ये येऊन सांगावं.'' त्या कठड्यात आल्या. तेव्हा ॲडव्होकेट आशुतोष पोद्दाराने त्या बाईला प्रश्न केला.

''तुम्ही शपथ घेतली आहे. जे काही सांगेन खरं सांगेन.''

''वकील साहेब मला कळतं खरं सांगायला. तुम्हीच वकील लोक आम्हाला बोलू देत नाही.''

''बोला. मन मोकळेपणे बोला मी–मी अडवणार नाही. बरं, मॅडम. तुमचं नाव?''

''मजुंळा पाटील. स्वर्गीय कॉन्स्टेबल चैतन्य पाटील यांची विधवा.''

''तुम्ही ओरडून या कोर्टाला सांगितलं की श्रीमती अंबा कोळी गुन्हेगार नाहीत. तुम्हाला माहीत आहे गुन्हा कुणी केला?''

''व्हय, युवर ऑनर. ज्यांचा अंबा माईनी वध केला तो खरा गुन्हेगार होता.''

''कशावरून? म्हणजे तुम्हाला नेमकं सांगायचं काय?''

''मला हे सांगायचं डी.सी.पी. सुमन मॅडम बरोबर माझा नवरा ए.टी.एस. टीमचा बहादूर गडी होता. त्याला अतिरेक्यांच्या गोळ्या लागल्या होत्या. रातभर सुमन मॅडम त्यांची व माझी काळजी घेत होत्या. कमिशनर माधव अधिकारी साहेब व सुमनताईमुळे माझ्या नवऱ्याची लई वज झाली. तो बरा होत होता. माझ्या नवऱ्याच्या पहाऱ्यावर इनस्पेक्टर चव्हाणसाहेब डोळ्यात तेल घालून ड्युटी करत होते. एका राती इनस्पेक्टर चव्हाण साहेबाला तिथून हलवण्यात आलं. मारेकऱ्यांसाठी वाट मोकळी करण्यात आली होती. तवा मी त्यांच्या मागे गेली असती अन् अंबा आईसारखी तुटून पडली असती तर माझा नवरा आज जिवंत असता.''

हे ऐकून अंबाच्या डोळ्यातून घळघळा अश्रू वाहत होते. पब्लिकमधून कूजबूज ऐकू आली.

''ऑर्डर, ऑर्डर.''

पटकन जान्हवी म्हणाली, ''आता हे सिद्ध झाले युवर ऑनर, दत्ता कसे होते?''

''आय आब्जेक्ट, युवर ऑनर.''

''आब्जेक्शन ओव्हर रूल्ड.''

''थँक यू. युवर ऑनर... तर मिसेस पाटील.''

''तुम्ही त्या रात्री दत्ता साहेबांना पाहिलं होतं?''

''मी दत्ता साहेबांना ओळखत नाही पण ते मोठं पोलीस अधिकारी होते.''

''कशावरून?''

''त्यांनीच इनस्पेक्टर चव्हाण साहेबाना व कमांडोजना त्या जागेवरून हलवलं.''

''तुम्हाला दत्ता साहेबांचा फोटो दाखवला तर ओळखाल?''

''प्रयत्न करेन!''

ॲडव्होकेट आशुतोष पोद्दारने कमिशनर शर्मा साहेबांचा फोटो दाखवला.

"हा त्यांचा फोटो आहे का?"

"व्हय, बरोबर आहे साहेब."

"युवर ऑनर हा कमिशनर साहेबांचा म्हणजे कमिशनर शर्मा साहेबांचा फोटो आणि ते ह्या केसचे मुख्य तपास अधिकारी आहेत आणि ही वेडी बाई कोर्टाचा वेळ घालवत आहे."

अचानक जान्हवी उभी झाली आणि म्हणाली.

"युवर ऑनर, याची सत्यता आपण इन्स्पेक्टर चव्हाण साहेबांकडून करू शकतो. त्यासाठी इन्स्पेक्टर चव्हाण साहेबांना विटनेस बॉक्समधे येण्याची परवानगा द्यावी."

"परवानगी दिली."

"इन्स्पेक्टर चव्हाण साहेब, त्या दिवशी, म्हणजे श्रीमती पाटील सांगतात त्या दिवशी, तुम्हाला कुणी हलवलं होतं?"

"कमिशनर शर्मा साहेबांनी."

"आय ऑब्जेक्ट, युवर ऑनर त्या घटनेचा या घटनेशी काय संबंध आहे?"

"आहे, युवर ऑनर."

"प्रोसिड."

"मग तुम्ही खाली गेले. नंतर काय झालं? शर्मा साहेब हॉस्पिटलमधून निघाले होते?"

"मला नीट आठवत नाही मॅडम."

"पॉईंट टू बी नोटेड युवर ऑनर. पद्धत एक पण जागा आणि काळ वेगळा. हा प्रश्न इथे उद्‌भवू नये म्हणून तुम्ही ह्या केससाठी शर्मा साहेबांची शिफारस केली."

"आय आब्जेक्ट, युवर ऑनर."

"ॲडव्होकेट जान्हवी, तुम्हाला काय म्हणायचे आहे?"

"मला त्या केसबद्दल काही म्हणायचं नाही पण इतकं नक्की; ती केस फाईल मी उघडायला लावेन आणि श्रीमती पाटीलकडून ती केस नक्की लढेन."

कोर्टरूममध्ये पुन्हा खुसपुस सुरू झाली.

"ऑर्डर, ऑर्डर."

वेळ संपल्याचा टोला वाजला.

"पुढची कारवाई उद्या अकरा वाजता सुरू होईल."

कोर्टातून अंबा, जान्हवी बाहेर आल्या तेव्हा त्यानी इन्स्पेक्टर चव्हाणांना

आपल्याकडे बोलवलं.

"एस मॅडम."

"मिसेस पाटील दिसतात का बघा?"

काही क्षणात मिसेस पाटील इन्स्पेक्टर चव्हाण बरोबर आल्या. तेव्हा जान्हवी म्हणाली,

"चव्हाण, पाटील मॅडमला आपल्या टीमच्या सदस्यांकडे काही दिवस व्यवस्था करा. कुणालाही कळता कामा नये, त्या कुठे आहेत?"

"राईट मॅडम."

"तुम्ही लगेच निघा."

•••

रात्रीचे दहा वाजले होते. जान्हवी स्टडी रूममध्ये शून्यात बघत बसली होती. केस कशी रेटावी हा तूर्त प्रश्न तिच्यासमोर होता. कारण कमिशनर शर्मा व ॲडव्होकेट आशुतोष पोद्दार काय चावी फिरवतील देव जाणे. दारावरची बेल वाजली. तेव्हा तिची तंद्री तुटली. दार उघडल्यावर माधव आत आला. जान्हवी त्याच्यासाठी पाणी घेऊन आली. माधवला पाणी दिल्यावर ती सुद्धा त्याच्या समोर बसली. तिला प्रचंड चिंतेत बघून माधवने चौकशीच्या सुरात विचारले.

"कुठला प्रश्न सुटत नाही?"

"इन्स्पेक्टर राणेंना उद्या कोर्टात पाठवता येईल?"

"नो प्राब्लेम."

"असीम सध्या कुठे आहे?"

"आर्थर रोडच्या जेल मध्ये.

"पण हे का विचारतेस?"

"उद्या ॲडव्होकेट आशुतोष पोद्दार चटर्जींच्या भावाला कोर्टात तपासणीसाठी आणणार आहे."

"ते तुला कसं कळलं?"

"सक्सेनाकडून!"

"ॲडव्होकेट पोद्दारांचा डाव काय आहे?"

"बघू."

•••

न्यायाधीश महोदयांना कोर्टरूममध्ये हजर व्हायला अवकाश होता. ॲडव्होकेट जान्हवीची असिस्टंट जान्हवीच्या कानात म्हणाली.

"इन्स्पेक्टर राणे इकडे येऊ शकणार नाही."

हे ऐकून जान्हवीचा चेहरा पडला. तेव्हा ॲडव्होकेट आशुतोषने नेमकं हे दृश्य टिपलं आणि त्यांचा चेहरा उजळून निघाला. न्यायाधीश महोदय आले. त्यांनी दर्शकांकडे एक नजर फिरवली. कोर्टरूममध्ये प्रचंड गर्दी होती. सर्वांनी उठून त्यांना अभिवादन केले. न्यायाधीश महोदय त्यांच्या खुर्चीवर बसल्यानंतर त्यांनी ॲडव्होकेट आशुतोषकडे बघितलं. तेव्हा आशुतोष उभे झाले आणि म्हणाले.

"युवर ऑनर, आज मी ह्या खुनामागचा उद्देश काय आहे हे सिद्ध करून दाखवणार आहे. त्यासाठी श्रीमती अंबा कोळी यांना काही प्रश्न विचारायचे आहेत.

"प्रोसीड."

"श्रीमती अंबा कोळी, तुम्ही ह्या कोर्टात सांगितलं होतं की तिच्या रक्षणार्थ मी काहीही करू शकते! हो किंवा नाही मध्ये उत्तर द्या. नेमकं तुम्ही हेच वाक्य उच्चारलं होतं ना!"

"हो."

"बरोबर."

"हो युवर ऑनर."

"पॉईंट टू बी नोटेड युवर ऑनर."

नंतर अंबाला एक फोटोग्राफ दाखवला व त्याचा दुसरा भाग दुमडून ठेवला होता.

"तर श्रीमती अंबा कोळी. ह्यांना ओळखता?"

"एस सर."

"कोण आहे ह्या?"

"माझी मुलगी सुमन."

दुमडलेला भाग उकलून पटकन सरकारी वकील आशुतोष म्हणाले,

"आणि हे आहेत डी.सी.पी. दत्ता. दोघेही डान्स करीत आहेत. दोघेही पक्के मित्र आहेत. ते एकमेकांवर प्रेम करत होते. पण डी.सी.पी. दत्ता ह्यांचं लग्न झालं होतं. आणि युवर ऑनर नेमकं हेच... हेच श्रीमती अंबाला खटकत होतं. ह्या मॅडम डी.सी.पी. दत्ताचा राग करीत होत्या. त्यांना सहज ही संधी चालून

आली. साध्या पण धूर्त असणाऱ्या ह्या मॅडमनी संधीचा पुरेपूर लाभ घेतला आणि डी.सी.पी. दत्ताचा निर्घृण खून केला. युवर ऑनर. दॅटस् ऑल... युवर ऑनर.''

कोर्ट रूममध्ये एकच गलबला उठला.

''ऑर्डर... ऑर्डर.''

''हे खोटं आहे युवर ऑनर... मला याबद्दल काहीही माहिती नाही.''

अंबा ओरडून सांगत होती.

''आता श्रीमती अंबा, तुम्ही कितीही रडून किंवा ओरडून सांगितलं तरी हेच सत्य आहे. तुम्ही खुनी आहात. युवर ऑनर, इट इज प्लान्ड मर्डर. यांनी आपल्या भाबड्या, सोज्वळ स्त्रीच्या अभिनयाने कमिशनर माधवचं हृदय जिंकलं. त्याना प्रार्थना करून डी.सी.पी. सुमनच्या इन्टेसिव्ह केअर युनिटमध्ये आपली ड्युटी लावून घेतली.''

मध्येच ॲडव्होट जान्हवी उठली आणि ठाम स्वरात म्हणाली.

''आय स्ट्राँगली आब्जेक्ट युवर ऑनर. ॲडव्होकेट पोद्दार जे फोटो दाखवत आहेत तो ट्रीक फोटोग्रफीचा प्रकार आहे युवर ऑनर. जोपर्यंत सुमन बरी होत नाही आणि कोर्टात येऊन आपलं मत मांडत नाही तोपर्यंत श्री पोद्दार यांच्या आरोपाला अर्थच उरत नाही युवर ऑनर.''

कोर्ट रूममध्ये कुजबूज सुरू झाली.

''ऑर्डर, ऑर्डर.''

''मला माहीत होतं युवर ऑनर, माझे मित्र ॲडव्होकेट जान्हवी अधिकारी हा प्रश्न उभा करतील. पण सत्य ते सत्य असते. त्यासाठी मला डॉक्टर मनोज चटर्जी ह्याना विटनेस बॉक्समध्ये तपासणीसाठी येण्याची संधी द्यावी.

''परमिशन ग्रँटेड.''

''तुमचं नाव?''

''डॉक्टर मनोज चटर्जी.''

''तुम्ही डी.सी.पी. दत्ता साहेबांना ओळखता?''

''एस सर.''

''तुमची डी.सी.पी. दत्ता ह्यांची ओळख कशी झाली?''

''सर, आम्ही दोघेही बालपणाचे मित्र होतो.''

''तुम्ही डी.सी.पी सुमन यांना ओळखता?''

''एस सर.''

“त्याही तुम्हाला ओळखतात.”

“हो सर.”

“तुम्ही त्यांना कसं ओळखता?”

“दत्ता साहेबांनी ओळख करून दिली होती.”

“का?”

“कारण दत्ता साहेब व मी आम्ही दोघेही एकमेकांचे पर्सनल गोष्टी शेअर करीत होतो.”

“बरे, दत्तासाहेबांनी तुमची ओळख कुठे करून दिली होती?”

“हॉटेल सी रॉक मध्ये.”

“त्यांचे संबंध कसे होते.”

“आता कसे होते हे काय सांगू साहेब, पण ते एकमेकांसाठी प्राण द्यायला तयार होते.”

“कशावरून...”

“सर, ज्या दिवशी सुमन मॅडम आणि दत्ताची ड्युटी होती तेव्हा मी त्या जागेवर आपल्या कारमध्ये होतो. दत्ताने मला थांबवून घेतलं व पुढे जाण्यास मनाई केली. सगळं नार्मल झाल्यावर त्यांनी वाहनाना पुढे जाण्याची परवानगी दिली. तेव्हा अचानक काही युवक आले. ते दत्तावर तुटून पडले. दत्ताचं लक्ष नव्हतं. पण मॅडम सुमनचं लक्ष गेलं. त्या पुढे सरसावल्या व आपला जीव धोक्यात घातला. दत्ता पटकन रस्ता बंद करण्यासाठी वळले. सुमन मॅडम स्वत:ला सांभाळू शकली नाही. आणि आज हॉस्पिटलमध्ये शेवटच्या घटका मोजत आहेत.”

ॲडव्होकेट आशुतोष म्हणाले, “डॉक्टर चटर्जी, तुम्ही जाऊ शकता.”

“युवर ऑनर आता मला सबइनस्पेक्टर सक्सेनाची साक्ष घ्यायची आहे.”

“परमिशन ग्रँटेड.”

“मिस्टर सक्सेना, मी जे काही विचारेन त्याचे हो किंवा नाही मध्ये उत्तर द्या.”

“सगळी परिस्थिती नॉर्मल झाल्यावर दत्ता साहेबानी वाहनांना जाण्याची परवानगी दिली होती.”

“एस सर.’

“मला हे सांगा. त्या दिवशी माटुंग्याला बंदोबस्ताच्या वेळेस डी.सी.पी. सुमन बरोबर हजर होते?”

"एस सर."

"तुम्ही जाऊ शकता... युवर ऑनर ह्याचा अर्थ असा की जेव्हा दत्ता साहेबाना कळलं की डी.सी.पी. सुमन जे.जे. हॉस्पिटलला ॲडमिट आहेत. तेव्हा ते सुमन मॅडमला तिथे पहायला गेले. डी.सी.पी. सुमनची अवस्था त्यांना पाहून आली नाही. त्यांनी प्रेमाने सुमनच्या डोक्यावरून हात फिरवला. तेव्हा कदाचित् त्याच्या बोटांच्या स्पर्शाने मास्क सरकला. त्यांना त्यांची अवस्था पाहवेना. म्हणून कदाचित ते पिस्तुल काढून गुंडाचा काटा काढण्यासाठी शपथ घेत होते आणि नेमकी हीच संधी श्रीमती अंबाने हेरली. त्या नर्स होत्या. त्याचा त्यांनी भरपूर फायदा घेऊन दत्तावर प्रहार केला. आणि आपल्या पवित्र प्रेमापोटी एका प्रामाणिक पोलीस ऑफीसरला प्राण गमवावा लागला. म्हणूनच माझी प्रामाणिक विनंती आहे. आरोपी श्रीमती अंबा कोळीना मरेपर्यंत फाशीची शिक्षा द्यावी. दटस् ऑल युवर ऑनर." नंतर ॲडव्होकेट जान्हवीकडे वळत म्हणाले.

"एनी क्वेशन?"

"एस युवर ऑनर... मला उलटतपासणीसाठी डॉक्टर चटर्जी ह्यांना कठड्यात काही प्रश्न विचारायचे आहेत."

"परमिशन ग्रँटेड."

"कॅम्युन आछेन (कसे आहात) डॉक्टर बाबू."

"भालो." (छान आहे.)

"खूप भालो. डॉक्टर मनोज चटर्जी."

कुत्सित हसत ॲडव्होकेट जान्हवी म्हणाल्या.

"तर डॉक्टर बाबू, तुम्हाला किती भाऊ- बहिणी आहेत?"

"आय ऑब्जेक्ट युवर ऑनर. ह्यांच्या भाऊ-बहिणींचा इथे काय संबंध आहे?"

"आहे युवर ऑनर."

"ऑब्जेक्शन सस्टेन्ड."

"ॲडव्होकेट आशुतोष, तुम्ही इतकी सुंदर प्रेमकथा गुंफली. मी काही म्हणाले नाही. आता मला यांच्या "खानदान" सिरीयलची कथा ऐकू द्याल तर उपकार होतील."

कोर्टात हशा पिकला.

"ऑर्डर, ऑर्डर."

"तर डॉक्टर चटर्जी, तुम्ही किती भाऊ?"

''आम्ही दोघं.''

''बहीण?''

''एक''

''तिचं लग्न झालं?''

''हो!''

''ती कुठे असते?''

''गडचिरोलीला.''

''भाऊ काय करतो?''

''(इंडस्ट्रीयलीस्ट) कारखानदार आहे.''

''कशाचा कारोबार आहे त्यांचा.''

''स्पेअर पार्टस्चा.''

''त्यांचं नाव?''

... मौन...

''बोला, असे गप्प का?''

''असीम चटर्जी.''

''व्हेरी गुड...''

''सध्या कुठे असतात?''

''ते बाहेर असतात.''

''बाहेर म्हणजे कुठे जातात.''

''ते सांगून जात नाही.''

''मी सांगत्ये युवर ऑनर... ह्यांच्या भावाबद्दल इंग्रजी वर्तमानपत्रात तपशीलवार छापून आले होतं. सध्या ते आर्थर रोड जेलमध्ये सरकारी हवा खात आहेत. कारण ते गैरकानूनी कारवायांचे सूत्रधार आहेत. स्पेअर पार्टस्च्या नावाखाली राष्ट्रविघातक कृत्य करणाऱ्यासाठी ते शस्त्रं बनवून त्यांचा पुरवठा करत होते.''

''त्यांच्या बिझनेसचा व माझा काय संबंध?''

''आहे युवर ऑनर- सूडाचा संबंध. तुम्हाला सूड उगवायचा होता. आपल्या सख्ख्या भावाला अटक करणाऱ्या डी.सी.पी. सुमनचा तुम्हाला काटा काढायचा होता. डॉक्टर बाबू, मला हे सांगा, तुम्ही डॉक्टर कुठून झालात?''

''कोलकत्त्यावरून''

''डिग्री कोणती घेतली?''

''डी.एम.पी.''

"म्हणजे काय?"

"म्हणजे डिप्लोमा फॉर मेडीकल प्रॅक्टीशनर."

"तुम्ही स्वत:ची प्रॅक्टीस करता?"

"नाही."

"मग काय करता?"

"मी लोटस् नर्सिंग होममध्ये शिफ्ट डॉक्टर आहे."

"कुठेशी येतं हे लोटस नर्सिंग होम."

"अंधेरीला."

"महिन्याचा किती पगार मिळतो?"

"वीस हजार रुपये."

"व्हेरी गुड. तुम्हाला हॉटेलचं काय आवडतं?"

"चायनीज फूड."'

"स्पेशली कुठल्या हॉटेलचं?"

"हॉटेल सी रॉकचं?"

"तुम्ही हॉटेल सी रॉकला नेहमी जाता?"

"हो!"

"व्हेरी गुड... खूब भालो. तिथला खर्च कसा परवडतो? डॉक्टर बाबू, असे गप्प का?"

"आम्ही एकत्र कुटुंबात राहतो त्यामुळे."

"घरात गैरमार्गाने कमावलेल्या पैशाची कमी नाही. मला कोर्टाला हे निदर्शनास आणून द्यायचं आहे की यांच्या मेडिकल डिप्लोमाची पडताळणी करावी. पोलिसांना आदेश द्यावा. युवर ऑनर, ज्या लोटस हॉस्पिटलमध्ये हे काम करतात, ते हॉस्पिटल खरोखर अंधेरीला आहे किंवा नाही?"

"आय स्ट्रॉंगली ऑब्जेक्ट, युवर ऑनर."

"ऑब्जेक्शन सस्टेन्ड."

"यात गैर काय आहे मिस्टर पोद्दार? हे जर खरे निघालं. तर आपण गृहीत धरू. ह्यांनी कोर्टात जे काही सांगितलं ते सत्य आहे. नाहीतर ह्यांनी कोर्टाची दिशाभूल केली म्हणून कारवाई करण्यात यावी. युवर ऑनर, यानंतर मला सब इन्स्पेक्टर सक्सेना ह्यांची उलटतपासणी घेण्याची परवानगी द्यावी."

"परशिन ग्रँटेड."

"सक्सेनासाहेब, मला हे सांगा. ज्यावेळेस सुमन मॅडमवर हल्ला झाला

तेव्हा दत्तासाहेब आणि सुमन मॅडममधले अंतर किती होते?

"शंभर मीटर सरासरी."

"म्हणजे डॉक्टर मनोज चटर्जीने जे सांगितलं ते काय आहे?"

"ते साफ खोटं आहे युवर ऑनर. ज्यावेळेस सुमन मॅडमवर हल्ला झाला. तेव्हा मी समांतर अंतरावर सरासरी आठ मीटर अंतरावर होतो."

"म्हणजे एक्झॅक्टली कुठे होता?"

"डिव्हाइडर जवळ."

"पॉईंट टु बी नोटेड, युवर ऑनर. मग पुढे काय झालं?"

"मॅडम एका माणसाकडे धावत होती. समोर त्याची कार उभी होती. त्याने मॅडमकडे बुलेट सोडली. त्या आवाजाने मी तिकडे धावत सुटलो. पण नकळत दोन मोटारसायकल मॅडमच्या दोन्ही बाजूला आला. त्यांच्या पिलीयन रायडर (मागे- बसलेल्यांनी) दोराचा फास फेकला व मॅडमला फरफटत न्यायला लागले. मी आपल्या जीप ड्रायव्हरला बोलावलं आणि त्या मोटारसायकलस्वारांचा पाठलाग केला. मी गोळ्या झाडल्यामुळे ते मॅडमला रस्त्यात सोडून पळाले. नंतर मी ड्रायव्हरच्या मदतीने मॅडमची हॉस्पिटलकडे रवानगी केली."

"दॅटस् ऑल, युवर ऑनर." ॲडव्होकेट जान्हवी म्हणाली. कोर्टाची वेळ संपली होती. जान्हवीने आज ॲडव्होकेट आशुतोष पोद्दारांचा प्लान उधळला होता. ते आतून खूप डिवचले गेले होते.

न्यायाधीश महोदय म्हणाले.

"पुढचं सत्र दोन दिवसानंतर सुरू होईल. पोलिसांना आदेश देण्यात येतो. तोपर्यंत डॉक्टर मनोज चटर्जीबद्दल तपास करून तपशील कोर्टाला कळविण्यात यावा व डॉक्टर चटर्जी यांना तोपर्यंत कुठेही जाता येणार नाही. त्यांनी रोज सकाळ-संध्याकाळ नजदीकच्या पोलीस स्टेशनला हजेरी द्यावी."

रात्री कमिशनर शर्मा, ॲडव्होकेट आशुतोष पोद्दार, शकील सर्व शकीलच्या पेंट हाऊसमध्ये व्हिस्की घेत बसले होते. तेव्हा शर्मांनी पोद्दारला विचारलं.

"आशुतोष, तुमचा चेहरा असा का पडला आहे."

"शर्मा साहेब, आज मी इतका मस्त पपलू फिट केला होता. पण मॅडम जान्हवीने त्याचा पापलेट बनवून ठेवला."

"अरे, असं होतं आशुतोष. कुस्तीत कधी आपण खाली तर दुसरा पहेलवान वर होतोच. म्हणून आता आपल्या पिटाऱ्यातून सॉलिड मूव्ह काढा." तेव्हा शकील म्हणाला.

"शर्मा साहेब, मेरे बेगम को निकालने का इन्तजाम करो."

ॲड. पोद्दार म्हणाले, "परंतु तो माधव अधिकारी आहे ना, त्याचं काय?"

"मला माहिती आहे. तो आपल्या टीमबरोबर जे.जे. च्या जवळपास असतो."

"सर तुम्ही पाठकला विड्रॉ करा, मग मॅडमचा गेम वाजवायला कितीसा वेळ लागणार?"

"शकील, भाईजान, इतनी जल्दबाजी मत करो."

"मेरे --- दिमाग में एक प्लान है," ॲडव्होकेट आशुतोष पोद्दार म्हणाला

"सर तुम्ही... पाठकला तातडीने हेडक्वार्टरला पाठवा."

तेवढ्यात सक्सेनाचा फोन शर्माला आला.

"हॅलो सर."

"काय खबर."

"सर-माधव अधिकारी सर. आज रात्री त्यांनी पकडलेली सर्व माणसं हलवतील."

"कुठे?"

"मढ आयलंडकडे."

"तुम्ही त्यांच्यावर लक्ष ठेवा."

"एस सर."

कमिशन शर्मानी पाठकला हेडक्वार्टरला परत बोलावलं. ॲडव्होकेट आशुतोष म्हणाले.

"सर, आता इन्स्पेक्टर चव्हाणला पाठकच्या ऐवजी हॉस्पिटलमध्ये ड्युटी करायला सांगा. त्या आधी शकीलभाईला सुमनचा गेम वाजवायला सांगा."

"बरोबर."

शकील म्हणाला मी इंतजाम करतो. कमिशनर शर्मा साहेबांनी इन्स्पेक्टर चव्हाणला मोबाईल केला.

"गुड इव्हीनिंग, सर."

"चव्हाण साहेब, आज असं करा. तुम्ही पाठक साहेबांच्या ऐवजी जे.जे.ला ड्युटी करा."

"सर."

तिकडे माधवच्या टीमने इकबालच्या कॉम्प्युटरमधली माहिती काढली. जहीरनी ती माहिती पेन ड्राईव्हमध्ये लोड केली. सर्वांच्या पेन ड्राइव्हमध्ये ते सर्व लोड करण्यात आलं. माधव ते पेनड्राईव्ह घेऊन आय.जी. साहेबांकडे गेले. हे सर्व बघून आय.जी. साहेबांचं डोकं तडकलं. ते सरळ होम मिनिस्टरकडे गेले. इन्स्पेक्टर जहीर व इन्स्पेक्टर सक्सेना कमशिनर शर्मांच्या पाळतीवर होते. हॉस्पिटलमधून पाठक गेल्यावर डॉक्टर स्मिता, सुमनला ॲम्ब्युलन्समध्ये डॉक्टर प्रधानांच्या नर्सिंग होममध्ये घेऊन आली. सुमनच्या बेडवर इनस्पेक्टर राणेंनी मॉर्च्युरीतून एका तरुण मुलीची डेडबॉडी आणून ठेवली. तिला ऑक्सिजन मास्क लावण्यात आला. ड्रीप लावली. आय.सी.यू.मध्ये दोन कॅमेरे लावले. तेवढ्यात इन्स्पेक्टर चव्हाण आले. इन्स्पेक्टर राणे त्यांना तिथनं दूर घेऊन गेले. इन्स्पेक्टर चव्हाणला या गोष्टीची जाणीव करून दिली. आता ते लपून पुढच्या प्रसंगाची वाट बघत बसले होते. मारेकऱ्यांनी सुमनच्या रूममध्ये प्रवेश केला. सुमनच्या डमी बॉडीवर त्यांनी गोळ्या झाडल्या. पण इन्स्पेक्टर चव्हाण आणि इन्स्पेक्टर राणेंनी त्यांना तिथेच खलास केले.

कमिशनर शर्मा व शकील बाहेर आले.

''शकील भाई, मेरे साथ चलीये. आपका काम हो जाएगा.''

''शर्मा साहेब, आप मेरे गाडीमें चलीये. आपकी गाडी हमारे पीछे आने को कहीये.''

''ड्रायव्हर, आमच्या गाडीला फालो करो.''

''सर.''

इन्स्पेक्टर जहीरने कमिशनर शर्माला शकीलच्या गाडीत बसताना बघितलं. त्यानं टॅक्सीत बसून त्यांचा पाठलाग सुरू केला.

हेडक्वार्टरला माधव होममिनिस्टरकडून आल्यानंतर त्याने अतिरेकांच्या म्होरक्यांना म्हणजे इकबाल, जावेद, फातिमाबी पासून सर्वांना एका प्रायव्हेट बसमध्ये ठेवलं. तो बस ड्रायव्हरकडे पाठ करून त्या सर्वांना बघत होता. त्याने सर्व कैद्यांचे हात बसच्या सीटला बांधले होते.

''ड्रायव्हर, गाडी जुहूकडे घेऊन चल.'' गाडी रस्त्यावर धावत होती.

•••

माधवच्या घरी जान्हवी, अंबा व अंजली जेवण झाल्यावर भिंतीला टेकून

बसल्या होत्या.

जान्हवीच्या चेहऱ्यावरची उदासीनता बघून अंजलीने चौकशीच्या सुरात विचारलं.

“ताई, तुम्ही आज इतक्या उदास कां?”

“अगं, माझ्या हातून फार मोठी चूक झाली आहे.”

“कुठली चूक?”

“ज्यात सगळं रेकार्ड होतं तो पेनड्राइव्ह गडबडीत माझ्या हातून हरवला आहे. तो पुरावा असता तर अंबा कधीचीच सुटली असती!” अंजली पटकन उठली आणि देवाजवळ गेली. देव्हाऱ्याच्या वरच्या ठिकाणी कॉर्नरला जो पेनड्राईव्ह ठेवला होता, तो घेऊन जान्हवीसमोर उभी झाली.

“हाच तर नाही?”

“हो! पण हा पेनड्राईव्ह इथे कसा आला?

“मी आणला होता.” अंबा म्हणाली.

अंबा अंजलीकडे वळून म्हणाली,— तुझ्या लक्षात कसं आलं?”

“देवघर स्वच्छ करताना.”

“पण अंबा, हा तुला कुठे सापडला?”

“सुमनच्या बेडपॅनमध्ये पडला होता. सुमनला जेव्हा शुद्ध आली. तेव्हा घाईत मी तिच्याकडे वळले आणि माझा पाय बेड पॅन वर पडला. त्यामुळे पेन ड्राईव्ह उसळून बाहेर आला. सुमनला युरीनसाठी फोलीस कॅथेटर लावल्यामुळे बेडपॅनचा उपयोग झाला नाही. तो तिथे तसाच पडून होता. त्यामुळे कुणाचेही त्याचेकडे लक्ष गेले नाही.”

“अगं, हा पेनड्राईव्ह सापडल्यावर लगेच मला सांगायला हवं होतं ना!”

“सांगणार होते. पण या टेन्शनमध्ये विसरून गेले.”

“तरी बरं केलं. तू ह्याला अगदी सुरक्षित ठिकाणी ठेवलं होते.”

“ह्यात आहे तरी काय?”

“मला घातपात होण्याची शक्यता आधीच होती म्हणून सक्सेना साहेबांना कॅमेरा ऑन करायला सांगून ठेवले होते. पण नंतर ॲडव्होकेट आशुतोषनी कमिशनर शर्माच्या मदतीने सर्व डिलिट करायला लावलं होतं. थांब, मी दाखवते. तू निर्दोष असल्याचं प्रमाण.”

कम्प्युटरवर ते दृश्य बघून अंजली आनंदाने नाचायला लागली.

“आता आपल्याला ह्यांच्या सीडीज काढून प्रत्येक चॅनलवाल्याना द्यावं

लागेल. तसंच प्रेस कॉन्फरन्स घ्यावी लागेल.''

तेवढ्यात जान्हवीचा मोबाईल वाजला.

''ताई, मी स्मिता''

''बोल.''

''सरांच्या आदेशानुसार आम्ही सुमनला डॉक्टर प्रधानांच्या नर्सिंग होममध्ये हलवलं आहे. तुम्ही घराच्या बाहेर निघू नका.''

''ओ.के. अंबा, सुमनला जे.जे. मधून हलवलं आहे. तिला भेटायची सध्या मनाई आहे.''

•••

सक्सेनाने शर्मा साहेबाला मोबाईल केला.

''बोला.''

''सर, माधव सर सर्व कैद्यांना बसमध्ये मढ आयलँडकडे घेऊन गेले.

''थँक यू सक्सेना.''

''सर, तुम्ही कुठपर्यंत पोहोचले.''

''सांताक्रूज पर्यंत.''

''राईट सर...मी टॅक्सीत त्यांच्या मार्गावर आहे.''

''गुड...''

जुहू आल्याबरोबर माधवने ड्रायव्हरला खाली उतरवले व स्वत: ड्रायव्हरच्या सीटवर बसला. ड्रायव्हरच्या जागी बसण्या आधी त्याने तिथे टाईम बॉम्ब लावला.

''सर, काळ्या गाडीत शकील आणि कमिशनर शर्मा साहेब आहेत. त्यांची माणसंसुद्धा दुसऱ्या गाडीत येत आहेत.''

''ओके.''

माधवच्या बसकडे त्याने चारही बाजूने लोकांना येताना बघितलं. ते सर्व स्टेनगन्स्, विस्फोटक घेऊन असतील असा अंदाज माधवने बांधला. त्याने एक्सीलेटर वरचा पाय काढला. नंतर दारात उभं राहून एक्सिलेटरवर हळूहळू हाताने दाब देत होता. मग सीट जवळची वीट त्याने उचलली व हळूच सीटवरून सरकवली व पटकन खाली उडी मारली. वीट नेमकी एक्सीलेटरवर पडली आणि बस सटकन् पुढे पळाली. अंधार पडला होता. अंधाराचा फायदा

घेत तो तिथनं सटकला व दूर एका झोपडीच्या आडोशानं शर्मा व शकीलच्या गाडीची वाट बघत बसला. शकीलच्या माणसांनी वेढून ते ड्रायव्हरवर फायरिंग करत होते. पण बस पुढे जात होती. तितक्यात शकीलची गाडी येताना दिसली. माधवने आपल्या खिशातून हॅंड ग्रेनेड काढून त्यांच्या गाडीवर फेकला. शकीलची गाडी ब्लास्ट होऊन वर उडताना दिसली. बस समुद्राकडे धावत असताना अचानक तीसुद्धा ब्लास्ट झाली. रस्त्याच्या बाजूला कमिशनर शर्मासाहेबांची गाडी उभी होती. ड्रायव्हरने माधवला बघितल्यावर त्याला सॅल्युट ठोकला. जहीरसुद्धा तिथे पोहोचला. माधवने आय.जी. साहेबांना फोन केला.

"सर, ऑपरेशन सक्सेस पण आय ॲम सॉरी सर. शर्मा सर शकीलच्या गोळीने मारले गेले."

"व्हाट अबाऊट शकील?"

"सर, त्याला आम्ही खलास केला."

"गुड जाब."

माधव गाडीत मागच्या सीटवर बसला. जहीर ड्रायव्हरला म्हणाला.

"माधव सरांच्या घराकडे चल."

"सर."

•••

दारात बेल वाजली. जान्हवीने दार उघडलं. माधव व जहीरच्या चेहऱ्यावर आनंदाचे रेषा झळकत होत्या. अंजली त्यांच्यासाठी पटकन पाणी घेऊन आली. जहीरने अंजलीच्या कॉम्प्युटरवर ॲडव्होकेट पोद्दार आणि शर्मांची अतिरेक्यांबरोबरची मीटींग दाखवली. न कळत जान्हवी म्हणाली,

"म्हणून ॲडव्होकेट आशुतोष उचकत होता."

"माधव, आता मी माझी कमाल दाखवते." तिने टी.व्ही. ऑन केला. त्यात जान्हवीने मिडियाला जी सी.डी. दिली होती ती दाखविण्यात येत होती.

माधवचं प्रमोशन झालं होतं. तो सीनिअर पोलीस कमिशनर झाला होता. सुमनच्या प्रकृतीत झपाट्यानं सुधार झाला.

सुमन बरी झाल्यावर मुंबईत सिद्धीविनायकाचे दर्शन घेऊन सर्व नाशिकला आले. त्र्यंबकेश्वराचे दर्शन घेतल्यानंतर सर्व अंबाच्या घरी जमले.

महादेव मीनावहिनीला घेऊन आला होता. लहान सुदीप सुमनला बिलगला. खूप दिवसांनी भाऊ-बहीण भेटले. मीनावहिनीने अंबाची क्षमा मागितली.

सुमन सुट्टीवर गावाकडे निघाली.

ट्रेनच्या डब्यात अंबा, सुमन, अंजली, डॉक्टर स्मिता व ॲडव्होकेट जान्हवी अधिकारी सुद्धा त्यांच्याबरोबर गावाकडे निघाली.

सर्व स्टेशनवर त्यांना निरोप द्यायला आले होते. गाडी सुरू झाली तेव्हा माधव जान्हवीला म्हणाला,

''टेक केअर.''

सर्वसामान्यांच्या 'अद्वितीयांना' घेऊन गाडीने वेग घेतला.

◻◻